Phật Giáo và Thánh Tích Sri Lanka

Thích Nữ Giới Hương

Tủ Sách Bảo Anh Lạc 95

Phật Giáo & THÁNH TÍCH SRI LANKA

Thích nữ Giới Hương

Với Lời Giới Thiệu của

Hòa Thượng Tiến Sĩ K. Siri Sumedha Thero

NXB TÔN GIÁO

Contact:
HƯƠNG SEN PUBLISHER
Huong Sen Buddhist Temple
19865 Seaton Avenue, Perris, CA 92570, USA
Tel: 951-657-7272, Cell: 951-616-8620
Email: huongsentemple@gmail.com,
thichnugioihuong@yahoo.com
Facebook:https://www.facebook.com/huongsentemple
Web: www.huongsentemple.com

MỤC LỤC

Lời Giới Thiệu

Hòa thượng Tiến Sĩ K. Siri Sumedha Thero

Kính lạy Đức Thế Tôn, bậc Đấng Chánh Đẳng Giác và Đấng Ứng Cúng.

Tôi rất hân hạnh viết đôi lời giới thiệu cho cuốn sách có tựa đề **'Phật Giáo và Thánh Tích ở Sri Lanka'** (***Buddhism and Buddhist Holy Places in Sri Lanka***) của Ni sư Tiến sĩ TN Giới Hương. Đây là một tác phẩm truyền cảm hứng tâm đạo và được đánh giá cao sau khi Ni sư đã thực hiện hai chuyến hành hương đến Sri Lanka năm 2016 và 2023.

Chúng tôi nhận thấy Ni sư TN Giới Hương rất quan tâm đến việc xuất bản kinh sách Phật giáo vì trước đó Ni sư đã sáng tác, biên soạn gần 100 tác phẩm với các chủ đề khác nhau như tôn giáo, triết học và lịch sử. Di sản huy hoàng của Phật giáo, lịch sử, văn hóa và truyền thống tôn giáo ở Sri Lanka được Ni sư trình bày mười chương 410 trang với 392 photos minh họa trong ấn phẩm này.

Sri Lanka là một hòn đảo nhỏ nằm ở Ấn Độ Dương, ngay cực nam của Ấn Độ, có chiều dài 432km (270 dặm) và chiều rộng 25km (140 dặm) với nhiều thánh tích Phật giáo (*chùa tháp, tượng Phật, xá lợi Phật, hang* động...) có chiều dài lịch sử từ thời cổ đại đến nay. Hòn đảo ngọc Sri Lanka được biết đến với nhiều tên gọi khác nhau trong quá khứ như Tambapanni, Taprobane, Lanka, Rathnadvipa, Sinhaldvipa, Serendib, Zeiyan và Ceylon.

Tên hiện tại, Sri Lanka được chấp nhận từ năm 1972. Theo biên niên sử của sứ thần Sri Lanka đến thăm Rome, Ba Tư, Trung Quốc và Ai Cập và các ký sự của các nhà hành hương như Đại sư Phật Âm (Buddhaghosha), luận sư Phật giáo Buddhadatta, nhà chiêm bái Trung Quốc Pháp Hiền, học giả của xứ A-rập Abu Abdullah Muhammad ibn Battuta, thuyền trưởng Robert Knox, vv... đã để lại những mô tả hấp dẫn về hòn đảo ngọc với 80 cái tên khác nhau từ Taprobane đến Ceylon và Dharmadvipa, vv... Điều này cho thấy Sri Lanka đã thu hút rất nhiều khách chiêm bái và thương thuyền từ nhiều nước đến viếng thăm trong suốt 26 thế kỷ đầy ngạc nhiên vừa qua.

Trong tác phẩm 'Phật Giáo và Thánh Tích Sri Lanka,' Ni sư Tiến Sĩ TN Giới Hương đã trình bày về Phật giáo và các thánh tích ở Sri Lanka nhằm giới thiệu về lịch sử Phật Giáo Sri Lanka từ khi hình thành cho đến nay. Nơi nào có Pháp bảo, nơi đó có Tu viện và Tăng bảo hình thành. Nhiều đại tháp và chùa chiền được xây dựng từ thời cổ đại như Đền Xá Lợi Răng Phật Sri Dalada Maligara (*Kandy, vào thế kỷ thứ 7*), hang đá Mihintale nơi Thánh Tăng Mahinda (*con trai của Vua Asoka ở Ấn Độ*) đã đem Phật giáo đến Ceylon (*thế kỷ thứ 3 TCN*), cây Bồ Đề Jaya Sri Maha (*cố đô Anuradhapura*) được Thánh Ni Saṅghamittā Theri mang từ Ấn Độ đến Ceylon (*thế kỷ thứ 3 TCN*), Tu viện Aloka Viharaya Matale nơi Tam Tạng Kinh điển được viết đầu tiên trên lá cọ (*năm thứ 30 Công nguyên*), bảo tháp Mahiyangana nơi Đức Phật đến thăm Ceylon lần đầu tiên (*thế kỷ thứ 6 TCN*), Tu viện Kelaniya Rajamaha nơi Đức Phật dừng chân trong chuyến thăm Ceylon lần thứ ba, và lá cờ Phật giáo quốc tế hiện nay được thiết kế và hình thành ở Sri Lanka vào năm 1884, v.v. Đọc qua tác phẩm dày 410 trang, gồm mười chương và 392 bức hình minh họa này, độc giả có thể nhận ra Ceylon hay Sri Lanka là thánh địa quan trọng thứ hai của Phật giáo sau Ấn Độ (*xứ Phật*) và Phật giáo Sri Lanka rất phong phú trong văn hóa, kiến trúc, giáo dục, nghệ thuật và lịch sử, v.v.

Là người tìm kiếm kiến thức về các truyền thống lịch sử Phật giáo ở nhiều đất nước khác nhau trên thế giới, Ni sư TN

Giới Hương đã chiêm bái và khám phá nhiều quốc gia bao gồm Ấn Độ, Nhật Bản, Hàn Quốc, Thái Lan, Trung Quốc, Nepal, Bhutan, Cam-pu-chia, Lào, Indonesia, Philipphine, và Sri Lanka. Ni sư đã hướng dẫn phái đoàn gồm quý Sư cô và Phật tử ở Việt Nam, Canada và Hoa Kỳ đến viếng thăm Sri Lanka hai lần trong năm 2016 và 2023. Đặc biệt, phái đoàn Ni sư đã tài trợ tiến hành hai hội thảo Phật giáo tại trường đại học Kandy (*ngày 12 tháng 07 năm 2023*) và Colombo (*ngày 16 tháng 07 năm 2023*) và kết tập thành hai cuốn sách: "Buddhism in Sri Lanka during the period of the 19th to 21st centuries" (*Buddhist Studies Conference, Colombo*) và "Global Spread of Buddhism with Special reference to Sri Lanka" (*Buddhist Studies Seminar, University of Peradeniya, Kandy*).

Ni sư TN Giới Hương đã đến Sri Lanka đảnh lễ, cúng dường, tổ chức hội thảo, chiêm bái thánh tích, chụp hình tài liệu, thu thập thông tin, để chuẩn bị cho biên soạn cuốn sách quý giá "Phật Giáo và Thánh Tích Sri Lanka" này. Kết quả cuối cùng của sự tìm kiếm chân thành của Ni sư là cuốn sách 'Phật Giáo và Thánh Tích ở Sri Lanka,' đã được hoàn thành và tôi được cộng tác với hướng dẫn viên Anura Laxman, Anuluck Tours, Ambalangoda, Sri Lanka, để hướng dẫn đoàn chiêm bái của Chùa Hương Sen cũng như tôi hân hạnh được viết lời giới thiệu cho cuốn sách này.

Tác phẩm 'Phật Giáo và Thánh Tích ở Sri Lanka' sẽ truyền cảm hứng cho nhiều người, vì sách này đã truyền cảm hứng cho chính chúng tôi rất nhiều và cảm thấy tăng trưởng lòng kính ngưỡng đối với Tam Bảo cùng những gì Đức Phật, chư Tổ và quý Đàn na thí chủ đã gầy dựng và đã cống hiến cho Phật giáo nói chung và Phật giáo Sri Lanka nói riêng.

Thành tâm cầu nguyện Đức Phật gia hộ cho ấn bản mới này. Tôi xin gửi lời chúc mừng và xin trân trọng giới thiệu sách. Một cẩm nang cho những ai muốn tìm hiểu nghiên cứu về Phật giáo Sri Lanka và thực hành chuyến hành hương trên hòn đảo Ceylon tôn kính này.

Kính chúc Ni sư TN Giới Hương, quý Sư cô và Phật tử Chùa

Hương Sen, California, thực hiện ngày càng nhiều các hoạt động văn hóa Phật Giáo, mang tính học thuật và phúc lợi xã hội cho Tăng đoàn, cho cộng đồng Phật tử Việt Nam và trên thế giới.

Mong rằng tác phẩm này sẽ giúp những người hành hương, khách du lịch, và quý độc giả có được trí tuệ và nhận thức về vùng đất may mắn có một nền văn hóa và văn minh cổ xưa nhất trên thế giới.

Sarnath, Ấn Độ, ngày 4 tháng 4 năm 2024

Hòa thượng Tiến Sĩ K. Siri Sumedha Thero

Chủ tịch Hội Indo-Sri Lanka

International Buddhist Association,

Sarnath-Varanasi, India

FOREWORD

Ven. Dr. K. Siri Sumedha Thero

Namo Tassa Bhagavato Arahato Sammāsaṃbuddhassa

I am happy to write a few words for this book titled ***Buddhism and Buddhist Holy Places in Sri Lanka*** by Venerable Dr. Bhikṣuṇī TN Gioi Huong. It is an inspirational work expressing appreciation after her pilgrimage to Sri Lanka, two times, in 2016 and 2023.

We have observed Venerable Dr. Bhikṣuṇī TN Gioi Huong's interest in publication as she has published around one hundred writings on different subjects—religion, philosophy, and history. The glorious heritage of Buddhism, its history, culture, and religious tradition in Sri Lanka is presented in this publication with a total of 410 pages, ten chapters with the 392 well illustrated photos.

Sri Lanka, a tiny island, is situated in the Indian Ocean just off the southern end of India. At its broadest point it measures 438 kilometers (272 miles) in length and 225 kilometers (140 miles) in width. It is famous for its magnificent Buddhist historical cave temples, stupas, relics, and statues dating from ancient times. The jewel island, as Sri Lanka is called, has been known by different names in the past: Tambapanni, Taprobane, Lanka, Rathnadvipa, Sinhaldvipa, Serendib, Zeiyan, and Ceylon.

The present name was adopted in 1972. Envoys of Sri

Lankan kings visited Rome, Persia, China, and Egypt and these visitors and pilgrims included Venerable Buddhist commentators Buddhaghosa and Buddhadatta, the Chinese traveler Fa-Hien, the seafarer Ibn Battuta, and the chronicler Robert Knox. Upon their departure, these pilgrims left fascinating descriptions of the island using eighty different names, including Taprobane, Ceylon, Dharmadvipa, and more. This confirms the waves of visitors that Sri Lanka attracted during its incredible twenty-six centuries of history.

This book is a dedicated presentation by Dr. Bhikṣuṇī TN Gioi Huong. It reflects the history of Sri Lankan Buddhism from its formation to the present. Where there is Dharma, there will be the capacity to strengthen monasteries and monks. Many great stupas, temples, and pagodas were built in ancient times to recognize important events such as Sri Dalada Maligara, the Sacred Tooth Temple (Kandy, in the seventh century), Mihintale Cave where the Arahant Mahinda (son of King Asoka in India) introduced Buddhism to Ceylon (in the third century B.C.), Jaya Sri Maha Bodhi Tree (Anuradhapura) brought from India to Ceylon by Theri Saṅghamittā (in the third century B.C.), Aloka Viharaya Matale where the Tipitaka was first written on palm leaves (first century A.D.), Mahiyangana Stupa where the Buddha first visited Ceylon (the sixth B.C.), the Kelaniya Temple, a sacred site commemorating the Buddha's third and final visit to Sri Lanka. The present international Buddhist flag was created in Sri Lanka in 1884. Looking through 410 pages, the ten chapters with 392 nice images, readers will recognize that in the global landscape, Ceylon or Sri Lanka is the second most important Buddhist holy place after India—the birthplace of Buddhism. Sri Lankan Buddhism is rich in culture, architecture, education, artistic expression, and history.

As a seeker of knowledge exploring historical Buddhist traditions in various parts of the world, Dr. Bhikṣuṇī TN Gioi Huong has visited many countries including India, Japan, Korea, Thailand, China, Nepal, Bhutan, Cambodia, Laos, Indonesia,

Philipphine and Sri Lanka. She guided a delegation of nuns and Buddhists in Vietnam, Canada, and the United States to visit Sri Lanka twice, in 2016 and 2023. She and her delegation sponsored two Buddhist seminars at the Universities of Kandy (July 12, 2023) and Colombo (July 16, 2023). The papers presented in these seminars were compiled into two books: *Buddhism in Sri Lanka During the Period of the 19th to 21st Centuries* (Buddhist Studies Conference, Colombo) and *Global Spread of Buddhism with Special Reference to Sri Lanka* (Buddhist Studies Seminar, University of Peradeniya, Kandy).

Dr. Bhikṣuṇī TN Gioi Huong went to Sri Lanka to pay homage at the Buddhist holy sites, make offerings, organize seminars, salute stupas, and collect information to prepare for compiling this valuable book, *Buddhism and the Holy Places in Sri Lanka*. The final result of her sincere search is that the book was completed. I happily collaborated with Mr. Anura Laxman, Anuluck Tours, Ambalangoda, Sri Lanka, to guide the Huong Sen Temple pilgrimage's delegation and it is my pleasure to write the foreword for this book.

May many more be inspired by this publication as it has deeply moved us. We felt a profound admiration for the Three Jewels and what the Buddha, Patriarchs and benefactors have built and contributed to Buddhism, especially Sri Lanka Buddhism.

I sincerely pray to Buddha to bless this new book and I would like to send my congratulations and respectfully recommend this handbook to those who want to learn, explore the history of Sri Lankan Buddhism and engage in pilgrimage on this revered island of Sri Lanka.

We wish that Dr. Bhikṣuṇī TN Gioi Huong, her nun disciples and Buddhist followers of the Huong Sen Buddhist Temple in California will continue to expand their cultural, academic, and social activities for the Buddhist sangha and community in Vietnam and around the world.

Hopefully, this work will help pilgrims, tourists, and readers gain wisdom and awareness about the blessed land with its ancient culture and civilization.

Sarnath, India, April 4 2024

Ven. Dr. Kahawatte Siri Sumedha Thero

President of Indo-Sri Lanka International
Buddhist Association, Sarnath-Varanasi,
Jambudvipa Sri Lanka Buddhist Temple. India

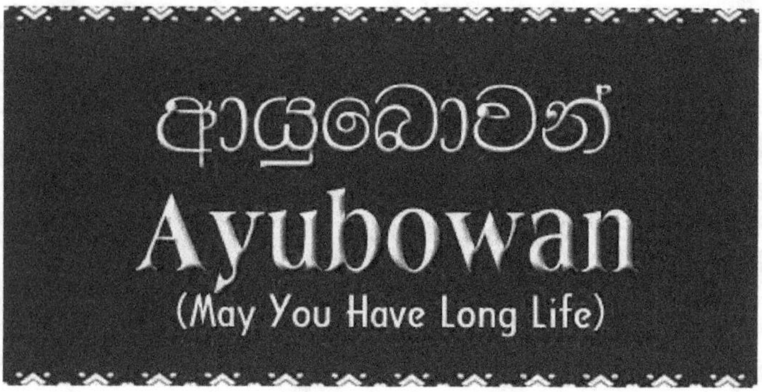

LỜI ĐẦU

Thích Nữ Giới Hương

Sri Lanka là một đảo quốc với hình dáng giọt nước bầu bình xinh xắn giữa Ấn Độ dương bao la.

Hải đảo này nằm cuối phía Nam của Ấn độ, nên ảnh hưởng rất nhiều văn hóa Ấn độ, đặc biệt từ thời Đức Phật còn tại thế đến nay.

Biên niên sử về hải đảo Sri Lanka (Dīpavamsa - the Chronicle of the Island of Ceylon) được biên soạn vào thế kỷ thứ IV trước Công nguyên có nói về lịch sử Phật giáo Sri Lanka xuất hiện từ thời Đức Phật còn tại thế. Tương truyền Đức Phật đã đến Sri Lanka lần đầu tiên tại làng Mahiyanganaya, để giải quyết tranh chấp giữa hai tộc Yakkas và Nagas, sau đó, Đức Phật giảng pháp cho Sumana Saman, vị tộc trưởng trong làng này, và Ngài đã trao một nắm xá lợi tóc của mình để dân làng có thể chiêm bái.[1]

1 Sacred Island – A Buddhist Pilgrim's Guide to Sri Lanka. Ven. S. Dhammika 2008. Trang 12-19. Champika Printers.
Mahiyangana Perahera. https://en.wikipedia.org/wiki/Mahiyangana

Bản đồ Hòn ngọc Sri Lanka (Google)

Sau khi Đức Phật nhập niết bàn và sau kỳ kiết tập Tam Tạng Kinh điển lần thứ 3, Thánh Tăng Arhanthā Mahinda Thero (*con trai Vua A Dục* là sư huynh của Thánh Tổ Tỳ-kheo-Ni Saṅghamittā) từ Ấn độ đến Sri Lanka và thuyết pháp cho Vua Devanampiyatissa tại núi Mihintale, thành phố Anurādhapura, thời trị vì của Devanampiya Tissa. Từ đó, Phật pháp được lan truyền khắp hải đảo, nên núi Mihintale cũng được gọi là chiếc nôi Phật giáo Sri Lanka.[2]

Theo cuốn Biên Niên Sử về Cây Bồ Đề (*Mahābodhivamsa-the Chronicle of the Bodhi Tree*), bắt đầu từ thế kỷ thứ 3 trước Công nguyên, Thánh Tổ Tỳ kheo Ni Saṅghamittā Theri (*con gái hoàng đế A Dục*) vâng lời vua cha và sư huynh Arhanthā

2 Lễ hội Rằm tháng bảy Poson tại Núi Mihintale (The Poson at Mihintale) https://www.officeholidays.com/holidays/sri-lanka/poson-full-moon-poya

Mahinda Thero làm sứ giả truyền giáo, từ Ấn độ đến Sri Lanka để thành lập Ni đoàn, giảng pháp và mang nhánh cây bồ đề chiết từ cây bồ đề gốc (*cây giác ngộ*) nơi Đức Phật ngồi thiền và chứng ngộ (*ở Bodhgaya, Bihar, Ấn Độ*), để trồng tại thành phố Anurādhapura. Thời gian trôi qua, với bao thế hệ tiếp nối, cây bồ đề vẫn còn sống sum xuê và xanh tươi cho đến ngày nay. Từ ngày đó, cố đô Anurādhapura trở nên linh thiêng và nổi tiếng thế giới với cây bồ đề cổ đại nhất thế giới.

Cuốn Biên Niên Sử về Xá Lợi Răng (*Dhātuvamsa - the Chronicle of the Tooth Relic*), ghi nhận rằng thế kỷ thứ 4 (năm 310 CE),[3] hoàng đế Guhāsimha của Orissa sai con gái mình đến Sri Lanka với chiếc răng xá lợi của Phật. *Daladāsirita và Daladāpūjāvaliya* đã mô tả lễ hội Răng (*rước xá lợi răng của Đức Phật nhiễu quanh thành phố*) rất quy mô và hoành tráng. Nơi thờ răng Phật được gọi là Chùa Hoàng Gia Sri Dalada Maligawa- báu vật quốc gia tại thành phố Kandy, miền Trung Sri Lanka.

Trước kia, Tam Tạng Pali thường được biết dưới dạng truyền khẩu. Vào năm 29 (trước Công nguyên),[4] Tăng đoàn Sri Lanka đã nhóm họp tại Chùa Aloka (*Aluvihara, Matale, nằm giữa cố đô Anurādhapura và thành phố Kandy*) để lần đầu tiên Tam Tạng được viết trên giấy bằng tiếng Pali và hiện giờ bộ Tam Tạng Pali cổ đại đó vẫn còn được thờ tại Aloka (Aluvihara), huyện Matale.

---

3 Sacred Island – A Buddhist Pilgrim's Guide to Sri Lanka. Ven. S. Dhammika 2008. Trang 12-19. Champika Printers.

4 https://srilankatravelgram.com/destinations/matale/

Phái đoàn Chùa Hương Sen quỳ trước bộ Tam Tạng Pali cổ đại, và nhiều đá khảo cổ ngày 13 tháng 07 năm 2023

Với bề dày của 2272 năm lịch sử Phật giáo (2023 năm + 249 năm trước Tây lịch), Sri Lanka thật sự là huyền thoại của Phật giáo cổ xưa, là một trong nhiều đất nước có nhiều di sản Phật giáo cổ đại nhất thế giới có đến tám địa danh được Unesco công nhận là di sản thế giới (World Heritage Sites). Đó là:

1. Cây bồ đề lâu đời nhất (*từ thế kỷ thứ 3 trước tây lịch*)
2. Các quần thể thánh địa ở thành phố Anurādhapura (*thế kỷ III trước Công nguyên*)
3. Bộ Tam Tạng Pali (*Pali Tripitaka*) cổ đại lưu giữ tại Chùa Aloka (*Aluvihara Cave*), Matale District (*vào năm 29 trước Công nguyên*)
4. Xá lợi Răng của Đức Phật, báu vật quốc gia, thờ tại Chùa Hoàng gia Sri Dalada Maligawa thành phố Kandy.
5. Chùa đá Polonnaruwa (*thế kỷ XII*)
6. Núi đá Sư Tử Sigiriya và thành trì cổ trên núi đá Móng Sư Tử Sigiriya nhiều màu (*thế kỷ V*)
7. Chùa vàng trong hang động Dambulla (*thế kỷ I trước Công nguyên*)

8. Thành cổ pháo đài Galle (*thế kỷ XV*)

Ngoài tám di sản văn hóa thế giới tại Sri Lanka, còn có một danh sách của 16 thánh địa (*Solosmasthanas*)[5] nổi tiếng thiêng liêng ở Sri Lanka. Đó là:

1. Ngôi già lam cổ tự Mahiyangana Raja Maha Vihara
2. Tịnh xá Nagadeepa Purana
3. Tu viện Kelaniya Raja Maha Vihara
4. Núi chân Phật Sri Pada
5. Động đá Diva Guhava (Hang Batatotalena)
6. Đại tháp Deegavapi Raja Maha Vihara
7. Tinh xá Muthiyangana Raja Maha Vihara
8. Đại già lam Tissamaharama Raja Maha Vihara
9. Cây Bồ đề thiêng Sri Maha Bodhi
10. Tháp Mirisawetiya
11. Tháp Ruwaneli
12. Bảo Tháp Thuparamaya
13. Tháp Abhayagiriya
14. Già lam Jetavanarama
15. Tháp Sela Cetiya
16. Tháp trắng Kiri vehera

Với niềm khát ngưỡng của người con Phật trước những di sản văn hóa và thánh địa Phật giáo Sri Lanka như vậy, Chùa Hương Sen đã thực hành được hai chuyến hành hương chiêm bái Phật tích kết hợp với từ thiện cùng hội thảo Phật giáo tại Sri Lanka:

Chuyến thứ nhất từ ngày 15/8/2016 đến 23/8/2016. Phái đoàn gồm 9 người: Tôi (*Ni sư Giới Hương, Trụ Trì Chùa Hương Sen*), Sư cô Viên Quang, Sư cô Viên Chân, Viên Phương (*chị*

5 Xin xem https://www.nekhor.org/sites-of-sri-lanka

hai của NS Giới Hương), ba vị Phật tử Tâm Tuệ Nguyệt, Diệu Tịnh và Quảng Như, với sự hướng dẫn của một vị Sư Sri Lanka là Thượng tọa Tiến Sĩ Siri Sumedha Thero và hướng dẫn viên Anura Laksman.

Sư Siri Sumedha (chính giữa), Sư Aparakke Sugathawansa (bên trái của Sư Sumeda), Ni sư Giới Hương (bên phải của Sư Sumedha) cùng phái đoàn hành hương Chùa Hương Sen đến Phi trường Bandaranayaka International Colombo, Katunake, Sri Lanka, ngày 16 tháng 08 năm 2016

Chuyến thứ hai từ ngày 9/7/2023 đến 20/7/2023. Phái đoàn gồm mười vị như Ni sư TN Giới Hương (Trụ trì Chùa Hương Sen), Sư cô Trí Minh (em gái của NS TN Giới Hương), Sư cô Viên Bảo, Sư cô Viên Đạo, Sư cô Đức Trí, Sư cô Viên Nhuận, Sư cô Viên Giác, Sư cô Viên Lành, Viên Lệ, Viên Phương, Viên Đào, và hướng dẫn viên cho Tour Sri Lanka (cũng giống như tour lần thứ nhất) là Hòa thượng Tiến sĩ Kahawatte Siri Sumedha cùng ông Laksman Anu.

Chúng tôi đã đến đảnh lễ, thiền hành, niệm Phật và tụng kinh ở những di tích Phật giáo hàng ngàn năm tuổi, tham quan những cảnh thiên nhiên hùng vĩ tuyệt mỹ khó ngờ của hải đảo viễn đông Sri Lanka cũng như làm từ thiện phát quà cho người nghèo, học sinh, cúng dường trai tăng cho Tăng đoàn, sinh viên du học và tổ chức hội thảo Phật giáo ở phân khoa Giáo dục, phân khoa Phật Học tại trường Đại Học Peradeniya (Kandy) và tại Chùa Maha Mahinda International Dharmadutha Society (Colombo).

Với ý nguyện nhằm giới thiệu với bạn đọc những di sản Phật giáo tâm linh mà hải đảo giọt lệ Sri Lanka đã sở hữu được, cũng như để san sẻ chút kỷ niệm và trải nghiệm về chuyến hành hương, từ thiện cùng hội thảo Phật giáo của Chùa Hương Sen nơi xứ Phật này, soạn giả mới mạo muội góp nhặt lại các thông tin hình ảnh từ kinh sách, sử liệu, internet, hướng dẫn viên Sri Lanka, chuyến thực địa chiêm bái... để hoàn thành một tập sách tiếng Việt, dày 410 trang, mười chương, có 392 tấm hình minh họa với tựa đề: **PHẬT GIÁO VÀ THÁNH TÍCH SRI LANKA** (Buddhism and Buddhist Holy Places in Sri Lanka).

Dù kiến thức còn kém cõi, nhất là đối với di sản to lớn Sri Lanka, một quốc đảo phong phú về truyền thống Phật giáo Nguyên Thủy, nhưng với tấm lòng nhiệt thành yêu đạo muốn chia sẻ những gì mà đoàn đã đến thấy nghe và trải nghiệm, nên trong lúc biên soạn sẽ không tránh những sơ sót, kính mong sự hướng dẫn của Chư Tôn Thiền Đức Tăng Ni, thiện tri thức và quý độc giả xa gần, để lần tái bản sau hoàn chỉnh hơn.

Nhân dịp này, chúng tôi muốn bày tỏ lòng tri ân đến Chư tôn thiền đức Tăng Ni, quý Phật tử xa gần, các cơ quan hội đoàn... đã đóng góp, giúp đỡ hướng dẫn trong quá trình thực hiện tập sách này như:

1. Hòa thượng Giáo sư Nandawansa Maha Thero, Chủ tịch Hội Maha Mahinda Dharmadutha Quốc Tế và trường Sri Lanka Vidyalaya Maradana Colombo 10.

2. Hòa thượng Panditha Talatuoye Samiddhi Siri Thero và các thành viên của Tu viện Dayaka Sabha koombiyangoda Matale, Sri Lanka.

3. Hòa thượng Dr. K Siri Sumedha Thero, Thượng-tọa Kandalame Piyasiri Thero, Thượng tọa Nikapitiye

Nandarathana Thero và quý Phật tử của Tu viện Jambudvipa Sri Lanka, Sarnath, Varanasi, Ấn-độ.

4. Quý Sư cô và Phật tử từ Mỹ, Canada và Việt Nam đồng hành trong hai chuyến hành hương Sri Lanka và Ấn Độ vào năm 2016 và 2023. Đặc biệt, cám ơn Sư cô Nhuận Ân đã chỉnh sửa lỗi chính tả và câu văn.
5. Hướng dẫn viên Anura Laxman, Giám đốc điều hành Tour Anu Lucky Ambalangoda và Hội Tour Du Lịch.
6. Các thí chủ cúng dường cho chuyến hành hương, từ thiện, hội thảo và các bàn tay đóng góp cho tập sách này được thành tựu.
7. Cơ quan truyền thông, Viện-bảo-tàng, Khảo-cổ-học và các địa điểm hành hương cổ ở Sri Lanka.
8. Các trang mạng internet, Google, Wikipedia, website, blog và nhiều nguồn điện tử khác.
9. Biên tập viên, các nhà xuất bản, nhà văn, nhà báo, người hành hương, hướng dẫn viên,... đã cung cấp nguồn tài liệu quý báu như đã liệt kê trong nguồn tham khảo (trang 383-386) trong cuốn sách này.
10. Nhà xuất bản Tôn Giáo (Hà Nội) đã cấp giấy phép xuất bản.
11. Nhà in Hương Sen đã giúp tác phẩm hiện hành và phổ biến.

Danh sách thiện tri thức ân nhân rất dài, xin được gởi lời tri ân chung cho những nỗ lực, những tấm lòng đóng góp cho phiên bản tiếng Việt "Phật Giáo và Thánh Tích Sri Lanka" (Buddhism and Buddhist Holy Places in Sri Lanka) được thành tựu.

Với quyển sách nhỏ này, hy vọng giúp độc giả và khách hành hương có được một cẩm nang kiến thức căn bản về lịch sử và các thánh tích Phật giáo hàng ngàn năm tuổi của Sri Lanka để chiêm bái và vững lòng tin kiên cố về bậc Đạo sư Thích Ca Mâu Ni, một vĩ nhân trong lịch sử tư tưởng nhân loại và dấu chân cũng như giáo pháp của Ngài đã lan rộng và phát triển tại

Sri Lanka cùng nhiều nước trên thế giới.

Hãy thân hành, chiêm bái, đảnh lễ và thưởng lãm những di sản Phật giáo, Cây bồ đề thiêng, xá lợi Răng Phật, kiệt tác kiến trúc đền chùa của một nền văn minh Sri Lanka cổ và hiện đại. Đây là một niềm tự hào vô bờ cho Phật giáo Sri Lanka nói riêng và Phật giáo trên toàn thế giới nói chung.

Nam Mô Thế Tôn, Bậc Thầy của Trời Người, tác đại chứng minh

Mùa hạ Hương Sen, năm 2024 Kính bút,

Thích Nữ Giới Hương

Sư Siri Sumedha (ngoài cùng bên phải), Ni sư Giới Hương (cạnh bên) cùng phái đoàn Chùa Hương Sen tại cội Bồ đề Jaya Sri Maha Bodhi, Anurādhapura, 11/7/2023

INTRODUCTION

Bhikṣuṇī TN Gioi Huong

Sri Lanka is an island nation with a lovely water- drop shape in the middle of the vast Indian

Ocean. This island is located at the southern end of India, so it has influenced much of Indian culture, especially since the Buddha's time.

The *Chronicle of the Island of Ceylon* (*Dīpavamsa*, compiled in the fourth century BC) reviews the history of Sri Lankan Buddhism, which dates back to the time when the Buddha was still alive. Legend says that the Buddha first came to Sri Lanka when he visited the village of Mahiyanganaya to resolve a dispute between the Yakkas and the Nagas. He then taught the Dharma to Sumana Saman, the chief of the village, and afterwards gave a lock of his hair for the villagers to worship.[40]

After the Buddha entered nirvana and after the third council, the holy monk, Arhanthā Mahinda Thero (son of King Ashoka

40 1. Ven. S. Dhammika, *Sacred Island–A Buddhist Pilgrim's Guide to Sri Lanka* (Sri Lanka: Buddhist Publication Society), 12-19; Wikipedia. 2022. "Mahiyangana Raja Maha Vihara," Wikimedia Foundation. Last modified August 24, 2022. https://en.wikipedia.org/wiki/Mahiyangana_Raja_Maha_ Vihara

Office Holidays, "Poson Full Moon Poya in Sri Lanka in 2024" (Lễ hội Rằm tháng bảy Poson tại Núi Mihintale, the Poson at Mihintale), accessed April 28, 2024. https://www.

officeholidays.com/holidays/sri-lanka/poson-full-moon- poya and brother of the holy founder Bhikkhuni Saṅghamittā), came from India to Sri Lanka and preached the Dharma to King Devanampiyatissa at Mount Mihintale, the Anurādhapura capital, during the reign of Devanampiya Tissa. Since then, Buddhism spread throughout the island, so Mount Mihintale is called the cradle of Sri Lankan Buddhism.

According to the *Mahābodhivamsa, Chronicle of the Bodhi Tree*, written in the third century BC, the holy patriarch Bhikkhuni Saṅghamittā Theri (daughter of emperor Asoka) obeyed her father's command and she and her brother, Arhanthā Mahinda Thero, served as the missionary messengers from India to Sri Lanka to establish a nun's sangha there. They preached the Dharma and brought a Bodhi tree branch extracted from the original Bodhi tree (the enlightenment symbol) where the Buddha meditated and attained enlightenment (in Bodhgaya, Bihar, India). They planted the branch in the city of Anurādhapura. Time passed with many successive generations, and the Bodhi tree still lives, lush and green to this day. From that day on, the ancient capital Anurādhapura became sacred and world famous for the world's ancient Bodhi tree.

The Chronicle of the Tooth Relic (*Dhātuvamsa*) records that in the fourth century (310 CE).[6] Emperor Guhāsimha of Orissa sent his daughter to Sri Lanka with the Buddha's tooth relic. *Daladāsirita* and *Daladāpūjāvaliya* describe the Festival of the Tooth (the procession of the Buddha's tooth relic around the city) as large and majestic. The place to worship the Buddha's tooth is called the Royal Sri Dalada Maligawa Pagoda, a national treasure in the city of Kandy, central Sri Lanka.

The Pali Tripitaka is often known as an oral tradition. In the year 29 (BC), the Sri Lankan Sangha gathered at Aloka Temple (Aluvihara, Matale, located between the ancient capital

---

6 Dhammika, *Sacred Island–A Buddhist Pilgrim's Guide to Sri Lanka*, 12-19.4. Sri Lanka Travelgram, "Best Places to Visit in Matale," accessed April 28, 2024. https://srilankatravelgram.com/destinations/matale/

Anurādhapura and the city of Kandy) to write the Tripitaka in Pali for the first time and now that ancient Pali Tripitaka is still worshiped at Aloka (Aluvihara), Matale district.

With 2,272 years of Buddhist history (2023 years + 249 years BC), Sri Lanka is truly a legend of ancient Buddhism, and is one of the countries with the most ancient Buddhist heritage in the world. There are eight places recognized by UNESCO as World Heritage Sites. These are:

1. The oldest Bodhi tree (from the third century BC)
2. Sanctuary complexes in the city of Anurādhapura (third century BC)
3. The ancient Pali Tripitaka kept at Aloka Temple (Aluvihara Cave), Matale District (written in 29 BC)
4. The Buddha's Tooth Relic, a national treasure, is worshiped at Sri Dalada Maligawa Royal Pagoda in Kandy city.
5. Polonnaruwa Stone Pagoda (twelfth century)
6. Sigiriya Lion Rock and the ancient citadel on the multicolored Sigiriya Lion Claw Rock (fifth century)
7. Golden pagoda in Dambulla cave (first century BC)
8. Galle Fort (fifteenth century)

In addition to the seven world cultural heritage sites in Sri Lanka, there is also a list of sixteen famous sacred places (Solosmasthanas)[7] in Sri Lanka:

1. Mahiyangana Raja Maha Vihara
2. Nagadeepa Purana Vihara
3. Kelaniya Raja Maha Vihara
4. Sri Pada
5. Diva Guhava (Batatotalena Cave)

7 Nekhor.org, "An Overview of Sri Lanka's Sacred Sites," accessed April 28, 2024. Xin xem https://www.nekhor.org/sites-of-sri-lanka

6. Deegavapi Raja Maha Vihara
7. Muthiyangana Raja Maha Vihara
8. Tissamaharama Raja Maha Vihara
9. Sri Maha Bodhi
10. Mirisawetiya Stupa
11. Ruwanweli Stupa
12. Thuparamaya Stupa
13. Abhayagiriya Stupa
14. Jetavanarama Stupa
15. Sela Cetiya
16. Kiri Vehera

With the aspiration of Buddhists to admire the Sri Lanka's cultural heritage and Buddhist holy places, the Bhikṣuṇīs at Huong Sen Temple have conducted two pilgrimages to worship Buddha's relics combined with charity offerings and Buddhist seminars in Sri Lanka.

The first trip was from August 15, 2016 to August 23, 2016. The delegation consisted of nine people: Bhikṣuṇī TN Gioi Huong, (Abbess of Huong Sen Pagoda), Rev. TN Vien Quang, Rev. TN Vien Chan, Mrs.Vien Phuong (older sister of Ven. Gioi Huong), three lay Buddhists: Tam Tue Nguyet, Dieu Tinh, and Quang Nhu, with the guidance of Venerable Dr. Siri Sumedha Thero and tour guide Mr. Anura Laksman.

The second trip was from July 9, 2023 to July 20, 2023. The delegation included ten people: Bhikṣuṇī TN Gioi Huong (Abbess of Huong Sen Temple), Rev. TN Tri Minh (younger sister of TN Gioi Huong), Rev. Vien Bao, Rev. Vien Dao, Rev. Duc Tri, Rev. Vien Nhuan, Rev. Vien Giac, Rev. Vien Lanh, Mrs. Vien Le, Mrs. Vien Phuong, Mrs.Vien Dao, and the tour guides for the Sri Lanka tour (same as the first trip) are Venerable Dr. Kahawatte Siri Sumedha and Mr. Laksman Anu.

We paid our respects, meditated, recited Buddha's name and chanted sutras honoring thousand-year-old Buddhist relics, visited the majestic and unbelievably beautiful natural landscapes of the far eastern island of Sri Lanka as well as doing charity work, distributing gifts to the poor, making offerings to monks, students studying abroad, and organizing Buddhist seminars at the Faculty of Education, Faculty of Buddhist Studies at Peradeniya University (Kandy), and at Maha Temple Mahinda International Dharmadutha Society (Colombo).

With the intention to introduce readers to the spiritual Buddhist heritage that the island of Sri Lanka possesses, as well as to share some memories and experiences of pilgrimage, charity and Buddhist seminars in this Buddhist land, the writer took the collected information and images from scriptures, historical documents, the internet, Sri Lankan tour guides, field trips . . . to complete a Vietnamese book of 410 pages, ten chapters, with 392 illustrations with the title: **PHẬT GIÁO VÀ THÁNH TÍCH SRI LANKA** (*Buddhism and Buddhist Holy Places in Sri Lanka*).

Our ability is restricted, particularly when it comes to knowledge of the great heritage of Sri Lanka, an island with a long Theravada tradition. Despite our limitations, we are driven by a fervent devotion to our religion and want to share what we saw, heard, and experienced. Therefore, we acknowledge the possibility of errors without shying away from the endeavor. We respectfully hope for guidance from esteemed sangha, intellectuals and readers, so that the next editions may be more complete.

On this occasion, we would like to express our gratitude to the Venerable Monks and Nuns, Buddhists from near and far, organizations and associations who have contributed, helped, and provided guidance during the preparation of this book. The honor list includes:

1. The Most Venerable Professor Nandawansa Maha Thero, patron of Maha Mahinda International Dharmadutha

Society and academic members of Sri Lanka Vidyalaya Maradana Colombo 10.

2. Venerable Panditha Talatuoye Samiddhi Siri Thero, Venerable Monks and members of Dayaka Sabha Koombiyangoda Temple, Matale, Sri Lanka.
3. Venerable Dr. K Siri Sumedha Thero, Venerable Kkandalame Piyasiri Thero, Venerable Nikapitiye Nandarathana Thero and staff members of Jambudvipa Sri Lanka Buddhist Temple, Sarnath, Varanasi, India.
4. Venerable Nuns, devotees from USA, Canada, and Vietnam who accompanied two pilgrimage tours to Sri Lanka and India in 2016 and 2023. In particular, thank you to Bhikṣuṇī TN Nhuan An for correcting spelling and sentences.
5. Mr. Anura Laksman, managing director of Anu Luck tours Ambalangoda and the tourism association.
6. Donors who made offerings to pilgrimages, charities, conferences, and contributed their expertise to make this book possible.
7. The authorities, management, agencies, the archeological museum, media agencies, and ancient pilgrimage sites in Sri Lanka.
8. Internet sites, Google, Wikipedia, websites, blogs, and many other online sources.
9. Editors, publishers, writers, journalists, pilgrims, tour guides-all have provided valuable information for this book (as listed in the reference sources, pages 383-386).
10. Tôn Giáo (Religion) Publishing House (Hanoi, Viet Nam) who issued a publishing license.
11. Huong Sen Publisher who helped make the work current and popular.

The list of the supporters is very long. We would like to

express our deep gratitude for their efforts and good heart to all those who contributed to the achievement of a Vietnamese version of *Buddhism and Buddhist Holy Places in Sri Lanka* to being published.

With this book, we hope to help readers and pilgrims have a basic knowledge of the history and thousand-year-old relics and artifacts of Sri Lanka. Our intention is to facilitate a deeper connection to Buddhism, fostering worship and unwavering faith. Shakyamuni Buddha was a great man in the history of human thought and his footprints and teachings have spread and developed in Sri Lanka and many countries around the world.

Please come, worship, pay respects, and enjoy the Buddhist heritage, the sacred Bodhi Tree, Buddha Tooth Relics, the architectural masterpieces of temples and pagodas of an ancient and modern Sri Lankan civilization. This is an immense pride for Sri Lankan Buddhism in particular and Buddhism around the world.

Namo Sakyamuni Buddha
Master of Gods and Humans

Huong Sen, Summer of 2024
Bow three times and smile
Bhikṣuṇī TN Gioi Huong

CHƯƠNG I

ĐẤT NƯỚC TÍCH LAN

1. HẢI ĐẢO CEYLON (SRI LANKA)

Sri Lanka, hòn ngọc Ấn Độ dương, một hòn đảo xinh đẹp bình yên với gần 22 triệu dân (*21,926, 187 người dân theo thống kê Dân Số Thế Giới của ngày 23 tháng 01 năm 2024*),[8] sinh sống ở phía Nam của Ấn Độ Dương. Sri Lanka được mệnh danh là Hòn ngọc Ấn Độ Dương, bởi lẽ hải đảo xinh xắn này tọa lạc giữa biển xanh Ấn Độ Dương và cách phía Nam của đất nước Ấn độ 31 cây số, là điểm nối giữa Đông Á và Đông Phi (*phía* Đông *của Châu Phi*). Nếu Việt nam mang hình dáng chữ "S" thì hòn ngọc Ấn Độ dương này có vóc dáng của "một giọt nước bầu bỉnh" xinh xắn như bản đồ trên Google đã minh họa:

8 https://worldpopulationreview.com/countries/sri-lanka-population

Bản đồ Giọt nước ngọc Sri Lanka giữa Ấn Độ Dương

Trong suốt chiều dài lịch sử, Sri Lanka có rất nhiều tên như Tambapanni (*Copper colored Hands*), Lankādīpa (*Lanka Island, đảo Lanka*), Ratnadīpa (*Island of Gems – đảo Ngọc*), Sinhaladīpa or Sinhala (*Island of Lions – Đảo Sư Tử*), Ceylon (English name trước năm 1973) và sau đó được chính thức đổi là Nước Cộng hòa Dân chủ Xã hội Chủ nghĩa Sri Lanka (*Sri Lanka, Democratic Socialist Republic of Sri Lanka*).

Sri Lanka có tổng diện tích 65.610km², với 64.740km² đất và 870km² nước. Đường bờ biển dài 1.340km. Đảo chính của Sri Lanka có diện tích 65.268km² là hòn đảo lớn thứ 25 trên thế giới theo khu vực. Hàng chục hòn đảo ngoài khơi chiếm diện tích 342km² còn lại. Hòn đảo ngoài khơi lớn nhất, Đảo Mannar, dẫn đến Cầu của Adam.

Khí hậu Sri Lanka là nhiệt đới gió mùa: gió mùa Đông bắc (tháng 12 đến tháng 3) và gió mùa Tây nam (tháng 6 đến tháng 10). Địa hình chủ yếu của nước này là thấp, bằng phẳng tới đồng bằng với những ngọn núi ở phía Nam trung tâm nội địa. Điểm cao nhất là Pidurutalagala ở 2.524,13m. Tài nguyên thiên nhiên bao gồm đá vôi, than chì, cát khoáng, đá quý, phốt phát, đất sét, thủy điện.[9]

Về tôn giáo,[10] khoảng 70% dân số theo Phật giáo Nam truyền (*màu tím theo hình thống kê màu minh hoạt bên dưới*), còn lại 15% theo Ấn Độ giáo (*màu* đỏ), 7% theo Hồi giáo (*màu xanh*) và 8% theo Công giáo (*màu vàng*) và không đạo (*màu trắng*).

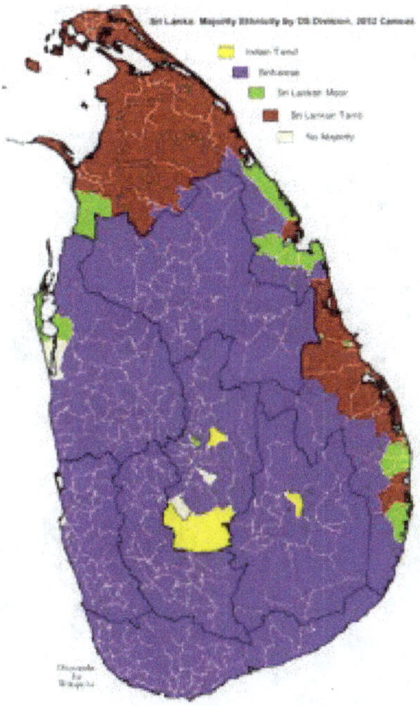

9 https://vi.wikipedia.org/wiki/%C4%90%E1%BB%8Ba_l%C3%BD_Sri_Lanka

10 Phật giáo Nam truyền chiếm 70% trên toàn Sri Lanka. https://en.wikipedia.org/wiki/Demographics_of_Sri_Lanka
Characteristics of Buddhist Pilgrimages in Sri Lanka. Robert H. Stoddard. University of Nebraska – Lincoln. 1988. https://digitalcommons.unl.edu/cgi/viewcontent.cgi?article=1032&context=geographyfacpub

Về dân tộc và ngôn ngữ, người Sri Lanka chiếm đa số (74% như biểu đồ bên dưới minh họa), nên Sinhala trở thành ngôn ngữ chính của Sri Lanka. Người Tamil chiếm 18% nói ngôn ngữ Tamil, còn dân tộc khác chỉ chiếm 8% nên nói tiếng Hindi, tiếng Ả Rập, tiếng Burghers và các ngôn ngữ địa phương của thổ dân họ. Riêng ngôn ngữ Anh được chính phủ sử dụng phổ biến nhất là trong học đường, công sở và giao dịch quốc tế.

Xuất khẩu: vì là vùng biển nhiệt đới, nên Sri Lanka nổi tiếng về sản xuất và xuất khẩu trà, cà phê, gạo, dừa, và hải sản. Nền công nghiệp hiện đại và du lịch cũng đang phát triển mạnh đã góp sức cải đổi kinh tế của hải đảo này.

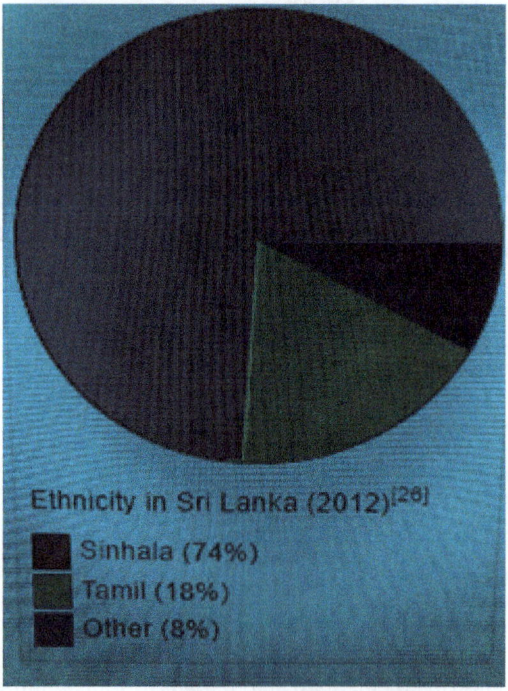

Khí hậu Sri Lanka là nhiệt đới bao gồm các mùa khô và ướt rõ rệt. Nói chung, các khu vực ven biển của Sri Lankacó nhiệt độ trung bình 28 ° C (82 ° F) trong khi các khu vực vùng cao mát hơn ôn hòa hơn, với mức trung bình hàng năm khoảng

16-20 ° C (60-68 ° F). Thật ra, Sri Lanka là một hải đảo có thể đến tham quan quanh năm, tuy nhiên mùa cao điểm tốt nhất cho hành hương du lịch là giữa tháng 12 và giữa tháng 4.

Trải suốt chiều dài 2260 năm lịch sử, hải đảo xinh đẹp này từng bị nhiều lực lượng ngoại xâm hùng mạnh khác đến xâm lăng và sở hữu làm thuộc địa như đế chế Chola (thế kỷ 11-13), Bồ Đào Nha (thế kỷ 16), Hà Lan (thế kỷ 17) và vương quốc Anh (thế kỷ 19). Trong cuộc đại chiến thế giới lần thứ II năm 1945, hải đảo Ceylon được xem là một căn cứ chiến đấu quan trọng chống lại sự xâm lăng của cường quốc Nhật Bản tại Thái Bình Dương. Năm 1948, tinh thần chủ nghĩa dân tộc khởi dậy mạnh mẽ, người dân Sri Lanka giành được quyền độc lập, chấm dứt sự thuộc địa từ vương quyền Anh Quốc, mở ra thời kỳ độc lập, tự trị phát triển cho đến hôm nay.

Tác giả TN Giới Hương tại các tượng Tăng đoàn Sri Lanka khất thực trên đường đi từ Colombo về Kandy, gần thành phố Varakapola, ngày 20/8/2023

Về mặt tôn giáo, từ thế kỷ 16 đến thế kỷ 19, Thiên Chúa Giáo phát triển trong khi Phật giáo bị suy yếu vì các lãnh đạo thực dân thuộc Cơ Đốc giáo và các đạo khác như Ấn Độ giáo, Tamil giáo và Hồi giáo vốn chỉ ủng hộ cho đạo của mình. Các tín đồ của tôn giáo khác sống tại Sri Lanka vốn có xuất xứ là những người Ấn theo đạo Ấn, đạo Hồi hay Tamil, cùng với gia đình họ đến hải đảo Ceylon này để lập nghiệp, làm công nhân đồn điền dưới chính quyền thực dân Bồ Đào Nha, Hòa Lan và Anh Quốc cai trị, như ông Ernst Benz nói: "Thiểu số Hồi giáo phần đông là dòng giống con cháu của những đội quân thực dân người Ấn theo Hồi giáo mà người Anh đã đem vào Sri Lanka để rồi cùng với gia đình, họ lập nghiệp ở Ceylon."[11]

Thượng Tọa Anāgāra Dharmapāla là một trong nhiều vị lãnh tụ Sri Lanka vĩ đại đã có công lớn trong cuộc phục hưng Phật Giáo tại Ấn Độ và Sri Lanka vào thế kỷ 20.

Cũng theo tác giả người Đức Ernst Benz nói: "Sau khi khôi phục lại nền độc lập, các nhà lãnh đạo Sri Lanka đã nỗ lực ủng hộ để đưa Phật giáo chiếm lại địa vị hoàng kim vốn có như xưa kia tại đất nước này. Trong số các lãnh tụ này, có những người vốn gốc Thiên Chúa nhưng đã từ bỏ giáo hội Thiên Chúa để quy y Phật giáo. Chẳng hạn ông S.W.R.D. Bandaranaike, thủ tướng Sri Lanka bị ám sát ngày 26-09-1958. Ông Bandaranaike gốc là tín đồ Thiên chúa và từng theo học tại Anh quốc. Sau khi về nước, việc làm đầu tiên của ông là công khai bỏ đạo, tự tuyên bố mình là Phật tử. Đồng thời ông hủy bỏ y phục Tây phương, mặc quốc phục tham gia tranh đấu cho nền tự do Sri Lanka. Bandaranaike là hội viên hội Ma Ha Bồ Đề Sri Lanka (Maha Bohi Society in Sri Lanka), ông đã từng tích cực ủng hộ các công tác của Hội nhằm phục hưng Phật giáo tại Sri Lanka."[12]

Vào cuối thế kỷ 19, Phật giáo Sri Lanka bắt đầu khôi phục lại vị trí "quốc giáo" vốn có từ ngàn xưa với sự xuất hiện của nhiều chư Tăng và học giả lỗi lạc uyên thâm Phật pháp, nhiều

11 Thủ Tướng S.W.R.D. Bandaranaike. Trích trong Buddhism or Communism Which Holds the Future of Asia – http://thuvienhoasen.org
12 Như trên.

trường lớp Phật học đào tạo Tăng Ni khởi sắc như trường đại học Vidyodaya Pirivena, Vidyalankara Pirivena, Kelaniya (*Post Graduate Institute of Pali And Buddhist Studies University of Kelaniya tại Srilanka*) và nhiều kinh sách Phật giáo được in ấn, đặc biệt là truyền bá kinh tạng Nikaya bằng tiếng Anh do Hội Pali Text Society của Anh Quốc chuyển ngữ từ Pali sang tiếng Anh.

2. THỦ ĐÔ COLOMBO

Colombo (Sinhala: කොළඹ), rộng khoảng 37,31km², nằm trên bờ biển phía Tây của hòn đảo, là thủ đô tài chính, trung tâm kinh tế, thương mại, du lịch là thành phố lớn nhất của Sri Lanka với dân số khoảng 5,6 triệu người.[13] Colombo sầm uất, sôi động với công nghiệp hiện đại, trung tâm mua sắm sang trọng, nhiều kiến trúc cao tầng pha trộn với các tòa nhà di sản của các thuộc địa phong phú.

Do có bến cảng lớn và vị trí chiến lược dọc theo các tuyến đường thương mại biển Đông - Tây, Colombo đã được các thương nhân Đông Tây cổ đại biết đến cách đây 2.000 năm (*thủ đô đầu tiên là Anurādhapura, sau đó Polonnaruwa ở miền Bắc hải đảo*). Người Bồ Đào Nha, Hà Lan và Anh liên tiếp cai trị Colombo nhưng nó vẫn giữ nguyên vị trí thủ đô sau khi quốc gia độc lập (khỏi thuộc địa Anh) vào năm 1948. Năm 1978, khi các chức năng hành chính được chuyển đến Sri Jayawardenepura Kotte, Colombo được chỉ định là thủ đô thương mại của Sri Lanka.

13 Thủ đô Colombo. https://en.wikipedia.org/wiki/Colombo

Ni sư Giới Hương viếng thăm Thủ đô Sri Lanka và Trường đại học Colombo ngày 23 tháng 8 năm 2016

Các địa danh nổi tiếng ở Colombo bao gồm bãi biển Galle Face Green, Công viên Viharamahadevi (có tượng Phật lớn bằng đá), Hồ Beira, Trường đua ngựa Colombo, Cung thiên văn, Đại học Colombo, bãi biển Mount Lavinia, Vườn thú Dehiwala, Nhà hát Nelum Pokuna, Tháp Sen Colombo cũng như Bảo tàng Quốc gia Colombo....

Từ trái: Sư Sumedha, Ni sư TN Giới Hương,
phái đoàn Chùa Hương Sen viếng thăm Thiền Viện Trúc Lâm,
Kandy, do Thượng tọa Pháp Quang trụ trì, 15/7/2023

CHƯƠNG II

PHẬT GIÁO SRI LANKA

Tích Lan (Sri Lanka) là một hải đảo kế cận ở phía Nam của lục địa Ấn Độ, cho nên từ thời cổ đại đến nay, dân chúng của hai nước có nhiều cuộc giao thương thường xuyên, khiến cho văn hóa, chính trị, tôn giáo, kinh tế, thương mại, nghệ thuật của hai nước láng giềng ảnh hưởng lẫn nhau nên có nhiều điểm giống nhau.

Thương thuyền bằng đường biển là cách liên lạc phổ biến của người xưa từ Ấn độ sang Sri Lanka và ngược lại. Đức Phật và chư Tổ cũng dùng phương tiện này để truyền đạo đến Sri Lanka.

1. ĐỨC PHẬT BA LẦN VIẾNG THĂM CEYLON

Theo ba bộ Biên niên sử Pali ở Sri Lanka: Mahāvamsa,[14] Dīpavamsa,[15] và Samantapāsādikā[16] có đề cập đến truyền thuyết

14 Mahāvamsa: Đại Sử viết bằng tiếng Pali theo phong cách sử thi vào thế kỷ thứ 5 Công nguyên.

15 Dīpavamsa: Biên Niên Sử về Hải Đảo – the Chronicle of the Island, được biên soạn vào thế kỷ thứ IV trước Công nguyên, nói về lịch sử Phật giáo từ thời Đức Phật còn tại thế.

16 Samantapāsādikā: Chú Giải Tạng Luật Tạng Theravāda. Đó là bản dịch các bài bình luận tiếng Sinhala sang tiếng Pali của Đại Sư Phật Âm Buddhaghosa

rằng do thấy sự suy giảm của đạo Phật sẽ xảy ra ở Ấn độ, Đức Phật muốn Phật pháp được tồn tại và hưng thạnh bên Sri Lanka, một đảo quốc láng giềng, nên Ngài đích thân thực hiện ba cuộc viếng thăm đảo Sri Lanka[17] vào tháng thứ chín, năm thứ năm và năm thứ tám sau khi Ngài thành Đạo dưới cội cây Bồ Đề.

Phái đoàn Hương Sen tại tượng Phật nằm ở Chùa Hang Aloka Vihara, Matale, 13/7/2023

Chuyến hoằng pháp ở nước ngoài đầu tiên, sau khi Đức Phật giác ngộ được chín tháng là Ngài đến làng Mahiyangana tại Sri Lanka. Các vị thần Dạ Xoa (Yaksas), Khẩn-na-la (Raksas) và Rồng thiêng (Nagas) đã chào đón, kính lễ cũng như thán phục năng lực giác ngộ của Đức Phật, vì vậy Ngài hứa sẽ trở lại đảo này để truyền pháp.

17 Vào thế kỷ thứ V. Đức Phật đã ba lần viếng thăm Sri Lanka.
Island of Light – Buddhism in Sri Lanka – A concise History and Guide to its Sacred Sites T Y Lee – foreword by Ven. P. Gnanarama Ph.D. Singapore: KepMedia International Pte Ltd. 2010. Trang 14.

Chuyến hoằng pháp thứ hai, sau năm năm giác ngộ là Đức Phật thấy có cuộc chiến tranh giành ngai vàng của hai vua rồng Culodara và Mahodara. Ngài đến đảo một lần nữa để làm sứ giả hòa bình cho hai bên. Sau khi nghe giảng, hai vị vua từ chối nhận ngai vàng và nhường lại cho vua rồng thứ ba là Maniakkhika của Kelaniya.

Chuyến hoằng pháp hải ngoại thứ ba là ba năm sau đó, vua rồng Maniakkhika mời Đức Phật qua Kelaniya hoằng pháp. Khi Đức Phật đến núi Sri Pada, Ngài đã lưu dấu chân của mình trên đỉnh núi và trước khi về lại Ấn Độ, Ngài đã thân hành đến Dighavapi, Anurādhapura cũng như nhiều nơi khác trên đảo.

Tranh minh họa Đức Phật Thích Ca viếng thăm Ceylon vào thế kỷ thứ V trước Công nguyên[18]

2. HOÀNG TỬ VIJAYA - VỊ VUA ĐẦU TIÊN CỦA CEYLON

Lịch sử ghi nhận vào năm 543 trước Công nguyên tức vào ngày Đức Phật nhập Niết bàn, hoàng tử Vijaya (Sinhala: විජය කුමරු) thuộc dòng dõi Sát-đế-lợi (Kshatriya)[19] người

18 The Buddha's Visit (Circa 500 B.C). https://kelaniyatemple.lk/buddhas- visit/

19 Island of Light – Buddhism in Sri Lanka – A concise History and Guide to its Sacred Sites T Y Lee – foreword by Ven. P. Gnanarama Ph.D. Singapore: KepMedia International Pte Ltd. 2010. Trang 15.

Ấn độ cùng 700 quân lính đi tìm vùng đất mới để định cư. Họ đã tìm đến phía Tây bắc của hải đảo Sri Lanka này để sinh sống; hoàng tử cưới một công chúa địa phương tên Kuveni và bắt đầu thống lĩnh đảo quốc này. Từ đó, có sự hiện diện của người Sinhala (Sri Lanka) lập quốc tại đây và Vijaya được các học giả lịch sử học Sri Lanka xem là nhà cai trị truyền thống đầu tiên của những người du cư Sinhalese.

Theo lời thỉnh nguyện của các quan đại thần trong triều hoàng đế Vijaya, Vua Pandya xứ Madhura (Ấn độ), gã con gái mình đưa sang Sri Lanka làm hoàng hậu Vijaya. Cùng đi với công chúa, có nhiều công nương thuộc vương quốc Padyan, nhiều thợ thủ công khéo léo và hàng ngàn gia đình của mười tám nghiệp đoàn sang lập nghiệp với công chúa. Những người Pandyan này vốn dòng Kshatriya (chiến sĩ, Sát-đế-lợi) quý phái từ Ma-kiệt-đà (Madhya desa), nay là bang Madhya Pradesh (miền Bắc Ấn Độ), nơi mà Đức Phật Thích Ca đã trải phần lớn cuộc đời 45 năm hoằng pháp của mình.

Sau đó, Vua Vijaya phế hoàng Hậu Kuveni để cưới công chúa của vương quốc Pandyan (Madura) và lập chánh hậu. Những thị nữ theo hầu công chúa được vua gã cho các quan thần trong triều đình của mình.

Vijaya cai trị từ khu định cư của mình Tambappanni và các bộ trưởng của ông đã thành lập các khu định cư khác như Anuraadhagaama, Upatissagaama, Ujjeni, Uruvelaa và Vijitapura. Do đó, các khu định cư sớm nhất được thành lập vào thời vua Vijaya nằm dọc theo các bờ sông ở khu vực phía Tây bắc của Lanka như Malvatu-oya và Kalaa-oya.

Sau 38 năm trị vì, vua Vijaya thăng hà. Do không có con trai nối dõi, nên cháu là Panduvasudeva lên kế vị. Panduvasudeva triệu tập 32 người con trai của các quan đại thần đến triều đình để làm việc.

Thái tử Vijaya được xem là vị Vua đầu tiên của những người du cư Sinhalese[20]

Các biên niên sử ghi nhận sự nối kết giữa dòng họ Thích Ca (Sakya) của Đức Phật với đảo quốc Lanka (tên ngắn của Sri Lanka, tức Sri Lanka) ở thời vua Panduvasudeva như sau: công nương Bhaddakaccana đến Lanka cùng với 32 thị nữ ngay sau khi Panduvasudeva trị vì. Công nương là con gái của Pandu Sakka, mà Pandu Sakka chính là con trai của Amitodana, một người chú của Đức Phật.

20 http://www.mahawansaya.com/king-in-sri-lanka-king-vijaya-3.html

Bức bích họa (tranh tường) ở Hang động Ajanta số 17 (Ấn Độ) mô tả "sự xuất hiện của Sinhala." Hoàng tử Vijaya được quan quân cưỡi voi tượng hộ tống[21]

Các vị vua nối tiếp cai trị như Panduvasudeva, Abhaya, Pandukabhaya, Mutasiva, Devanampiya Tissa. trong đó Pandukabhaya là một nhà cai trị nổi bật trong triều đại đã khiến cho Anurādhapura phát triển thành một thành phố vĩ đại với một nền văn minh Sri Lanka cổ đại rực rỡ vào khoảng năm 250 trước Công nguyên, tức là 236 năm sau khi Vijaya định cư ở đảo Lanka.

21 A section of the mural from Ajanta Cave 17 depicts the "coming of Sinhala." Prince Vijaya is seen in both groups of elephants and riders. https://en.wikipedia.org/wiki/Prince_Vijaya

Khoảng thời gian 236 năm này có thể được coi là một thời kỳ riêng biệt trong lịch sử của Sri Lanka vì nó đã hình thành nền tảng cho sự du nhập chính thức của Phật giáo. Trong thời kỳ này, những người thực dân Aryan đã thành lập các khu định cư dọc theo các bờ sông màu mỡ gần như khắp hòn đảo. Họ chọn bờ sông để định cư vì Aryan chủ yếu là nông dân. Do đó, các vùng bờ biển như Malvatuoya, Kalaoya, Valaveganga, Kirindioya, Menikganga và Kumbukkanoya, Kelaniganga và một số vùng xung quanh Mahaveliganga sớm trở thành khu dân cư đông đúc. Anurādhapura trở thành một thủ đô sầm uất xinh đẹp với các hồ nước nhân tạo, bệnh viện cũng như các tòa nhà khác được xây dựng. Ở phía Nam, Mahagama (Maagama), trở thành trung tâm hoạt động. Phần lớn cư dân thổ dân đã hòa nhập vào cộng đồng mới thông qua việc kết hôn trong khi một số ít dân lên vùng cao nguyên Malayadesa.[22]

3. Thánh Tăng MAHĀ MAHINDA THERO TRUYỀN PHÁP ĐẦU TIÊN TẠI CEYLON

Cuộc kiết tập Tam Tạng Kinh Điển Phật giáo lần thứ ba (khoảng năm 250 trước Công nguyên) tại thành phố Pataliputta, Ấn Độ, là một giai đoạn quan trọng trong lịch sử Phật giáo bởi vì đó là thời điểm Phật giáo Nguyên Thủy (Theravāda) được truyền vào Sri Lanka.

Lịch sử Phật Giáo của Sri Lanka được khởi đầu từ ngày Tỳ kheo Thera Mahinda (Sinhala: මිහිඳු මහරහතන් වහන්සේ), con trai của Đại Đế A Dục (Aśoka hoặc Dhammaśoka) từ Ấn độ đến Sri Lanka hoằng pháp vào triều đại Vua Devānampiya Tissa (236 năm sau hoàng đế Vijaya). Ngài thuyết giảng giáo pháp cho dân chúng nghe, họ có thể lãnh hội tiếp nhận bức thông điệp giải thoát của Đức Bổn Sư Thích Ca và nhanh chóng ứng dụng trong đời sống hàng ngày của mình. Từ đó, Phật pháp diệu huyền được lan truyền khắp hải đảo. Điều này cho thấy năng

22 Buddhism in Sri Lanka: A Short History, by H.R. Perera, 2007. https://www.accesstoinsight.org/lib/authors/perera/wheel100.html#sect-47

lượng từ bi, truyền đạo và giác ngộ của bậc Thánh Tăng A La Hán Thera Mahinda như lời di giáo của Đức Từ Phụ Thế Tôn: "Các thầy Tỳ-kheo hãy đến các vùng mà các thầy thích, đừng để hai người cùng đi một chỗ. Dạy và giảng pháp cho nhiều người trong khả năng của mình," hay "Khi xuất hiện ở đời, đem lại hạnh phúc và an lạc cho số đông, vì lợi ích, vì hạnh phúc, vì an lạc cho chư Thiên và loài người[23]."

Theo biên niên sử, hoàng đế A Dục và Vua Devānampiya Tissa (Sri Lanka) là hai người bạn hàng xóm láng giềng giao hảo rất thân, dù chưa có duyên diện kiến nhau. Vua Devānampiya Tissa thường gởi đại thần quan trọng hay những nhà sứ giả đem vật phẩm quý giá tặng nước Ấn Độ, và để đáp lại tình giao hảo, Vua A Dục cũng thường gởi phái đoàn truyền giáo ngoại giao đến Sri Lanka, như gởi con trai là Tỳ kheo Thera Mahinda đến Sri Lanka để giới thiệu Phật giáo với bức thông điệp đầy pháp vị như sau:

"Tôi đã quy y với Phật bảo (Đức Thế Tôn), với Pháp Bảo (giáo pháp của Ngài), và với Tăng Bảo (chư Tăng trong Giáo Hội). Chính tôi đã tuyên bố rằng mình là một thiện tín cư sĩ trong tôn giáo của Đức Thích Ca. Giờ đây thưa Đại Vương, ôi! Ngài là bậc quý nhất trong dân chúng, đã dùng Phật pháp để chuyển hóa tâm mình, hãy quy y với Tam Bảo (ba ngôi quý giá nhất) trong các bảo vật."

(Aha.m Buddhañ ca Dhammañ ca Sanghañ ca sara.na.mgato upaasakatta.m vedesi.m Saakyaputtassa saasane tvamp'imaani ratanaani uttamaani naruttama citta.m pasaadayitvaana saddhaaya sara.na.m bhaja.)

23 Tăng Chi Bộ I, chương 1, phẩm Một người, phần Như Lai [lược], VNCPHVN ấn hành, 1996, tr 46.

Tranh Thánh Tăng Mahinda mang Phật giáo vào Sri Lanka - Họa sĩ D. G. Somapala[24]

I have taken refuge in the Buddha, his Doctrine and his Order, I have declared myself a lay-disciple in the religion of the Saakya son; seek then, O best of men, refuge in these best of gems, converting your mind with believing heart).[25]

24 https://www.sundaytimes.lk/180624/funday-times/arahant-mahinda-brings-buddhism-to-sri-lanka-299140.html

25 Buddhism in Sri Lanka: A Short History, by H.R. Perera, 2007. https://www.accesstoinsight.org/lib/authors/perera/wheel100.html#sect-47

Sáu mươi tám hang động tu tập do Thánh Tăng Mahinda hướng dẫn - Hình chụp ngày 11/7/2023

Vào ngày trăng tròn tháng Jetta, Phật Lịch năm 236 (tức 308 trước Công nguyên, nhằm năm thứ mười tám triều đại Vua A Dục), Thánh Tăng Mahā Mahinda cùng với đoàn truyền giáo Ấn Độ đến đỉnh núi Missaka, một ngọn núi cao nổi bật giữa những cánh đồng phì nhiêu xung quanh thuộc thị trấn Mihintale hiện nay (cách phía Đông thủ đô Anurādhapura 8 dặm Anh). Vua Devānampiya Tissa đã cung kính đón rước đoàn truyền giáo của Thánh Tăng Mahā Mahinda tại thủ đô Anurādhapura. Kinh Cūla Hatthi-padopama Sutta (Majjhima Nikāya, Trung Bộ Kinh, 27) là bài pháp mà Ngài Mahā Mahinda thuyết giảng cho vua nói về ý nghĩa quy y Tam Bảo (Phật Bảo, Pháp Bảo và Tăng Bảo), đời sống xuất gia của chư Tăng, và trí minh sát tuệ. Sau đó, vua cùng nhiều quan chức và dân chúng thọ tam quy ngũ giới làm đệ tử Phật.[26]

Nhà vua có tâm đạo thuần thành, sắp xếp cho các thiện tín xa gần đến nghe giáo pháp của Đức Thế Tôn. Bài thuyết giảng của đức Thánh Tăng Mahā Mahinda có sức cảm hóa mạnh mẽ khiến ai cũng có thể lãnh hội những lời dạy từ bi và trí tuệ của Đức Phật. Không bao lâu, bức thông điệp của Đức Bổn Sư nhanh chóng vang khắp các vùng của hải đảo. Phật giáo chánh thức được công nhận và Giáo Hội Tăng Già của các Tỳ kheo (Bhikkhu Sangha) cũng được thành lập. Đây là dấu mốc lịch sử cho thấy bộ phái Phật giáo Nguyên Thuỷ được truyền ra khỏi Ấn Độ và lưu truyền đến Sri Lanka dưới triều đại vua Devànampiyatissa. Sri Lanka trở thành một trung tâm của Phật giáo trên thế giới từ thời cổ đại.

Từ trái sang: Sư cô Viên Nhuận, Sư Siri Sumedha, Ns TN Giới Hương, Sư cô Viên Bảo và Ni cô Viên Lành, chụp đường lên đỉnh Đại tháp Mihintale ngày 11/7/2023.

26 Phật giáo tại Sri Lanka, Piyadassi Manhāthera, Phạm Kim Khánh dịch. https://www.vomonthientu.org/a356/14-phat-giao-tai-sri-lanka-

4. THÁNH TỔ Tỳ kheo Ni SANGHAṀITTĀ THERI THÀNH LẬP GIÁO HỘI NI Ở CEYLON

Hoàng Hậu Anulā, thứ phi của một vị phó vương tên Mahānāga, cùng với 500 thị nữ đến nghe pháp, và tha thiết xin Thánh Tăng Mahinda cho xuất gia theo dấu chân của Đức Thế Tôn. Tuy nhiên, vào lúc bấy giờ ở Sri Lanka chưa có Giáo Hội Tỳ kheo Ni và theo giới luật, Ngài Mahinda không có quyền chủ trì lễ xuất gia cho người nữ, chỉ có một vị Phật hay Giáo Hội Tỳ kheo Ni mới có quyền. Do đó, Đức Mahinda gợi ý Vua Devānampiya Tissa cung thỉnh Thánh Ni Tỳ-kheo-Ni, em gái của Ngài, lúc ấy là một Tỳ kheo Ni tại Ấn độ, qua Sri Lanka làm lễ xuất gia cho hàng phụ nữ và thành lập Giáo Hội Tỳ kheo Ni (Bhikkhunī Sangha).

Vua Devānampiya Tissa lấy làm hoan hỷ cung thỉnh và Thánh Ni Tỳ-kheo-Ni Sanghaṁittā Theri đã qua Sri Lanka truyền giáo Ni. Thánh Tổ đã mang theo một nhánh cây Bồ Đề được chiết từ cây Bồ Đề bên sông Ni-Liên, nơi Đức Thế Tôn đã ngồi thiền 49 ngày và giác ngộ.

Vua Devānampiya Tissa tổ chức một buổi lễ vô cùng long

trọng để nhận cây Bồ Đề thiêng và trồng tại khu vườn Megha Garden, thủ đô Anurādhapura.

Hiện nay, cây vẫn tươi tốt sum suê dù trải qua hơn 2600 năm và hàng triệu khách trên thế giới đến đây để hành hương chiêm bái thường xuyên. Cây cổ thụ Bồ Đề được ghi nhận là cây lớn tuổi nhất trên thế giới,[27] 2272 năm tuổi (2023+249 = 2270 năm). Từ cội gốc này, nhiều nhánh cây con đã được chiết và trồng ở nhiều Tu viện trên đảo Sri Lanka và nhiều chùa trên thế giới.

Riêng trưởng lão Tỳ-kheo-Ni Sanghaṁittā Theri được xem là Thánh Tổ Ni giới ở Phật giáo Sri Lanka vì nhờ Ngài truyền giới mà từ đó Ni đoàn được thành lập, tồn tại và phát triển đến ngày nay. Nên hầu như chùa Ni Sri Lanka nào cũng thờ tượng của Thánh tổ Sanghaṁittā Theri.

Ni sư Giới Hương chụp với Chư Ni trước tượng Thánh tổ Sanghaṁittā Their tại chùa Susilavasa ngày 19/7/2023

5. PHẬT GIÁO TẠI SRI LANKA

Sau khi Phật giáo được du nhập tại Sri Lanka, nhiều cơ sở

27 Sri Maha Bodhi – The Sacred Bo Tree http://amazinglanka.com/wp/sri-maha-bodhi-the-sacred-bo-tree/

chùa tự, trung tâm học thuật và nghiên cứu Phật giáo Nguyên Thủy (Theravāda, nam truyền) được thành lập. Kinh điển Nikaya nguyên thủy được viết bằng ngôn ngữ cổ đại prakrit[28] và Pali chuyển thành văn bản (viết trên giấy) vào khoảng 30 năm trước Công nguyên, hiện bộ Tam tạng Kinh điển tiếng Pali cổ đại (Pali Tritpitaka) đó vẫn còn đang thờ tại Aloka Vihara (Aluviharaya), Matale.

Tác giả TN Giới Hương và Sư cô Viên Quang đang quỳ trước bộ Tam Tạng Kinh điển Pali tại Chùa Aluviharaya

Các vị vua đã cho xây nhiều Chùa Phật giáo Nguyên thủy như Chùa Ruvanvelisaya, Abhyagiriya và Jetavana (Kỳ Viên) uy nghi hùng vĩ. Vào thế kỷ thứ 4, dưới thời trị vì của vua Mahanama (kế vị sau hoàng đế Sirimeghavanna), văn học Phật giáo ở Sri Lanka cũng phát triển và được công nhận trên khắp Ấn Độ và các nơi. Nhiều nhà sư Sinhalese đến thăm Ấn Độ, Trung Quốc và nhiều nước khác để giới thiệu văn học được xuất bản ở Sri Lanka. Ngược lại, các nhà sư từ Ấn Độ và Trung Quốc cũng đến chiêm bái Anurādhapura, viết ký sự, dịch thuật cũng như thỉnh kinh sách cổ Phật giáo Sri Lanka đem về nước

28 Prakrits là một nhóm ngôn ngữ bản ngữ Trung Ấn-Aryan được sử dụng ở Ấn Độ từ khoảng thế kỷ thứ 3 trước Công nguyên đến thế kỷ thứ 8 sau Công nguyên. Thuật ngữ Prakrit thường được áp dụng cho thời kỳ giữa của các ngôn ngữ Trung Ấn-Aryan, ngoại trừ các bản khắc trước đó và ngôn ngữ Pali sau hơn. Theravada Traditions – Buddhist Ritual Cultures in Contemporary Southwest Asia and Sri Lanka. John Clifford Holt. University of Hawai'i Press, Honolulu. 2017. Trang 68.

mình phổ biến. Nhiều pháp sư, giảng sư, nhà nghiên cứu, học giả đến hoằng pháp, chiêm bái và dịch thuật kinh tạng như đại sư Phật Âm (Buddhaghosa), đến từ Ấn Độ, đã chú giải nhiều bộ luận Phật Giáo (như bộ Pali Atthakathaa Commentaries, năm 410) có giá trị và đã lưu trú tại Tu viện Mahā Vihāra, ngôi chùa Phật giáo Nguyên Thủy đầu tiên tại cố đô Anurādhapura. Hay Pháp sư Pháp Hiền (thế kỷ thứ V) đã đến chiêm bái, tu học ở Tu viện Abhayagiri, thành phố Polonnaruwaviết và nhiều ký sự Phật giáo thời cổ đại Sri Lanka. Ngài đã ghi nhận rằng có khoảng từ 3000 đến 5000 vị Tăng đang tu học tại Tu viện Abhyagiriya và Mahavihara. Tu viện Mahavihara được xem là Tổ đình gốc, chiếc nôi của hệ phái Phật giáo Nguyên Thủy (Nam truyền). Ba tổ đình Ruvanvelisaya, Abhyagiriya và Jetavana đã phát triển mạnh mẽ như chốn tổ chính với nhiều chi nhánh (nikayas: chapters or sects) ở nhiều nơi.

Đại tháp Jetavanarama (Jetavanaramaya, Sinhala: ජේතවනාරාමය) trong khuôn viên Tu viện Jetavana, Anurādhapura, được Unesco công nhận là Di sản Văn Hóa Thế Giới[29]

29 https://en.wikipedia.org/wiki/Jetavanaramaya

Nhà chiêm bái Huyền Trang (vào thế kỷ thứ VII) đã viết về truyền thống Phật giáo Nguyên thủy ở Sri Lanka và có đề cập đến Tu viện Abhayagiri là nơi đang tu học theo truyền thống Đại thừa (Mahāyāna Sthaviras) và hệ phái (Hinayana Sthaviras)[30]. Vào thế kỷ thứ VIII, hai nhà sư Ấn Độ Vajrabodhi và Amoghavajra đã đến thăm đảo Ceylon, truyền bá Phật giáo Đại thừa và Kim cương thừa (đang thịnh hành ở phía Bắc Ấn độ). Có những nhà sư Sri Lanka bắt đầu trì tụng thần chú mật tông và cầm chuỗi hạt niệm Phật theo pháp môn Tịnh độ của Phật giáo Đại thừa. Vài mẫu tượng của Bồ Tát Quan Thế Âm và Kim Cang Thủ cũng được tìm thấy trong các di tích cổ.

Do nhu cầu giao lưu văn hóa, nên Sri Lanka cũng có ảnh hưởng với các hệ phái Phật giáo của các nước láng giềng, nhưng phát triển nhất vẫn là truyền thống Nguyên Thủy (Theravāda) là một dòng truyền thừa thuần túy chính thống, không gián đoạn và tiêu biểu của Phật giáo Sri Lanka. Các nước bán đảo Đông Nam Á như Thái Lan, Lào, Miến điện, Campuchia, Sri Lanka cũng là những nước theo truyền thống Phật giáo Nguyên thủy.

Cuộc đời có thăng trầm sanh diệt thay đổi, tình hình Phật giáo ở đảo Sri Lanka cũng vậy. Từ thế kỷ thứ V đến XI, Sri Lanka bị cuộc nội chiến và ngoại xâm, nên Phật giáo cũng bị ảnh hưởng suy giảm. Mãi cho đến thời Parakramabahu I (khoảng năm 1153), với sự trợ giúp của các nhà sư Thái Lan và Miến Điện sang truyền đạo và Phật giáo dần dần khôi phục. Nhiều đền đài chùa tự được trùng tu và nhiều kinh sách sớ luận Phật giáo được ấn hành phổ biến. Parakramabahu II của Dambadeniya (từ năm 1236) là một vị vua uyên thâm Phật pháp đã soạn thảo một số văn bản Phật giáo bằng tiếng Sinhalese.

Vào thế kỷ XVI, XVII, và XVIII, Sri Lanka bị Bồ Đào Nha, Hà Lan và Anh thống trị nên họ muốn người dân ở những thuộc địa trên đảo nầy phải cải đạo Thiên chúa. Họ quảng bá Cơ đốc giáo nhưng lại đè ép và giới hạn Phật giáo, khiến Phật giáo

30 Theravada Traditions – Buddhist Ritual Cultures in Contemporary Southwest Asia and Sri Lanka. John Clifford Holt. University of Hawai'i Press, Honolulu. 2017. Trang 68.

từ từ suy giảm. Vào thập niên 1700, nhiều nhà cai trị nội địa Sinhalese ở Kandy như Vira Narendra Sinha (1706–1739) và Sri Vijaya Rajasinha (1739–1747) phát tâm ủng hộ Phật pháp, nên một số đền thờ và Tu viện được khôi phục. Để chống lại sự đàn áp Phật giáo, một cuộc chấn hưng Phật giáo toàn quốc được nổi dậy mạnh mẽ vào thế kỷ 19.[31]

6. CUỘC PHỤC HƯNG PHẬT GIÁO THỜI HIỆN ĐẠI

Nói về những cống hiến cho cuộc phục hưng, đòi hỏi tự do dân chủ cho Phật giáo vào thế kỷ 19, phải kể đến như:

Cuộc tranh luận Panadura giữa đạo Thiên chúa (các linh mục Cơ đốc giáo) và Phật giáo tại Baddegama, Udanwita, Waragoda, Liyanagemulla, Gampola, được xảy ra. Phía Phật giáo do nhà hùng biện nổi tiếng, Tỳ kheo Migettuwatte Gunananda Thera và Tỳ-kheo Hikkaduwe Sri Sumangala Thera đại diện, được nhiều người xem là một chiến thắng cho Phật giáo.[32]

Sau khi thấy cuộc tranh luận này đăng trên báo Hoa Kỳ, Đại tá Henry Steel Olcott (người Mỹ) (đến Sri Lanka vào tháng 5 năm 1880) kết hợp với Tỳ kheo Migettuwatte Gunananda Thera và nhiều nhà lãnh đạo Phật giáo Sinhalese khởi xướng phong trào phục hưng Phật giáo đã tiên phong trong lãnh vực giáo dục Phật giáo. Họ thành lập Hội Thông Thiên Học Phật giáo với mục tiêu thành lập 400 trường tư thục Bồ Đề và cao đẳng Phật giáo cũng như xây những tượng đài Thánh Tăng Ananda, Mahinda và Dharmaraja ở Sri Lanka.

31 Mời đọc tác phẩm "Phật Giáo Sri Lanka giao đoạn thế kỷ 19-21" (Buddhism in Sri lanka during the period of the 19th to 21st Centuries) - Buddhist Studies Conference, Colombo 16th July 2023. Edited by Prof. Ven. Medagama Nandawansa and Dr. Ven. Bhikṣuṇī TN Gioi Huong

32 Cuộc tranh luận Panadura giữa đạo Thiên chúa (các linh mục Cơ đốc giáo) và Phật giáo (Tỳ kheo Migettuwatte Gunananda Thera và Hikkaduwe Sri Sumangala Thera).
https://en.wikipedia.org/wiki/Buddhism_in_Sri_Lanka

Tranh minh họa cuộc tranh luận của hai tôn giáo lớn tại Gampola[33]

Tỳ kheo Migettuwatte Gunananda Thera và Đại tá Henry Steel Olcott[34]

33 https://alchetron.com/Migettuwatte-Gunananda-Thera
34 Photo on Google.

Hội Thông Thiên Học cũng đã có những ấn phẩm riêng để quảng bá Phật giáo như tờ báo Sinhalese, Sarasavisandarasa, và bản tiếng Anh là "The Buddhist." Kết quả của những nỗ lực này, đại lễ Vesak (Phật Đản, Vu lan, Thành đạo) đã trở thành một ngày Quốc lễ chung cho cộng đồng, tiếng nói của Phật giáo ngày càng có sức hút đầy giá trị giữa cộng đồng.

Đạo hữu Anagarika Dharmapala là người tiên phong đi đầu trong số những người Sinhalese tham gia phong trào phục hưng Phật giáo, chống lại ngoại lai (bắt chước người nước ngoài về tôn giáo, tên gọi và phong tục), cải cách xã hội và thành lập nhiều tổ chức để thúc đẩy phong trào. Ông vốn là thông dịch viên cho đại tá Olcott, người đã đi khắp hòn đảo để thuyết giảng cũng như viết nhiều sách về Phật giáo. Sau đó, Anagarika qua Ấn độ thành lập Hội Maha Bodhi (năm 1891) (Maha Bodhi Society) tại Ấn Độ với mục tiêu là phục hưng Phật giáo ở Ấn Độ và Sri Lanka. Với kinh nghiệm thông dịch viên, đạo hữu Anagarika đã đi nhiều châu như Châu Úc, Châu Mỹ, Châu Âu và Châu Á để kêu gọi gầy dựng lại Phật tích thiêng liêng và cùng phổ biến lời dạy của Đức Phật. Gần cuối đời, Ngài đã xuất gia tại Sarnath, nơi mà Ngài đã xây một Tu viện Mulgandha Kuti Vihara (1930) rất khang trang uy nghi với kiến trúc độc đáo cho Hội Maha Bodhi.

Chùa Mulgandha Kuti Vihara, Sarnath, Varanasi, Ấn Độ

Riêng Sri Lanka, Thượng Tọa Anagarika cùng với các nhân vật lịch sử như Sir D. B. Jayatillake, F. R. Somnayake, Valisinha Harishchandra và W. A. de Silva, vv... trở thành những thành viên tích cực của các Hiệp hội Phật giáo hàng đầu như Hội Thông thiên học Phật giáo (thành lập năm 1880), Hội Maha Bodhi (1891), Hội Phật giáo Thanh niên Colombo (1898), và Hội Phật giáo Ceylon (1918) thúc đẩy một nền giáo dục Phật giáo, xây dựng lại các đền thờ Phật giáo cổ ở các thủ đô cũ của Sri Lanka cũng thúc đẩy cải cách xã hội, phục hưng văn hóa để người dân Sri Lanka nhận ra sự tự hào về tôn giáo, ngôn ngữ, phong tục và văn hóa của họ.

Tượng Thượng tọa Dharmapala Anagarika tại Sarnath, Varanasi, Ấn Độ

Những nhân vật lịch sử này không chỉ tổ chức lại các hoạt động Phật giáo trong nước mà còn tham gia hàng đầu trong việc gửi các báo chí Dhammadutas (Sứ Giả của Giáo Pháp), ra nước ngoài. Năm 1950, Hiệp hội Phật Giáo Thế giới được thành lập để gắn kết tất cả các quốc gia Phật giáo lại với nhau, và một số hội nghị đã được tổ chức trong những năm tiếp theo sau đó (như năm 1957). Trong thời kỳ này, rất nhiều tác phẩm văn bản Pali, kinh điển, sớ luận, văn chương thi ca ra đời do nhiều chư tôn đức và Phật tử nổi tiếng sáng tác. Trong đây phải kể đến, Tam Tạng Kinh Điển Pali được dịch sang tiếng Sinhalese, một cuốn Bách khoa toàn thư về Phật giáo bằng tiếng Anh và một cuốn bằng tiếng Sinhalese.

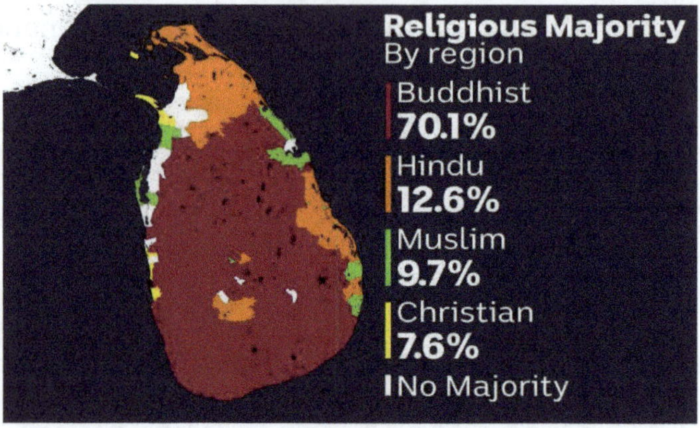

Google Map Buddhism of Sri Lanka

Phục hưng Phật giáo là phục hưng quốc gia. Những nhân vật lỗi lạc này, tên tuổi đã đi vào lịch sử Sri Lanka và thế giới. Năm 1948, Sri Lanka đã giành lại được độc lập sau thời gian bị thực dân Anh cai trị 133 năm. Các nhà lãnh đạo Phật giáo đã làm việc không mệt mỏi cho sự nghiệp của Phật giáo cũng là các nhà lãnh đạo quốc gia Sinhalese.[35]

Trong thế kỷ 19, một cuộc phục hưng Phật giáo hiện đại đã diễn ra trên hòn đảo Ceylon nhằm thúc đẩy giáo dục, văn hóa và Phật giáo phát triển như thời huy hoàng ngày xưa. Theo thông tin cho biết lúc đó có khoảng 6.000 Tu viện Phật giáo trên toàn

35 Cuộc phục hưng Phật giáo thời hiện đại tại Sri Lanka . Buddhism in Sri Lanka: A Short History, by H.R. Perera, 2007. https://www.accesstoinsight.org/lib/authors/perera/wheel100.html#sect-47

đảo Sri Lanka với khoảng 15.000 Tăng sĩ Nguyên thủy.[36] Năm 1956-57, 163.180 trẻ em tham dự kỳ thi Giáo pháp do Hiệp hội Phật giáo Nam thanh niên Colombo tổ chức.

7. LÁ CỜ PHẬT GIÁO QUỐC TẾ

Thập niên 1880, Ủy ban Colombo thành công trong việc thuyết phục các nhà cầm quyền Anh công nhận Phật đản (Vesak Poya) là ngày lễ công cộng từ tháng 5 năm 1885.

Các thành viên lỗi lạc ưu tú trong ban lãnh đạo của Ủy Ban Colombo như Hòa thượng Hikkaduwe Sri Sumangala Thera (chủ tịch), Thượng tọa Migettuwatte Gunananda Thera, Don Carolis Hewavitharana (cha của Ngài Anagarika Dharmapala), Andiris Perera Dharmagunawardhana (ông ngoại của Ngài Anagarika Dharmapala), Charles A. de Silva, Peter De Abrew, William De Abrew (cha của Peter), H. William Fernando, NS Fernando và Carolis Pujitha Gunawardena (thư ký)[37] đã đặt ra nhiệm vụ phát triển một lá cờ Phật giáo để lần đầu tiên được treo vào ngày trăng tròn Vesak tháng 5 năm 1885.

Lá cờ có sáu phần với sáu màu như xanh dương (nila), vàng (pita), đỏ (lohita), trắng (odata), cam (manjestha), và phần cuối là sự kết hợp của năm màu trên (prabaswara). Lá cờ đại diện cho các màu của hào quang phát ra từ kim thân của Đức Thế Tôn khi Ngài thành đạo dưới cội Bồ Đề. Lá cờ là tổng thể đại diện cho tất cả chủng tộc Phật giáo (không phân chia màu da) cũng như tất cả chúng sinh đều sở hữu tiềm năng của Phật tính như nhau. Cờ Phật giáo được thiết kế như vậy, đã được hòa thượng Migettuwatte Gunananda Thera tại Deepaduththaramaya, Kotahena, kéo lên lần đầu tiên vào ngày rằm tháng Vesak (ngày 28 tháng 5 năm 1885).

Cư sĩ Đại tá Henry Steel Olcott như trên đã giới thiệu là một nhà báo người Mỹ, người sáng lập cũng là chủ tịch đầu tiên của

36 Perera, HR, Buddhism in Sri Lanka A Short History, 2007, http://www.accesstoinsight.org/lib/authors/perera/wheel100.html
37 The Maha Bodhi, January – March 1997, pp 22-23.

Hiệp hội Thông thiên học, cảm thấy rằng hình dạng dài ban đầu của cờ gây bất tiện cho việc sử dụng chung. Do đó, ông đề nghị sửa đổi để cờ có kích thước và hình dạng của quốc kỳ.

Năm 1889, lá cờ sửa đổi này đã được Ngài Anagarika Dharmapala và ông Olcott giới thiệu đến Thiên Hoàng Minh Trị (Nhật Bản) và sau đó là Miến Điện...

Tại cuộc họp của Hội Nghị Phật Giáo Thế giới (WFB – World Fellowship Buddhists) tổ chức tại Kandy vào ngày 25 tháng 05 năm 1950, Giáo sư Dr. Gunapala .P. Malalasekera, Dr. B.R.Ambedkar (Ấn Độ), U Chan Htoon (Miến điện) đã có công thúc đẩy bằng cách đề nghị hội nghị chấp nhận và công nhận đây là Cờ Phật giáo quốc tế. Đây trở thành điểm lịch sử nổi bật trong giới Phật giáo bởi lẽ lá cờ đã chính thức trở thành lá cờ của thế giới Phật giáo.

Sự cống hiến của Cư sĩ Henry Steel Olcott với lá cờ Phật Giáo Tem Tich Lan được ghi nhận trên Tem của Ceylon[38]

Cuộc hội nghị Phật Giáo Thế giới (WFB – World Fellowship Buddhists) lần thứ hai được tổ chức tại Chùa Hongwanji (Tokyo, Nhật bản) năm 1952, cờ Phật giáo được treo và tung bay phất phới trước sự hoan nghênh của tất cả mọi giới trong xã hội.

Từ đó cho đến nay, lá cờ năm sắc nghiễm nhiên được tất cả các truyền thống và trường phái Phật giáo trên toàn thế giới

38 https://www.google.Anagarika+Dharmapala+Olcott

trang trọng sử dụng như biểu tượng tôn nghiêm chính thức của Phật giáo.

Lá cờ chung cho Phật giáo thế giới

8. PHẬT GIÁO SRI LANKA HIỆN NAY

Theo tỷ lệ thống kê dân số năm 2022, có khoảng 70,2% người Sri Lanka là Phật tử theo Phật giáo Nguyên thủy.[39] Năm 1988, gần 93% dân số nói tiếng Sinhalese ở Sri Lanka theo đạo Phật.[40] Có nhiều Tu viện có trường tư thục Bồ Đề (Pirivana), dạy miễn phí Phật pháp và văn hóa phổ thông (lớp 1-11), dạy thiền, giảng pháp, đáp ứng nhu cầu tâm linh cho quần chúng như cầu an, cầu siêu, đám cưới, đám tang… Nên các chùa Phật giáo đóng góp tích cực cho mặt giáo dục, văn hóa xã hội này nên người dân sống gần gũi với quý Sư và chùa chiền. Phật giáo ở Sri Lanka chủ yếu do người Sinhalese điều hành. Các vị vua quan Sri Lanka đã đóng một vai trò quan trọng cùng với chư Tăng và Phật tử duy trì, phục hồi cùng phát triển các cơ sở Phật giáo trên đảo.

39 Tỷ lệ thống kê dân số năm 2022. https://www.google.com/search?client=firefox-b-1-d&q=Statistics+of+Sri+La nkan+Buddhism https://en.wikipedia.org/wiki/Religion_in_Sri_Lanka

40 Như trên.

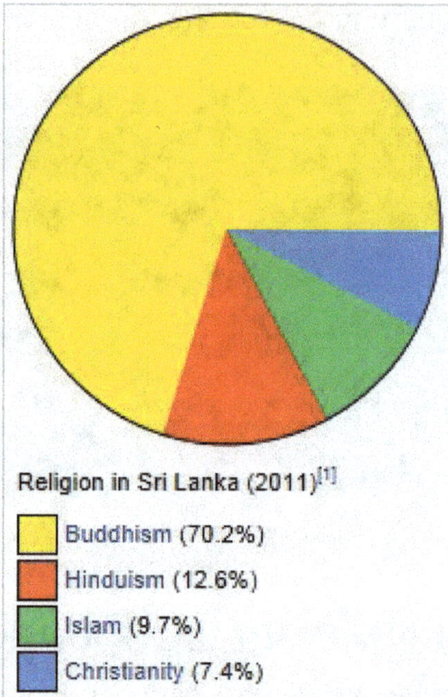

Thống kê Phật giáo và các tôn giáo khác ở Sri Lanka[41]

Lòng tín ngưỡng Phật giáo tại Sri Lanka rất lớn, nhiều nơi công cộng như các trường học, bịnh viện, công sở và ngay cả ở các góc phố, ngã tư đường, đều có dựng tượng Phật Thích Ca thiền tọa hay Phật lộ thiên để dân chúng qua lại có thể kính lễ mọi lúc, mọi nơi. Học trò và người dân thường đến chùa lạy Phật, tu học, ngồi thiền và nghe pháp. Vào ngày rằm mỗi tháng là ngày poya, là ngày nghỉ toàn quốc để người dân đến chùa tu tập tâm linh.

41 https://images.app.goo.gl/uFEQtMFkNgdthRVC8

Tượng Phật Thích Ca đứng giữa ngã ba Colombo 14, gần sân vận động Sugatadasa Statidium

Như vậy, chúng ta thấy từ thời Phật cách đây hơn 2600 năm đến nay, thông điệp từ bi và trí tuệ của Đức Phật đã thấm sâu trong lòng đảo cho đến hôm nay. Sự tu tập tâm linh giới-định- tuệ theo lời Đức Phật dạy là một phần rất quan trọng không thể thiếu trong đời sống hàng ngày của người Sri Lanka. Phật giáo ngày càng phát triển và trở thành quốc giáo tại hải đảo Sri Lanka này.

Tác giả TN Giới Hương, Sư cô Viên Chân, Viên Phương và Tâm Tuệ Nguyệt chụp lưu niệm với thính chúng Sri Lanka, tại chùa trong khuôn viên Jaya Sri Maha Bodhi Tree ngày 22/8/2016

CHƯƠNG III

CÁC CỐ ĐÔ PHẬT GIÁO ANURADHAPURA VÀ POLONNARUWA

Anurādhapura, Polonnaruwa và Sigiriya là ba khu tam giác vàng di sản văn hóa thế giới Unesco của Sri Lanka. Chương 3 này sẽ giới thiệu về hai cố đô Phật giáo nổi tiếng Anurādhapura và Polonnaruwa (Bắc Trung Bộ Sri Lanka) và những chùa tháp trong hai cố đô này. Riêng Núi Móng Sư Tử Sigiriya sẽ thuộc chương 4 của các núi đá thiêng liêng.

1. CÁC THÁNH ĐỊA KHẢO CỔ HỌC Ở THÀNH PHỐ ANURĀDHAPURA

Anurādhapura Rājadhāniya (Sinhalese: අනුරාධපුර රාජධානිය) là một kinh đô Phật giáo cổ đại của thế giới, tọa lạc ở trung tâm phía Bắc của đảo quốc Sri Lanka, là cái nôi của nền văn minh Phật giáo Sinhalese huy hoàng. Anurādhapura đã phát triển hưng thịnh với vai trò là thủ đô của vương quốc Lanka từ năm 377 trước Công nguyên đến cuối triều đại 1017 sau Công nguyên, là vương phủ kinh đô cho khoảng 30 vị vua tiếp nối kế vị trong vòng 1400 năm.[42]

42 Quần thể di tích Anuradhapura https://www.ceylonexpeditions.com/anuradhapura-sacred-city-sri-lanka

Theo Ven. S. Dhammika[43] có nhiều câu chuyện nói về xuất xứ tên của cố đô Anurādhapura, được biết thuật từ "Anurādha" là một tên của những bộ trưởng ở Pandukābhaya. Anurādhapura là một cố đô Phật giáo hay một làng chùa bởi lẽ có rất nhiều các chùa lớn, nhỏ được xây trong khu vực này, đặc biệt có ba Tu viện cổ đại đầu tiên ở Sri Lanka là Mahavihara, Abhayagiri và Jetavana. Mahavihara (Đại Tự) được thành lập bởi chính đức Thánh Tăng Mahinda và các vị Phật tử theo truyền thống Nguyên Thủy (Theravadins). Vào thế kỷ 1, vua Kutakannatissa đã cho xây những bức tường cao 3 mét, xây một kênh nước cạnh bên. Đại sư Pháp Hiền đã trú ở cố đô Anurādhapura tu học ba năm, mô tả trong Ký Sự Hành Hương rằng: "Có những con đường lớn chính và đường nhỏ phụ bằng phẳng trông rất mới."

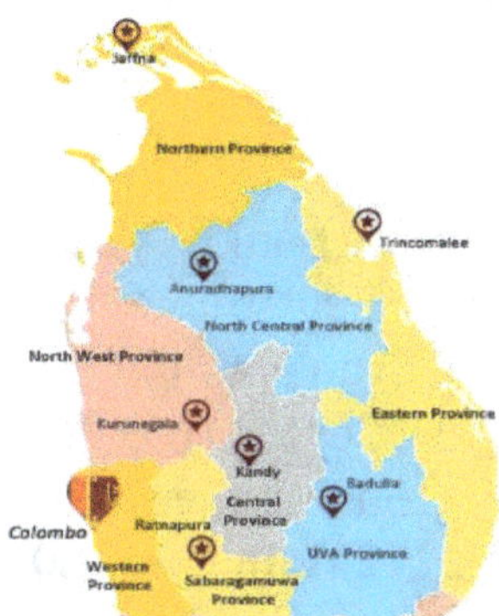

https://www.google.com/maps/place/Sri+Lanka

1.1. Cây Bồ Đề Jaya Sri Maha Bodhi, Anurādhapura (thế kỷ thứ III trước Công nguyên)

Tiếng Anh gọi cây Bồ Đề là Jaya Sri Maha Bodhi, tiếng Pali là assatha, một loại cây đa thiêng liêng ở Ấn Độ, tên khoa học là ficus religiosa. Do Đức Phật ngồi thiền 49 ngày rồi giác ngộ dưới cội cây này, nên cây được gọi là Bồ Đề (Bodhi) (tiếng Sinhala là Bo), có nghĩa giác ngộ. Như vậy, cây Bodhi nghĩa là "Cây Giác

43 Sacred Island – A Buddhist Pilgrim's Guide to Sri Lanka. Ven. S. Dhammika. 2008. Champika Printers. P. 39.

Ngộ" hay "Cây Trí Tuệ", được phiên âm là cây Bồ Đề.

Chính Đức Phật đã nhắc đến cội cây Bồ Đề tại Gayā này như sau: "Giờ đây, này chư Tỳ kheo, Như Lai là A La Hán (Arahaṁ, đấng Trọn Lành), bậc Toàn Giác Tối Thượng (Sammā-Sambuddho, Chánh Đẳng Chánh Giác). Như Lai chứng ngộ dưới cội cây assattha (assatthassa mūle abhisam- buddho)."[44]

Theo tài liệu bằng Anh ngữ "Sri Maha Bodhi – The Sacred Bo Tree" trên trang website of Amazing Lanka[45] mô tả chi tiết về lịch sử của Cây Đại Bồ Đề Jaya Sri Maha Bodhi, tại thủ đô Anurādhapura như sau:

Vào năm 250 trước Công nguyên, sau khi Thánh Tăng Mahinda Thero cùng các sứ giả Ấn độ đến truyền giáo tại Sri Lanka, Hoàng đế A-dục ở Ấn Độ tiếp tục gửi con gái của mình là Tỳ kheo Ni Saṅghamittā Theri đến Sri Lanka thành lập Ni đoàn đem một nhánh của cây Bồ Đề Jaya Sri Maha Bodhi gốc nguyên thủy ở Bồ-đề-đạo-tràng (nơi Đức Phật ngồi thiền 49 ngày và đạt được giác ngộ), để tặng Sri Lanka. Vua Tissa đã tổ chức lễ rất long trọng để nhận và trồng cây thiêng này tại Công viên Hoàng gia 'Maha Meghavana Udyanaya', thủ đô Anurādhapura, lúc đó là thành phố lớn nhất của Ceylon (một tên khác của Sri Lanka). Tính từ năm 249 trước Công nguyên, đến ngày nay (2023), cây Đại Bồ Đề đã được là **2272 năm tuổi (2023+249 = 2272 năm)** và được xem là cây sống lâu đời nhất trên thế giới trong lịch sử nhân loại.

Tiến trình Phật Giáo và cây Bồ Đề chuyển từ Ấn độ đến Sri Lanka là những sự kiện vô cùng thiêng liêng trong lịch sử đảo Sinhala (Sri Lanka). Lễ hạ thổ trồng cây thiêng là một buổi quốc lễ độc nhất vô nhị cho lịch sử truyền thống của dân tộc Sinhala mà sự ảnh hưởng vô cùng to lớn cho đến ngày nay, cây trở thành một cội cổ thụ có tuổi thọ lâu nhất thế giới. Đúng như lời tiên tri, sau khi hạ thổ, cây sẽ mãi mãi sum suê và tươi tốt. Rễ cây mềm dẻo cố tìm nguồn sống trên mặt đá khô khan, len lỏi ăn sâu

44 Mahāpadana Sutta, Dīgha Nikāya, Trường Bộ Kinh.

45 Sri Maha Bodhi – The Sacred Bo Tree http://amazinglanka.com/wp/sri-maha-bodhi-the-sacred-bo-tree/

và lan rộng vào lòng đất cũng như khắc sâu trong nội tâm của người dân Sinhala.

Theo như sử gia H.G. Wells ghi nhận: "Tại Ceylon (Sri Lanka) có một cội cây lịch sử cổ xưa nhất trên thế giới. Được biết xuất xứ cây vốn được chiết từ cội Bồ Đề (tại Gayā, Bihar, Ấn độ) và trồng tại thủ đô cổ đại Anurādhapura vào năm 245 trước Công nguyên. Cây vẫn còn sống, được tưới nước và chăm sóc kỹ càng từ thuở ấy đến nay. Người ta dùng cột trụ để đỡ các nhánh lớn khỏi bị gãy ngã... Sự tồn tại của cây giúp chúng ta thức tỉnh rằng kiếp sống con người vô thường ngắn ngủi, bởi lẽ bao thế hệ con người đã trôi qua, nhưng cội Bồ Đề vẫn bền gan chịu đựng, im lặng đứng cùng năm tháng."[46]

Ký sự hành hương đến xứ Lanka của Đại sư Pháp Hiền (nhà chiêm bái Trung Hoa) cũng đã tường thuật vào thế kỷ thứ năm, đại sư có đến đảnh lễ cây Bồ Đề to lớn sum sê tươi tốt và Ngài đã ở tu học tại chùa Mahā Vihāra, Anurādhapura này.

Về phương diện lịch sử của cội cây, Emerson Tennent đã nhấn mạnh như sau: "Mặc dầu người ta nói cây "baobab" ở Senegal, cây "eucalyptus" ở Tasmania, cây "dragon tree" ở Oratava, cây "Wellingtonia" ở California, và cây "chesnut" ở Mount Etna, có thể sống từ một đến năm ngàn năm, tất cả những ước lượng ấy là vấn đề phỏng đoán, và những trù liệu như vậy dầu có kỹ xảo đến đâu, hoàn toàn chỉ là suy luận. Trong lúc ấy thì tuổi thọ của cội Bồ Đề ở Ceylon là vấn đề lịch sử hiện thực. Bao nhiêu triều đại nối tiếp nhau cẩn trọng chăm sóc nuôi dưỡng bảo tồn cây. Lịch sử với bao nhiêu thăng trầm mà cội cây Bồ Đề trải qua, đã được liên tục ghi chép trong các niên sử chính thức và xác thật nhất mà nhân loại lưu truyền."

Sau khi cây Bồ Đề con và các cuộc lễ liên quan đến việc trồng cây đã được cử hành thì hoàng hậu Anulā (thứ phi của một vị phó vương tên Mahānāga) cùng với các thị nữ đến xuất gia dưới sự chủ trì của Thánh Tổ Tỳ-kheo-Ni Sanghamittā Therī (con gái vua A-dục), từ đó Giáo Hội Ni giới được thành lập và

46 The Outline of History, Cassel, 1934, trang 392.

phát triển tại xứ này trong nhiều thế kỷ. Lịch sử cũng ghi nhận rằng theo chí nguyện hoằng hóa để nữ giới các nơi được hưởng hương vị giải thoát của Đức Phật, các vị Tỳ-kheo-Ni Sinhala (Sri Lanka) sau đó đã đi đường biển sang Trung Hoa để thành lập Giáo Hội Tỳ kheo Ni tại đây vào thời Yuan Chia (năm 429).

Thánh Tổ Tỳ-kheo-Ni Saṅghamittā chẳng những chủ trì lễ xuất gia cho hoàng hậu Anulā, các bậc nữ lưu hoàng thân quốc thích cao cấp trong xã hội, mà cho tất cả mọi tầng lớp quan quyền, thương buôn, trí thức, bình dân, thấp kém, mù chữ, bất luận ở giai cấp nào. Phụ nữ từ mọi tầng lớp xã hội đều có thể bình đẳng xuất gia và gia nhập vào Giáo Hội. Thánh Tổ Saṅghamittā đã nỗ lực giúp đỡ và nâng cao vai trò nữ giới lên hàng thánh thiện giải thoát.

Đạo Phật không có sự phân biệt giữa giới tính (nam nữ), giai cấp (thấp cao) hay màu da (nhiều chủng tộc). Tất cả đều có thể cùng tu học theo giới định tuệ, đều có thể chứng ngộ đến quả vị cao nhất, miễn là theo đúng con đường mà Đức Bổn Sư đã hướng dẫn (Bát Chánh Đạo, vốn là pháp hành trong Phật Giáo). Đức Thế Tôn, Thánh Mẫu Kiều Đàm Di và Thánh Tổ Tỳ-kheo-Ni A-la-hán Saṅghamittā đã từ bi nâng đỡ và hướng dẫn nữ giới vào con đường thanh tịnh, an lạc, và giải thoát.

Nhờ tâm đạo nhiệt thành, lòng kiên trì tinh tấn, ý chí sắt đá, dũng khí bất khuất và tình thương vô lượng của những vị giáo thọ truyền giáo (Dharmadūtas) như Đức A La Hán Thera Mahinda, Thánh Tổ Tỳ-kheo-Ni Saṅghamittā thời xưa ấy, Phật Giáo được du nhập vào đảo Sri Lanka cùng những vương quốc Á Đông, Bactria và Trung Bộ Á Châu.

Từ trái: Sư cô Viên Quang, Sư cô Viên Chân, Dr. Siri Sumedha Thero (chính giữa), Ni sư Giới Hương, Viên Phương và Tâm Tuệ Nguyệt trước Cây Bồ Đề Jaya Sri Maha Bodhi, Anurādhapura vào ngày 17 tháng 8 năm 2016

Lịch sử truyền giáo của Đức A La Hán Mahinda đến Ceylon đã được minh họa trong một bích họa truyệt đẹp trên hang động Ajanta nổi tiếng (phía Nam Ấn độ). Câu chuyện Trưởng Lão Ni A La Hán Thánh Tổ Saṅghamittā mang cây Bồ Đề sang Ceylon cũng được mô tả trong một bức hoạ chạm nổi trên đá ở Sanchi, Ấn Độ, và đặc biệt tại các chùa Ni ở Sri Lanka, trước chùa bao giờ cũng có thờ hình tượng Thánh Tổ Ni Saṅghamittā.

Ni sư Giới Hương, Ni sư Madulle Vijithananda (phía trái cạnh NS Giới Hương), Sư cô Tịnh Châu (ngoài cùng bên phải) cùng chư Ni, chụp trước tượng Thánh Tổ Tỳ-kheo-Ni Saṅghamittā tại Chùa Vishakaramaya vào ngày 18/7/2023

1.2. Thủ đô Anurādhapura

Anurādhapura được chọn làm thủ đô đầu tiên của nước Ceylon cổ đại dưới triều Vua Pandukabhaya. Trong giai đoạn này, nhất là từ sự kiện Ấn độ tặng cây Bồ Đề Jaya Sri Maha Bodhi (trồng tại Anurādhapura) và xá lợi răng của Đức Phật (thờ tại Kandy), Phật giáo trở nên đóng vai trò quan trọng và đã tác động mạnh mẽ, ảnh hưởng đến văn hóa, nghệ thuật, tôn giáo, kinh tế, pháp luật, quản trị, xã hội, lịch sử, chính trị của Sri Lanka vv... Chính Đức Vua Devanampiya Tissa và nhiều vua Ceylon khác đã dùng giáo pháp từ bi và trí tuệ, phát triển một chính sách "pháp trị" (dùng lời dạy của Đức Phật để cai trị dân), giống như đại đế A Dục (Aśoka) (phụ vương của Thánh Tăng A La Hán Mahinda và Thánh Ni A La Hán Sanghamittā) ở Ấn độ.

Cũng trong thời kỳ này, Anurādhapura cũng luôn bị các nhà cai trị ở miền Nam Ấn Độ hăm dọa xâm lăng. Các vua quan Ceylon như Dutthagamani, Valagamba, Dhatusena, Gajabahu I, Sena II và hoàng tử Pandyan đã thành công trong việc phát động tinh thần yêu nước chống lại những kẻ xâm lược giành lại quyền kiểm soát của vương quốc Ceylon.[47]

Hải đảo Sri Lanka chủ yếu dựa vào nông nghiệp, nên dự án xây dựng công trình thủy lợi đảm bảo cung cấp nước ở các vùng khô, giúp đất nước phát triển trong tinh thần tự cung tự cấp, là một thành tựu lớn của thủ đô Anurādhapura. Nhiều vị vua, đáng chú ý nhất là Vasabha và Mahasena, đã cho xây dựng các hồ thủy lợi chứa nước cùng đào các kênh rạch, tạo ra một mạng lưới thủy lợi rộng lớn trong khu vực Rajarata suốt thời đại Anurādhapura. Ba hồ thủy lợi cổ đại chính là Tissawewa, Nuwarawewa (phía Nam Anurādhapura) và Basawakulama (phía Bắc Anurādhapura) đã nuôi dưỡng nền nông nghiệp cũng như tô điểm cho thủ đô trong gần hai thiên niên kỷ để được như ngày nay. Những công trình xây dựng thủy lợi này đã chứng tỏ cho thấy các kỹ năng kỹ thuật tiên tiến của Ceylon đã được sử dụng từ thời xưa.

Theo quy luật thăng trầm của đời sống, cũng có lúc thủ đô Anurādhapura bị bỏ hoang xuống cấp và bị rừng rậm lấn chiếm, nhất là ở thế kỷ thứ 13 sau một loạt các cuộc xâm lăng từ miền Nam Ấn Độ, nhưng một số dân làng Sri Lanka (Sinhalese) trung thành dũng cảm quyết ở lại để bảo vệ giữ gìn cây Bồ Đề thiêng liêng này. Họ thường mang những bó củi, đốt lửa xung quanh cây Bồ Đề, để xua những con voi hoang dã tránh không được lai vãng đến ăn lá Bồ Đề. Do nhu cầu bảo vệ cây Bồ Đề, dân làng đã lập ra một phong tục lễ Lượm Củi (Daramiti Perahara) là lễ kiếm củi trong một ngày để dùng cả năm. Phong tục tập quán đốt lửa quanh cây Bồ Đề này *hiện nay vẫn còn tiếp tục duy trì.*

Tại khu thánh tích Anurādhapura này, mỗi ngày có hàng ngàn khách hành hương trong và ngoài nước viếng thăm chiêm bái. Cây Bồ Đề là một trong những biểu tượng đầu tiên của Đức Phật đến Sri Lanka, nên khách hành hương thường thỉnh nhánh Bồ Đề nguyên thủy này về thờ, hoặc chiết cây nhỏ để về trồng tại trú xứ của mình, nên bóng Bồ Đề được nhân giống trên

47 Quần thể di tích Anuradhapura https://www.ceylonexpeditions.com/anuradhapura-sacred-city-sri-lanka

khắp thế giới. Có trồng cây Bồ Đề mới thực là chùa Phật giáo, nên các Chùa Sri Lanka ở Sri Lanka hay Chùa Sri Lanka ở hải ngoại thường tới Anurādhapura để chiết cây về trồng tại chùa của mình.

Bảo tháp trắng (stupa, cetiya) với kiến trúc hình bán cầu và cây Bồ Đề là các nét đặc sắc của kiến trúc chùa Sri Lanka. Chư tôn đức Tăng Ni và Phật tử thường tập trung ngồi thiền, tụng kinh dâng hoa, bánh, nước dưới gốc cây này để mong nhận được từ trường thiêng liêng của đấng giác ngộ Bổn Sư Thích Ca Mâu Ni Phật.

Chuyện kể rằng vào năm 1929, có một người điên tới đốn cây Bồ Đề thiêng, nhưng may quá chỉ mới một nhánh cây bị cháy và bị cắt bỏ. Sau đó vào năm 1985, những kẻ khủng bố Tamil (The Liberation Tigers of Tamil Eelam) đã tấn công tàn nhẫn vào các Phật tử đang chiêm bái kính lễ cây Bồ Đề, khiến 229 người dân vô tội đã thiệt mạng, nhưng cây vẫn bình yên đã không hề hấn gì. Điều này càng tăng trưởng sự mầu nhiệm thiêng liêng nơi cây giác ngộ này. Chẳng những dân làng, thường dân, thương gia, học trò, trí thức mà cho đến các giai cấp quý tộc, vua chúa quan quyền cũng đều thường đến đảnh lễ cây thiêng, nhất là khi họ được nhậm chức vụ cao trong triều chính hay thành công trong thương mại, như tân tổng thống Maithripala Sirisena trước khi bắt tay vào chiến dịch chính trị, ông đã đến cầu nguyện và ngồi thiền dưới gốc cây Bồ Đề - một biểu tượng của sự giác ngộ.

Hòa thượng Siri Sumedha, Ns Giới Hương
và Đoàn Hương Sen cầu nguyện dưới chân cội Bồ Đề
Jaya Sri Maha Bodhi, Anurādhapura, 11/7/2023

Lá Bồ Đề được sử dụng như một pháp khí. Phật tử ướp lá, còn gân, tẩm màu, vẻ hình Phật trên lá, làm quà Phật pháp tặng nhau. Dân làng cũng xem cây Bồ Đề là thảo dược để điều trị các bệnh khác nhau như những chiếc lá hình trái tim của Bồ Đề có thể có công năng làm giảm tiêu chảy, quả Bồ Đề có thể điều trị bệnh hen suyễn, rễ Bồ Đề có thể giúp chữa lành vết loét sưng nhọt, và bóng Bồ Đề tỏa mát những trưa hè nhiệt đới nóng bức.

Người dân sinh sống nơi đây đã vinh dự trải qua bao thế hệ chăm sóc cây Bồ Đề, tiếp nối sứ mạng thánh thiện này từ 23 thế hệ tổ tiên (2272 năm)[85] của họ truyền lại đến nay. Đây có thể là một trong những hạnh đức công quả lâu đời nhất, tiếp nối bất tận dài nhất trên thế giới.

Đó là những thông tin về cây Bồ Đề thiêng Jaya Sri Maha Bodhi của Sri Lanka mà đoàn chúng tôi được đến chiêm bái, đảnh lễ, tụng kinh và thiền hành.

Những người con Phật Việt Nam, từ xa đến dâng hoa, tụng kinh, hướng về cội Bồ Đề Jaya Sri Maha Bodhi, Anurādhapura, 11/7/2023

1.3. Quần Thể Phế Tích Phật Giáo ở Cố Đô Anurādhapura

Anurādhapura là thủ đô lịch sử đầu tiên của Sri Lanka được thành lập vào thế kỷ thứ V trước Công nguyên. Nhiều khu vực ngoại ô trong thành phố này được nhà vua và các bộ trưởng quan chức quy hoạch thành các nơi tôn nghiêm như đền, chùa, Tu viện, dành riêng cho Phật giáo là nơi tu tập cho những Tu sĩ khổ hạnh.

Tính từ năm 249 trước Công nguyên, đến ngày nay (2023), cây Đại Bồ Đề đã được là 2272 năm tuổi (2023+249 = 2272 năm) và được xem là cây sống lâu đời nhất trên thế giới trong lịch sử nhân loại.

Cách cây Bồ Đề khoảng 11km là khu khảo cổ quần thể tàn tích của cố đô Anurādhapura, một trong những điểm tham quan ấn tượng nhất ở Nam Á, bởi lẽ Anurādhapura mang một nét huyền bí tôn nghiêm về một đô thị thời tiền Thiên chúa (trước Công nguyên).

Khu quần thể phức hợp rộng lớn này với các kiến trúc độc đáo của cung điện đá tự nhiên, Tu viện gạch đỏ, bảo tháp cetiya tròn bán cầu, đài Phật uy nghi, đại sảnh trang nghiêm, công viên thoáng mát, hồ thủy lợi to lớn, và những nền móng đền đài cổ xưa đổ nát v.v... là những bộ sưu tập phong phú chứa đựng các kỳ quan kiến trúc và khảo cổ học đã được xây dựng trong thời kỳ Anurādhapura hàng nghìn năm ở Sri Lanka.

Cố Đô Anurādhapura

Ngày nay, một số địa điểm vẫn được kính thờ như thánh địa và đền chùa; các buổi lễ Phật giáo thường xuyên tổ chức, các chuyến hành hương hàng ngàn người đến đây mỗi ngày khiến cho Anurādhapura trở nên sống động linh thiêng như thời hoàng kim của Phật giáo cổ xưa. Nhiều cuộc khai quật khảo cổ tại các di tích này đang được thực hiện và vẫn tiếp tục. Những nền móng đền đài, công trình kiến trúc đang được trùng tu và bảo tồn. Nhiều kiệt tác kiến trúc, nghệ thuật điêu khắc của Phật giáo, của một nền văn minh Sri Lanka cổ đại đã được Unesco công nhận là di sản thế giới (The World Heritages) vào năm 1982 với tên gọi: "*Quần thể phế tích cổ đại của thành phố thiêng Anurādhapura..*"

Phái đoàn hành hương Chùa Hương Sen đã viếng những điểm di tích trong khu quần thể này như sau:

1. Sri Maha Bodhi (Cây Bồ Đề thiêng)
2. Bảo tàng khảo cổ học Anurādhapura

3. Tháp Abhayagiri Dagoba
4. Bể nước thủy lợi Nuwarawewa
5. Chùa hang đá Iurumuniya
6. Viện Bảo tàng Khảo cổ Abhayagiriya
7. Cung điện Brazen
8. Tháp Mirisawetiya Dagaba
9. Cung điện Hoàng gia Anurādhapura
10. Đại Bảo tháp Ruwanweliseya Dagaba
11. Tháp Jetawana Dagaba
12. Tháp Thuparama Dagaba
13. Tượng Phật Aukana
14. Núi thiêng Mihinthale
15. Trai đường và Nhà bếp (Alms Hall, Refectory: rice trough)
16. Đá khắc vầng trăng Sandakada Pahana (Moonstone)
17. Eth Pokuna (Ao voi)
18. Kuttam Pokuna (Ao đôi)
19. Tượng Phật thiền định Samadhi
20. Tháp Lankaramaya
21. Hang ẩn cư Vessagiri
22. Tu viện Mayura Pirivena
23. Tu viện Sārānanda Pirivena
24. Tháp Mirisavetiya
25. Tu viện Issarasamanārāma
26. Giảng đường Ratna Prasada Anurādhapura
27. Thông tin Cần thiết ở Anurādhapura.

1.3.1. Cây Bồ Đề thiêng (Jaya Sri Maha Bodhi), Anurādhapura

Theo lịch sử Ấn độ, Bồ tát Cồ Đàm (Gautama) đã ngồi thiền dưới bóng cây Bồ Đề bên sông Ni Liên Thiền, Bồ Đề đạo tràng, Bihar, Ấn độ, sau 49 ngày quán chiếu Lý Nhân Duyên, (duyên khởi) Ngài đã giác ngộ, trở thành – Đức Phật Thích Ca Mâu Ni, từ đó cây Bồ Đề được tôn kính như sự giác ngộ của Ngài.

Cây Bồ Đề tỏa cành xanh lá tươi tốt. Phái đoàn Chùa Hương Sen 11 vị đến kính viếng ngày 11/7/2023

Một nhánh phía Nam của cây thiêng này ở Bồ Đề Đạo Tràng đã được đức Thánh Tỳ-kheo-Ni Arahant Saṅghamittā Maha Theri[48] mang đến Sri Lanka vào năm 236 trước Công nguyên, với sự bảo trợ của phụ thân tức Hoàng đế A Dục (Dharmasoka). Vua Devanampiyatissa đã trồng cây Bồ Đề Jaya Sri Maha Bodhi này trong Công viên Hoàng gia 'Maha Meghavana Udyanaya' ở Anurādhapura, dưới sự hướng dẫn của đức Thánh Tỳ-kheo Mihinda Maha Thero. Kể từ đó, dân đảo Ceylon kính trọng cây Bồ Đề linh thiêng này như là hiện thân của Đức Phật Thích Ca đang ngự tại đây, tỏa sáng rực rỡ.

Cây Bồ Đề thiêng là cây lâu đời nhất được chứng thực lịch sử trên thế giới. Tính từ năm 249 trước Công nguyên, đến ngày nay (2023), cây Đại Bồ Đề đã được là 2272 năm tuổi (2023+249 = 2272 năm) và được xem là cây sống lâu đời nhất trên thế giới trong lịch sử nhân loại. Cây đã được chăm sóc bảo vệ qua nhiều thế hệ liên tục ngay cả trong thời kỳ Ấn Độ chiếm đóng.

Từ trái: Sư cô Viên Quang, Sư cô Viên Chân, Sư Sri Sumedha, tác giả TN Giới Hương, Viên Phương và Tâm Tuệ Nguyệt

48 Cây Bồ Đề thiêng (Jaya Sri Maha Bodhi), Anuradhapura https://www.srimahabodhi.lk/web/

1.3.2. Viện bảo tàng khảo cổ Anurādhapura (Anurādhapura Archaeological Museum)

Viện bảo tàng khảo cổ Anurādhapura[49] tọa lạc ở Thuparama Mawatha, Anurādhapura. Đây là một trong những bảo tàng lâu đời nhất ở Sri Lanka, nằm trong tòa nhà Kachcheri cũ giữa Ruwanweli Maha Seya và Lovamahapaya. Có rất nhiều di vật khảo cổ học được trưng bày tại bảo tàng, bao gồm tượng Phật, tượng Nữ thần, tiền xu, đồ trang sức, dụng cụ nhà trù (bếp), v.v. Hai phần quan trọng nhất tại bảo tàng là phòng mô hình của đại tháp Vatadage và các cổ vật Anurādhapura được tìm thấy tại Kantaka Chethiya, núi Mihintale.

Viện bảo tàng khảo cổ Anurādhapura

Từ Anurādhapura, khách chiêm bái có thể đi xa lộ Puttalam - Anurādhapura - Trincomalee để đến Bảo tàng Khảo cổ học Anurādhapura nằm dọc theo Thuparama Mawatha ở Anurādhapura.

49 Viện bảo tàng khảo cổ Anuradhapura http://www.srisalike.com/Museum/Anuradhapura/Anuradhapura%20Archaeological%20Museum.aspx
https://www.attractionsinsrilanka.com/travel-directory/anuradhapura-archaeological-museum/

1.3.3. Tháp Abhayagiri Dagoba

Tháp Abhayagiri[50] cao 116 mét (380 feet) và là tháp cao thứ hai của Sri Lanka do vua Valagamba xây vào thế kỷ thứ hai trước Công nguyên. Đại tháp tráng lệ này được lợp nhiều tầng bằng đồng mạ vàng xen với ngói bằng đất sét nung tráng men màu tối. Với đỉnh cao 74,98 mét đã tạo ra sức hút nổi bật của quần thể Anurādhapura này, đã được Unesco công nhận là Di sản Thế giới (chỉ đứng sau hai kim tự tháp hùng vĩ nhất của Ai Cập cổ đại tại Gizeh).

Tu viện Abhayagiri nổi tiếng không chỉ là kiến trúc phức hợp của đại tháp, mà còn là một trung tâm Phật học tuyệt vời, thường tổ chức các pháp hội, bàn về những lời dạy thuần túy nguyên thủy của Đức Phật với sự tham dự của nhiều trường phái Phật giáo.

Phái đoàn Hương Sen viếng thăm Tháp Abhayagiri ngày 11/7/2023

50 Đại tháp Abhayagiri Dagoba http://www.mysrilankaholidays.com/abhayagiri-dagoba.html

Đại sư Pháp Hiền (Fa-hsien, người Trung Quốc) đã đến thăm đại bảo tháp Abhayagiri vào thế kỷ thứ V, và sống tu học hai năm ở đây để sao chép các văn bản Phật giáo mang về Trung Quốc. Trong thời gian tu học ở Abhayagiri Viharaya, Ngài đã viết ký sự về trải nghiệm của mình tại đảo Ceylon này, đã đề cập đến có một bảo tháp Abhayagiri cao 400 feet được trang hoàng với nhiều vàng, bạc ngọc ngà quý hiếm chính giữa là tượng Phật Thích Ca tọa thiền uy nghiêm.

Bể nước thủy lợi Nuwarawewa (Nuwarawewa Tank)

Nuwarawewa là bể nước thủy lợi lớn nhất trong số ba bể chứa nhân tạo ở trung tâm thành phố Anurādhapura. Hai bể còn lại là Basawakkulama (Abaya Wewa) và Tissa wewa. Nuwara Wewa do Vua Vattagamini Abaya (Valagamba) xây vào thế kỷ đầu tiên trước Công nguyên có thể chứa 50 triệu mét khối nước cung cấp cho nông nghiệp và đời sống dân chúng.

Theo H. Parker[51] dựa trên kích thước của những viên gạch được sử dụng tương tự như những viên gạch trong Bảo tháp Abhayagiriya, bể được xây dựng vào 20 năm đầu của thế kỷ I trước Công nguyên. Sau đó, có thể bể được tu sửa một lần vào thế kỷ thứ III và một lần nữa vào thế kỷ thứ V. Bể có một con đập dài 4km (3 miles) và cao 11.5m (37 feet). Độ cao của nước là khoảng 7m (23 feet) với diện tích 3180 ha.

Hồ thủy lợi Nuwarawewa[52]

51 Ceylon cổ đại (AncientCeylon, 1909), H. Parker. https:// www.google.com/books/edition/Ancient_Ceylon/60I65HkGFg4C ?hl=en&gbpv=1&pg=PA3&printsec=frontcover

52 https://collections.vam.ac.uk/item/O147362/anuradhapura-the-nuwarawewa-tank-with-photograph-lawton-joseph/

1.3.4. Chùa hang đá Isurumuniya

Chùa hang đá Isurumuniya (tên trước kia là Meghagiri Vihara) tọa lạc tại Anurādhapura gần Tissa Wewa do Vua Devanampiya xây vào thế kỷ thứ III trước Công nguyên. Chùa được xây kết nối với hang động và trên vách hang là cả một kho tàng các bức phù điêu chạm khắc tuyệt đẹp, trong đó nổi tiếng là bức phù điêu "Cặp người yêu Isurumuniya" (Isurumuniya Lovers) còn nguyên vẹn rất mới. Cạnh hang là một bảo tháp cetiya màu trắng hình bán cầu.

Chùa hang đá Isurumuniya và tấm điêu khắc cặp người yêu Isurumuniya[53]

53 https://www.google.com/search?q=Isurumuniya

1.3.5. Viện bảo tàng khảo cổ Abhayagiriya (Abhayagiriya Museum)

Bảo tàng Abhayagiriya[54] là một viện bảo tàng khảo cổ khác thành lập gần bảo tháp Abhayagiri để thu thập và trưng bày các di vật khảo cổ về thành phố Anurādhapura thiêng liêng lâu đời nhất, đặc biệt các di vật được tìm thấy ở khu vực Tu viện Abhayagiri.

Bảo tàng Abhayagiriya

Các tác phẩm trưng bày như các tượng điêu khắc, đồ gốm, đồ trang trí, thủy tinh, gạch lát, đồ thủ công mỹ nghệ, nữ trang, v.v. được tìm thấy trong công cuộc khảo cổ khai quật khu vực Abhayagiri. Bảo tàng này được chính phủ Trung Quốc tài trợ như là kết quả của tình hữu nghị giữa hai nước từ xưa đến nay cũng để kỷ niệm vào thế kỷ V (năm 412 sau Công nguyên), đại sư Pháp Hiền (Fa-hsien) người Trung Quốc đã đến tu học hai năm ở Tu viện Abhayagiri này thu thập kinh tạng để mang về Trung Quốc.

1.3.6. Tu viện Đồng Brazen

Phía Bắc của khuôn viên cây Bồ Đề thiêng, có một quần thể

54 Viện bảo tàng khảo cổ Abhayagiriya http://tour.lk/destination/sri-lanka/anuradhapura/abhayagiri-museum/56/

với mái ngói bằng đồng nên có tên Tu viện Đồng Brazen.[55] Tu viện tọa lạc giữa một rừng 1.600 cột đá màu xám vàng kiên cố với hình dáng bốn mươi hàng đứng thẳng dọc ngang mỗi hàng có bốn mươi cột. Tu viện Brazen vốn có chín tầng; mỗi tầng có nhiều phòng, mỗi phòng có một bảng tên bằng đồng mạ vàng.

Kích thước ban đầu của nó rất rộng, bởi lẽ từng có cả ngàn chư Tăng cư ngụ ở chín tầng trên. Ngoài ra, cũng có một nhà trai đường (để ăn cơm) và một giảng đường (uposathagara) để chư Tăng tụng giới. Cảnh mà chúng ta thấy trong hình bây giờ là một bản sao nhỏ của nó.

Tu viện Đồng Brazen[56]

Theo như Sử Sri Lanka, Tu viện Đồng Brazen là một công trình nghệ thuật cao nhất trên đảo Sri Lanka trong suốt một thiên niên kỷ, từ năm 155 trước Công nguyên đến năm 933 (dưới thời Vua Saddhatissa). Đầu tiên Vua Tissa cho khởi công xây

55 Cung điện Brazen
https://www.petitfute.co.uk/v41191-anuradhapura/c1173-visites-points-d-interet/c976-archeologie-artisanat-science-et-technique/c973-site-archeologique/566986-brazen-palace-lovamahapaya.html
56 https://www.trulysrilanka.com/attractions/lovamahapaya.html

dựng cung điện vào thế kỷ thứ II trước Công nguyên, sau đó, Duthagamani cho xây thêm Tu viện Mahavihara... và lần cuối cùng trùng tu là do Vua Parakramabahu I khởi công.

1.3.7. Tháp Mirisawetiya Dagaba

Theo biên niên sử *Dīpavamsa* (the Chronicle of the Island of Ceylon), Đại tháp Mirisawetiya Dagaba[57] do Vua Dutugamunu (161-137 TCN) xây dựng trong khu quần thể Đại Tự (Mahavihara). Vua Dutugamunu là vị vua vĩ đại đã đánh bại quân xâm lược Tamil, Người đã trị vì đất nước trong 30 năm và đưa vương quốc Sri Lanka phát triển hùng mạnh.

57 Đại tháp Mirisawetiya Dagaba https://amazinglanka.com/wp/mirisavatiya-dagaba/

Tháp Mirisawetiya Dagaba được trùng tu vào những năm 1980 và 1993 với chiều cao 59 mét (192 feet) và đường kính 43 mét (141 feet)[58]

Tương truyền khi vị vua vĩ đại Dutugamunu đi dự lễ hội toé nước, Ngài đã để lại vương trượng (kunta) của mình tại vị trí này. Khi trở về, không ai có thể tháo vương tượng ra được. Thấy sự kỳ lạ như vậy, nên vua đã xây dựng một đại tháp thờ Phật (Dagaba) tại đây và đặt tên Mirisawetiya Dagaba.

Trong tiếng Sinhalese, Mirisavatiya bắt nguồn từ Miris Vetiya có nghĩa là trái ớt. Người ta đồn rằng nhà vua đã từng quên cúng một quả ớt khi dâng bát cho quý Sư, nên nhà vua đã cho xây và đặt tên Mirisavatiya cho bảo tháp như một lời xin lỗi.

1.3.8. Đại tháp hoàng gia Anurādhapura

Cách bảo tháp Thuparama Dagoba khoảng 200m về phía Bắc là nền móng Đại tháp Hoàng gia Anurādhapura,[59] do Vua Vijayabahu xây dựng vào thế kỷ 12, là một trong những điểm

58 https://amazinglanka.com/wp/mirisavatiya-dagaba/
59 Cung điện hoàng gia Anuradhapura. https://tour.lk/destination/sri-lanka/anuradhapura/the-royal-palace/50/

khảo cổ thu hút của khách chiêm bái. Đại tháp rộng 39 mét (128 feet) và dài 66 mét (216 feet). Có một tháp Dalada Maligawa ở phía Nam là nơi lần đầu tiên thờ xá lợi răng của Đức Phật vào năm 313 sau Công nguyên trước khi dời về đại tháp hoàng gia Dalada Maligawa, Kandy (miền Trung Sri Lanka).

Nền móng Đại tháp Hoàng gia Anurādhapura

Đại tháp được xây bằng gỗ, đất và đá, nhưng theo thời gian vô thường, gỗ bị hư, chỉ còn kiến trúc bằng đá vẫn tồn tại. Kiến trúc tháp đá nổi bật trên thảm cỏ xanh mướt là một quan cảnh rất ngoạn mục hiếm có cho du khách.

1.3.9. Tháp Hòa Bình Rathnamali Maha Chetiya (Ruwanweli Maha Seya)

Đại Bảo Tháp Ruwanweliseya[60] hay còn gọi Đại Tháp (Maha Stupa hay Mahachatiya), Tháp Quý (Ratnapali) hay Tháp Tôn Kính (Swarnamali) tọa lạc giữa sông Malwatu Oya và hai hồ thủy lợi cổ đại nhân tạo Tissa Wewa và Abhaya Wewa (Basawakkulama Wewa) tại thủ đô Anurādhapura. Tháp nguy nga này do Vua Dutugamunu (101-77 TCN), một vị anh quân của Sri Lanka, xây

60 Đại Bảo Tháp Ruwanweliseya Dagaba http://www.mysrilankaholidays.com/ruwanweliseya.html

vào thế kỷ thứ II trước Công nguyên, là một trong những công trình kiến trúc lớn nhất, quý nhất, tôn kính nhất trong số các bảo tháp vĩ đại (dagobas) của thế giới cổ đại.

Sư Siri Sumedha hướng dẫn đoàn thiền hành nhiễu tháp Maha Stupa, Ruwanweliseya ngày 20/8/2016

Được biết, sau khi Dutugamunu trở thành vua vào năm 161 trước Công nguyên, vua bắt đầu một công trình xây dựng lớn gọi là Đại bảo tháp Ruvanvalisaya. Hàng chục kiến trúc sư đã đệ trình các bản thiết kế nhưng đều bị vua từ chối. Cuối cùng, có một kiến trúc sư lấy một bát nước, múc một ít nước đổ vào bát để nó tạo thành bóng trên mặt nước và thưa với vua rằng: "Tôi sẽ làm mái vòm (bán cầu) của bảo tháp Ruvanvalisaya như vậy" và ý tưởng thiết kế này được vua chấp nhận.

Nền móng bằng gạch và đá sâu hơn 6 mét (20 feet) đã được xây dựng và nhiều đội voi được điều đi tới đi lui liên tục để làm cho nền đất vững chắc hơn. Vua Dutugamunu cật lực theo dõi công trình và trả công xứng đáng cho các nhân công. Khi bảo tháp sắp hoàn thành, sức khỏe vua đã yếu không đủ sức để nhìn thấy kiệt tác của mình. Vì lòng tiếc thương vị vua già Dutugamunu mà anh trai của vua và vị vua thừa kế Saddhatissa đã trải vải trắng lên những phần chưa hoàn thiện của bảo tháp; vua được đưa ra ngoài để chiêm ngưỡng bảo tháp để yên lòng chết vì nghĩ rằng ước nguyện của mình đã hoàn mãn.

Cuối cùng khi đại bảo tháp Ruvanvalisaya được hoàn thành, nó trở thành một trong những kỳ quan của thời đại với đường kính ở chân đế là 294 feet và chiều cao là 300 feet. So sánh với bảo tháp nổi tiếng ở Sanchi, Ấn độ, được xây dựng cùng thời có đường kính 120 feet và cao 54 feet.

Phái đoàn Chùa Hương Sen với hoa sen trên tay vào viếng tháp Ruwanweliseya Dagaba ngày 11/7/2023

Nơi đây có thờ một tượng Phật đá cổ nổi tiếng với tư thế kiết ấn tọa thiền (xây vào thế kỷ thứ 4). Có bốn cầu thang ở bốn hướng bảo tháp, một bể rửa chân được xây nơi cổng chính để khách hành hương có thể rửa sạch bụi chân của họ trước khi bước vào khu vực linh thiêng. Theo bậc thang đá, khách hành hương bước lên một sân lát gạch rộng lớn. Ở phía cuối bên phải của ngôi bảo tháp hiện đại này là một bia ký của Vua Nissankamalla rất đẹp. Trong đó, vua ghi lại những sự kiện lịch sử cúng dường như vua Nissankamalla, hoàng hậu và thái tử đã bố thí vàng và châu báu cho bảo tháp và người nghèo tại đây.

Xung quanh tháp có nhiều dãy tượng voi màu xám quỳ hầu như một rào chắn xung quanh. Hàng rào này được trùng tu nhiều lần nhưng về cơ bản vẫn giống với bản gốc.

Với kiến trúc hình bán cầu màu trắng cao 103 mét và chu vi 290 mét uy nghi nổi bật trong khu thánh cổ Anurādhapura, bên dòng sông Malwatu Oya hiền hòa yên tĩnh, đại bạch tháp này là một trong những công trình quan trọng bậc nhất trong số những Di sản Phật giáo Sinhalese tại thành phố Anurādhapura, đó là lý do tháp đã được Unesco công nhận là Di sản Văn hóa Thế giới. Sự nổi tiếng của Bảo tháp Ruwanweliseya, trước hết là nhờ vào người lãnh đạo xây dựng tài giỏi vô song: Vua Dutugamunu, Anh hùng của Dân tộc, con trai của Nữ Anh hùng Dân tộc, Nữ hoàng Vihara Maha Devi (*con gái của Vua Kelanitissa của Kelaniya, Colombo và Vua Kawantissa của Ruhuna*).

Cùng chư Ni Sri Lanka bên tháp Ruwanweliseya Dagaba ngày 11/7/2023

Thứ hai, Bảo tháp Ruwanweliseya là sự hiện thực của một lời tiên tri của Thánh Tăng A-la-hán Maha Mahinda Thero, nhà truyền giáo vĩ đại (304–232 trước Công nguyên) của Ấn Độ đến Sri Lanka truyền bá Phật pháp tiên đoán tương lai tại đây sẽ có một đại bảo tháp tôn kính nhất.

Toàn cảnh Tháp Ruwanweliseya Dagaba xinh đẹp trang nghiêm

Thứ ba, Mahavamsa, bộ biên niên sử vĩ đại của Sri Lanka có ghi chép cẩn thận chi tiết những sự kiện như vua Dutugamunu xây dựng Bảo tháp Ruwanweliseya; cộng đồng Phật giáo Sinhalese thường đến chiêm bái; Phật tử mua vàng, đồng, bạc để cúng dường xá lợi của Đức Phật; hàng ngày Vua Dutugemunu trả lương và tặng quà hậu hỉ cho công nhân; vua cho xây các cơ sở phúc lợi dành cho tất cả những người lao động (kỹ sư, kiến trúc sư, nghệ nhân, thợ thủ công, thợ nề và những người lao động phổ thông); cách thuần hóa voi, cả voi chiến hoàng gia Kandula để lao động nặng khiêng đá cho công trình xây dựng; thư mời Phật tử, nhân dân mọi tầng lớp đến dự lễ khánh thành chiêm bái Đại Bảo tháp và cuối cùng là vị vua Phật tử Dutugamunu thuần thành tôn kính Tam bảo đã thăng hà bên cạnh bảo tháp trước khi hoàn thành, vv…

1.3.10. Tháp Jētavanārāmaya

Tháp Jētavanārāmaya[61] (xây vào thế kỷ thứ 3 trước Công nguyên) với chiều cao 122m (400 feet), đường kính tròn là 200

61 Tháp Jetavanarama. https://www.tripadvisor.com/ShowUserReviews-g304132-d3461770- r285417125-Jethawanaramaya_Stupa-Anuradhapura_North_Central_ Province.html

mét, cao 122 mét (400 feet) do Vua Mahasena của Anurādhapura (273–301 trước Công nguyên) và con trai xây dựng. Đây là tháp cao lớn nhất Sri Lanka, là cấu trúc cao thứ hai hoặc thứ ba sau Kim Tự Tháp ở Ai Cập[62] trong thời điểm nó được xây dựng, hiện nay tháp được Unesco công nhận là Di sản Thế giới.

Tương truyền rằng một phần dây vải thắt lưng hoặc dây thắt lưng của Đức Phật được cho đã từng được cất giữ, trưng bày tại đây. Có một bức tượng Phật đứng cao ít nhất 37 feet, trên một bệ sen bằng đá, bên dưới bệ tượng, có nhiều hộc vuông chứa nhiều đá quý và xá lợi Thánh Tăng.

Tháp Jētavanārāmaya

Vào thế kỷ 12, Vua Parakramabahu đã cho trùng tu, tháp được xây dựng lại với chiều cao hiện tại 71 mét (233 ft), giảm so với chiều cao ban đầu. Cấu trúc không còn cao nhất nhưng vẫn là công trình to lớn, với diện tích cơ sở là 233.000m^2 (2.508.000 sq ft tức 5.6ha). Khoảng 93,3 triệu viên gạch nung đã được sử dụng trong xây dựng. Ước tính nơi đây đã có 10,000 chư Tăng của hệ phái Phật giáo Sagalika ở tu học. Những nét tinh xảo văn hoa của kiến trúc là một minh chứng cho thấy một bước phát triển đáng kể trong lịch sử kiến trúc cổ đại của hòn đảo Ceylon.

62 https://en.wikipedia.org/wiki/Jetavanaramaya

1.3.11. Bảo Tháp Thuparama Dagaba

Tháp Thuparama Dagaba[63] là bảo tháp lâu đời nhất của Sri Lanka được xây dựng sau khi Phật giáo được thành lập ở Sri Lanka vào năm 250 trước Công nguyên. Theo tương truyền, nơi đây đã từng thờ xá lợi xương đòn, xương cổ của Đức Phật dưới thời vua Devanmpiyatissa. Hiện nay, tháp tọa lạc trong khu vực thiêng liêng của công viên Mahamewna,

Bảo tháp đầu tiên ở Sri Lanka xây vào năm 300 trước Công Nguyên, thời Vua A Dục

Bảo tháp Thuparama nằm trên một nền tảng hình tròn và được bao quanh bởi bốn vòng tròn đồng tâm của các trụ hình bát giác; mỗi vòng tròn giảm dần chiều cao so với vòng tròn trong cùng. Những trụ cột đá cao 22 feet 10 inches từng nâng đỡ mái vòm của bảo tháp được xây dựng vào thế kỷ thứ 6, là kiệt tác của nghệ nhân xây bằng đá. Ở lối vào của tháp Thuparama là một cái máng nước bằng đá rất chắc tốt. Máng này đặt dưới vòi nước luôn chứa đầy nước để khách hành hương sử dụng.

Được xây dựng từ năm 276 trước Công nguyên, Bảo Tháp Thuparama Dagaba không chỉ là dagoba lâu đời nhất trong

63 Bảo Tháp Thuparama Dagaba. https://en.wikipedia.org/wiki/Thuparamaya

thành phố Anurādhapura mà còn trên khắp đảo quốc Sri Lanka. Kiến trúc ban đầu là hình tròn bán cầu (đống lúa) như các tháp Abhayagiri Dagoba, Isurumuniya, Mirisawetiya Dagaba, nhưng khi trùng tu sau này vào thế kỷ 19, nó trở thành hình bóng ống hay quả chuông. Theo yêu cầu của Vua Devanampiyatissa, tháp được xây để đánh dấu sự du nhập của Phật giáo Nguyên Thủy (Theravāda) vào đảo Ceylon.

Mặt trước Tháp Thuparama Dagaba

1.3.12. Tượng Phật Aukana

Tượng Phật Aukana[64] cao 11.36 mét là bức tượng cổ nguyên khối cao nhất Sri Lanka, tọa lạc trên đường Dambulla-Anurādhapura, cách Dambulla 30km về phía Tây Bắc, gần hồ chứa nước nhân tạo Kala Weva cổ đại.

Đây là một kiệt tác về tượng Phật đá lớn của các nhà điêu khắc vô danh. Tượng Aukana nổi bật từ xa với tư thế đứng trên bệ hoa sen cánh kép được gọi là Padmasana (tòa hoa sen), nếp xếp gấp của Y ca sa được khắc duyên dáng mềm mại tinh tế như tấm vải lụa mỏng, bàn tay ban phước (Asisa Mudra) thanh thoát và khuôn mặt từ bi thiền định...

64 Tượng Phật Aukana. https://lakpura.com/aukana-buddha-statue

1.3.13. Núi đá Mihintale (Hill of Mahinda)

Núi đá Mihintale[65] được mệnh danh là chiếc nôi của Phật giáo Sri Lanka, bởi vào thế kỷ thứ 3 trước Công nguyên, người đệ tử vĩ đại của Đức Phật, Tỳ kheo Arhanthā Mahinda Thero (con trai Hoàng đế A Dục) đã sang Sri Lanka truyền bá Phật pháp tại đây.

Có cầu thang đá gồm 1.840 bậc, rộng rãi thoải mái dẫn lên đỉnh núi đá Mihintale để Phật tử lên đảnh lễ. Hai bên cầu thang có xây thành đá để khách nghỉ chân. Chinh phục đỉnh núi là một thử thách về thể lực và ý chí. Từ đỉnh, khách chiêm bái có thể đứng ngắm nhìn cảnh thành phố Anurādhapura, làng quê mộc mạc xung quanh bên dưới. Nhiều tịnh xá mới xây dưới chân núi Mihintale, nơi có nhiều chư Tăng và các chú Điệu nhỏ đang tu học (ở đó).

65 Núi đá Mihintale. https://albinger.me/2014/06/28/up-the-steps-of-sri-lankas- mihintale-mahindas-hill/

Núi đá Mihintale
- nơi kỷ niệm thờ Thánh Tăng Arhanthā Mahinda Thero

Hàng năm vào ngày poya trăng tròn của Poson (thường là vào tháng Sáu), hàng ngàn Phật tử từ các nơi trên khắp hải đảo quy tụ về đây để làm lễ kỷ niệm sự kiện trọng đại Phật giáo du nhập vào Sri Lanka do Thánh Tăng Mahinda Thero truyền bá.

1.3.14. Trai đường và Nhà Bếp

Rời khỏi đại tháp Đồng Brazen, dọc theo con đường phía Bắc, khách hành hương sẽ nhìn thấy nền móng của một trai đường ở bên phải. Đây là tàn tích còn lại của một trong số các khu của Đại Tự Mahavihara. Ngày xưa, nhiều vị Tu sĩ ở cố đô Anurādhapura không thể mỗi ngày duy trì khất thực, nên Tu viện thường có những trai đường lớn, phát những phiếu ăn bằng gỗ để chư Tăng lấy thực phẩm.

Trai đường nằm ở sân thượng giữa núi đá Mihintale, có kích thước 14 x 77 feet được lát bằng các phiến đá granit. Có 14 hàng cột đá vốn từng để đỡ mái trai đường. Khu vực này bao gồm một nhà bếp, các kho lưu trữ và các máng lớn đựng thức ăn (cháo và gạo). Sân có các bể chứa nước Nāga pokuna (Ao rắn hổ mang) và cống có mái che.

Lần theo lối chính, khách chiêm bái sẽ đến một sân lớn lát đá hình chữ nhật, có một hàng hiên hình trụ nơi các nhà Sư thường dùng như trai đường. Có các cống, rãnh nước là nơi có các phương tiện để quý Sư rửa bát và rửa tay sau buổi thọ trai. Đối diện với bức tường phía Đông của trai đường là một cái máng thuyền đá lớn được ghép từ nhiều phiến đá, khớp với nhau một cách hoàn hảo như một thuyền thực phẩm. Theo Đại Sử Mahavamsa, những máng như vậy được gọi là thuyền lúa (buth-oruwa). Cơm chín được đổ vào máng thuyền này và sau đó được cúng dường sớt vào bát của các nhà Sư khi quý Sư tuần tự xếp hàng đi qua với bát của mình. Một thuyền cơm như vậy sớt được 3.800 bát, cúng dường cho 3.800 vị Sư Phật giáo.

1.3.15. Đá mặt trăng Sandakada Pahana Anurādhapura (Moonstone)

Sandakada Pahana (moonstone)[66] là một phiến đá granit (gneiss) hình nửa vầng trăng được chạm khắc hoa văn như hình hoa sen, chim thiên nga, voi, sư tử, ngựa, bò đực để trang trí dưới thềm trước hay cuối cầu thang của người Sri Lanka cổ đại trong thời hậu Anurādhapura. Đây là một nét độc đáo và sáng tạo cao nhất của kiến trúc cổ đại.

66 Đá mặt trăng Sandakada Pahana Anuradhapura (Moonstone) https:// www. attractionsinsrilanka.com/travel-directory/anuradhapura-sandakada- pahana/

Hòa thượng Tiến Sĩ K. Siri Sumedha Thero (trưởng đoàn hành hương Chùa Hương Sen) giải thích ý nghĩa tiềm ẩn của các hình khắc đá mặt trăng Sandakada Pahana này như sau:

Vòng một ngoài cùng là họa tiết hoa văn tượng trưng cho thế giới ngũ dục.

Vòng hai là hình các thú linh nối nhau đi (voi, ngựa, sư tử…) tượng trưng cho sanh trụ di diệt luân hồi nối tiếp.

Vòng ba là những ngọn lửa tượng trưng cho dục vọng tham sân si.

Vòng bốn là những con thiên nga đang bay như vượt thoát qua những khát ái, tham sân si, sẽ đạt đến sự thanh tịnh.

Vòng năm là những chiếc lá tượng trưng cho nghị lực sống và các cây leo là con đường giải thoát.

Vòng sáu trung tâm là hoa sen chính giữa tượng trưng cho các thế giới giải thoát của các Tu sĩ và hành giả.

1.3.16. Hồ voi Eth Pokuna

Hồ voi Eth Pokuna[67] là một bể nước rộng được xây vào thời cổ đại gần tháp Abhayagiri và Lankaramaya về phía Bắc. Hồ rộng 159m, ngang 52.7m và sâu 9.5m, có thể chứa 75.000 mét khối nước. Khoảng 5000 quý Sư của Tu viện Abhayagiri và các

67 Hồ voi Eth Pokuna. https://amazinglanka.com/wp/eth-pokuna/

vùng gần đây thường đến dùng nước hồ voi cho nhu cầu cuộc sống của mình.

Nước hồ được cung cấp từ Bể Periyamkulama thông qua một mạng lưới kênh ngầm, và chúng ta vẫn có thể nhìn thấy một phần của các dòng nước được xây bằng các khối đá.

1.3.17. Hồ đôi Kuttam Pokuna

Hồ Đôi (Twin Ponds) Kuttam Pokuna có niên đại từ thế kỷ thứ 8, tọa lạc ở phía Nam của Abhayagiri, Tu viện thứ hai trong ba Tu viện lớn[68] ở cố đô Phật giáo Anurādhapura, nơi hàng ngàn chư Tăng Abhayagiri ở tu học và thường đến đây tắm giặt.

Hồ lớn dài 132 feet được xây dựng đầu tiên, cái nhỏ 91 feet được xây thêm sau đó. Cả hai hồ đều rộng 51 feet, đều có các bậc thang ở mỗi đầu hồ cũng như bậc thang xung quanh hồ, cho phép nhiều người có thể tắm hay sử dụng nước cùng một lúc.

Ở cuối ao, khách hành hương sẽ nhìn thấy có bộ máy thiết lọc nước thông minh như khi nước chảy vào phần đầu tiên là nơi sẽ lọc giữ các nhánh và lá cây; nước chảy vào phần thứ hai cho phép phù sa lắng xuống trước khi cuối cùng chảy vào ao qua

68 Ba Tu viện cổ đại đầu tiên ở Sri Lanka là Mahavihara, Abhayagiri và Jetavana

vòi phun có hình đầu rồng (Nagas). Rồng là những sinh vật thần thoại linh thiêng được cho là sống ở các tầng nước sâu và những viên đá khắc hình rồng là để tôn vinh rồng, luôn được đặt gần cống, đài phun nước và các đường dẫn nước.

Sau đó, nước chảy từ hồ nhỏ vào hồ lớn qua một đường ống dẫn về phía đáy ao. Sau khi được sử dụng để rửa, nước thải được dẫn cẩn thận ra các cánh đồng lúa cạnh bên. Gần góc Tây bắc của ao là một cái vòi, nơi mọi người rửa chân trước khi tắm.

Hồ đôi Kuttam Pokuna là một trong những mẫu hồ tắm đẹp nhất ở Sri Lanka.[69] Hồ có nhiều đá hoa cương chạm xung quanh, thuộc vương quốc cổ đại Anurādhapura, được xem là một trong những thành tựu đáng kể trong lĩnh vực kỹ thuật thủy văn và nghệ thuật sáng tạo kiến trúc của người Sinhalese cổ đại.

1.3.18. Tượng Phật thiền định (Samadhi)

Từ bảo tháp Abhayagiri, tiếp tục đi về phía Tây dọc theo con đường, từ xa khách chiêm bái sẽ thấy một tượng Phật Samadhi tĩnh tọa bằng đá cẩm thạch đẹp tuyệt mỹ. Bức tượng dolomit cao 7.3 feet này có niên đại khoảng thế kỷ thứ 3 có thể là bức tượng mà Pháp Hiền đã đề cập đến khi nhìn thấy đôi khi được nhắc đến trong biên niên sử với cái tên Tượng Phật Đá vĩ đại.

69 Hồ đôi Kuttam Pokuna. https://themiracleisland.com/kuttam-pokuna.php

Cuộc khai quật cho thấy bức tượng này là một trong bốn bức tượng ban đầu được đặt quay lưng vào cây Bồ Đề trong khuôn viên bảo tháp Abhayagiri.

Tượng Phật an tĩnh tự tại trong tư thế thiền tĩnh (Dhyana Mudra) và tư thế thiền định này gắn liền với sự giác ngộ đầu tiên của Ngài dưới cội bồ đề bên sông Ni-Liên. Vào năm 1886, bức tượng Samadhi được tìm thấy ở vị trí hiện tại với phần mũi bị vỡ. Sau đó, sóng mũi đã được tái tạo.

Tượng Samadhi thể hiện ba đặc điểm khác nhau khi chúng ta chiêm ngưỡng khuôn mặt của bức tượng từ ba phía. Khi nhìn vào khuôn mặt bên phải thì thấy Ngài như có vẽ buồn nhẹ, nhìn từ bên trái của bức tượng cho thấy Ngài toát lên một nụ cười nhẹ và khi nhìn vào bức tượng phía trước cho thấy một tư thế trung lập tĩnh tại. Đôi mắt của tượng Phật Samadhi làm bằng đá quý pha lê.

Tượng Phật cẩm thạch này là một trong những tác phẩm chạm khắc đẹp nhất trong thời đại Anurādhapura.

1.3.19. Tháp Lankaramaya

Người Sinhalese tin rằng ngôi tháp Lankaramaya[70] này đã hiện diện ở đây hơn hai thiên niên kỷ lịch sử.

70 Tháp Lankaramaya. https://lakpura.com/lankaramaya

Câu chuyện kể rằng vào năm 103 trước Công nguyên là một năm đáng nhớ đối với Vua Walagamba (còn được gọi là Vattagamini Abaya) của thủ đô Anuraddhapura. Trong một lần, vương quốc bị những kẻ xâm lược tấn công và phải ẩn náu tại một nơi gọi là Silasobha Khandaka. Tại đây, sau khi lên kế hoạch lật đánh lại những kẻ xâm lược, Ngài đã thành công và trong cùng năm, lên ngôi vua trị vì hải đảo.

Từ đó, địa danh Silasobha Khandaka đã giữ một vị trí đặc biệt trong ký ức của vua là nơi ẩn náu an toàn, cũng là nơi bắt đầu trên con đường chính trị của mình. Vì vậy, vua đã cho xây dựng một bảo tháp để tưởng nhớ đặt tên là Silasobha Khandaka Cetiya. Bảo tháp có kiến trúc hình bán cầu tương tự như Thuparama (*bảo tháp* đầu *tiên* được *xây dựng sau khi Phật giáo du nhập Ceylon vào năm 250 trước Công nguyên*).

Silasobha Khandaka Cetiya được xây dựng với 88 cây cột chống đỡ mái vòm có đường kính 14 mét (45 feet), cao 3 mét (10 feet) so với mặt đất. Có vài bức tượng Phật bị gảy, bồn đá để rửa chân trước khi bước vào cửa chánh điện và tàn tích của những cột trụ đá bị gãy ở giữa sân lớn.

Ngày nay, bảo tháp đã được trùng tu, tên của bảo tháp cũng đã được đổi từ Silasobha Khandaka Cetiya thành Lankaramaya đơn giản hơn.

1.3.20. Hang ẩn cư Vessagiri

Vessagiri hay Issarasamanarama là một hang đá ẩn cư của nhiều ẩn sĩ Phật giáo, cách Isurumuniya khoảng nửa dặm về phía Nam Anurādhapura. Đây là một phần tàn tích của Anurādhapura, một trong những thủ đô Phật giáo cổ đại của Sri Lanka. Bắt đầu dưới triều đại của Vua Devanampiya Tissa (giữa thế kỷ thứ III trước Công nguyên), địa điểm Vessagiri này đã được mở rộng cho đến thời trị vì của Vua Kasyapa (473 - 491 sau Công nguyên) để trở thành một nơi tu tập lý tưởng của khoảng năm trăm nhà Sư.

Hang đá Vessagiri được xây dựng bằng cách khai thác đá và sử dụng các vật liệu địa phương. Du khách ngày nay chỉ nhìn thấy những tảng đá lớn trơ trụi chất chồng. Thật ra, phần lớn các tảng đá đã được chở đi và tái sử dụng ở nơi khác. Phía trên hang có khắc tên những thí chủ cúng dường xây hang bằng chữ viết Brahmi.

1.3.21. Tu viện Mayura Pirivena

Tàn tích của một Tu viện cổ có tên là Mayura Pirivena đã được tìm thấy ở phía Tây nam của cây Bồ Đề thiêng (Jaya Sri Maha Bodhi), là một trong những trung tâm tu tập chính thuộc khu phức hợp Aramic Maha Viharaya trong thời đại Anurādhapura. Theo các sách cổ ghi chép Mayura Pirivena này do vua Buddhadasa (340-368) xây dựng, cũng là nơi đại sư Phật Âm (Buddhaghosha Thera), Ấn Độ, đã từng cư trú khi đến Ceylon.

Buddhaghosha Thero là một Luận sư Phật giáo Nguyên thủy vào thế kỷ thứ 5. Khi sớ luận về Tam Tạng Kinh Điển (Tripitakaya) ở Ấn Độ bị thất lạc, đại sư Phật Âm đã đến Sri Lanka để nghiên cứu các sớ luận viết bằng tiếng Sinhalese được lưu giữ trong Tu viện Maha Viharaya ở Anurādhapura. Tại Sri Lanka, các nhà Sư của Maha Viharaya tập hợp lưu giữ rất nhiều văn bản chú giải Tam tạng đã giúp đưa tài liệu để Ngài chuyển dịch và nghiên cứu.

Những giải thích bình luận của đại sư Phật Âm rất logic, chặt chẽ và hợp lý, tạo nên một cách hiểu chính thống về kinh điển Nguyên thủy ít nhất là từ thế kỷ 12 trở đi, được các học giả phương Tây, Phật tử Nguyên Thủy (Theravadins) công nhận và tôn vinh Ngài là nhà bình luận quan trọng nhất của Phật Giáo Nguyên Thủy (Theravada).

Đại sư Phật Âm đã mô tả Tu viện Mayura Pirivena là "được trang trí trang nghiêm, thiên phú tuyệt vời, có rừng cây mát và nguồn cung cấp nước dồi dào." Ngày nay, chỉ còn lại một số cột bê tông của Mayura Pirivena, các phần khác của nó có thể vẫn chôn dưới ngôi nhà gỗ gần đó như trong hình đã minh họa.

1.3.22. Tu viện Sārānanda Pirivena

Dọc theo con đường hướng Bắc trước khi đến Issaramuni, khách chiêm bái sẽ thấy Tu viện Sārānanda Pirivena hiện đại với một tượng Phật tĩnh tọa trên tảng đá to.

Vào thời xưa, thuật từ "Pirivena" nghĩa là Tịnh thất, ngày nay nghĩa là Tu viện cho chư Tăng tu học. Đây là một học viện tiện nghi hiện đại khang trang, có hàng trăm chư Tăng đang tu học.

Tu viện cũng có nhà nghỉ lại cho du khách địa phương và quốc tế. Tu viện Sārānanda Pirivena là một điểm đáng đến chiêm bái, tu học hay nghiên cứu văn hóa Phật giáo Sri Lanka cổ đại.

1.3.23. Tháp Mirisavetiya

Sau khi đánh thắng quân xâm lược Nam Ấn Độ Elara, để tạ ân cho sự thành công này, vua Dutugemunu (161BC - 137BC) đã cho xây Bảo tháp hình bán cầu Mirisaweti[71] tại cố đô Anurādhapura.

71 Mirisavetiya. https://www.lankatraveldirectory.com/places/north-central-province/anuradhapura-district/religious/mirisaveti-stupa/

Theo truyền thuyết, một ngày đẹp trời nọ, Vua Dutugemunu đến hồ Tissa Wewa để tắm và cột con voi chúa (vương trượng) ở đây. Tắm xong và dắt voi về cung, nhưng voi dùng dằng nấn ná, không chịu di chuyển khỏi nơi đó. Vua nghĩ rằng đây là điềm lành báo đất linh thiêng, nên đã cho xây dựng Bảo tháp tại nơi này.

Theo thời gian bào mòn, tháp bị hư sụp, nhiều vị vua và thí chủ sau này đã tu bổ lại để có được bảo tháp trang nghiêm như hiện nay.

1.3.24. Tu viện Issarasamanārāma (Isurumuniya)

Tu viện Issarasamanārāma là một trong những Tu viện cổ đại tại Anurādhapura, do Devānampiyatissa xây dựng để kỷ niệm nơi thánh đức Mahinda đã truyền giới xuất gia cho hoàng tử Arittha cùng năm trăm Phật tử (Mhv.xx.14; xix.66). Tại nơi lịch sử này, cũng đã trồng tám cây non của cây Bồ Đề linh thiêng ở Anurādhapura (Mhv.xix.61; Mbv.162); hiện nay cây lớn sum xuê xanh mát.[72]

Tọa lạc bên bờ hồ yên tĩnh và các núi đá tự nhiên, Tu viện Issarasamanārāma có cảnh quan rất đẹp và thanh tịnh, nên Tu viện trở thành một phần của công viên hoàng gia Anurādhapura (rộng 35 mẫu Anh) từ thế kỷ 19 đến nay.

72 Issarasamanārāma. http://www.palikanon.com/english/pali_names/i_/issarasamanaaraama.htm

Trên tảng đá phía trên góc trái phía sau của hồ Issarasamanārāma có chạm khắc một số hình voi trông như thể chúng đang tắm dưới nước. Nhìn phía trên, các tảng đá sắp chồng lên như một người đàn ông cưỡi ngựa.

Trong Tu viện cũng có một viện bảo tàng, đặc biệt có một tác phẩm điêu khắc còn nguyên vẹn và rất nổi tiếng "Cặp Tình Nhân" (The Lovers). Cặp đôi có đeo hoa tai lớn thuộc loại nghệ thuật phổ biến từ thế kỷ thứ VI đến thế kỷ thứ VIII ở Sri Lanka. Bên cạnh Tu viện là Công viên hoàng gia, có hồ cá vàng, nhiều bồn hoa, dây leo, bể chứa nước ngầm...

1.3.25. Giảng đường Ratna Prasada Anurādhapura

Giảng đường Ratna Prasada thuộc Tu viện Abhayagiri Viharaya này do Vua Kanitta Tissa xây dựng trong thế kỷ đầu tiên. Đại sử Mahavamsa cho biết giảng đường Ratna Prasada đã bị phá hủy trong cuộc xâm lược của người Dravidian vào khoảng thế kỷ thứ 8 và được trùng tu dưới thời Vua Mihindu II và Vua Mihindu IV. Trong hình đã cho thấy, hiện giờ chỉ còn nền cao, cột, tượng và hai thần Hộ pháp (Ratna Prasada) ngay cửa ra vào.

Hai vị hộ pháp Muragala trong giảng đường Ratna Prasada

Ratna là quý báu (the jewel), Prasada là ủng hộ bình an (rules peacely)[73] là một giảng đường an lạc, nơi chư Tăng thường tụng giới (Uposatha garaya), thiền tọa. Đi thẳng lên chính giữa sảnh Ratna prasada, có một tượng Phật bằng đá. Trước cửa giảng đường thường có hai tượng hộ pháp ở hai bên, để bảo vệ hộ trì ngôi tam bảo. Nét sắc sảo tuyệt đẹp của tượng Thần Hộ pháp cho thấy trình độ nghệ thuật độc đáo của kiến trúc Sinhalese cổ đại.

1.3.26. Thông Tin Cần Thiết ở Anurādhapura

Khoảng cách đến Anurādhapura: từ Colombo 210km / từ Kandy 145km / từ Sân bay Quốc tế Colombo 175km.

Di chuyển: có dịch vụ xe lửa trực tiếp hàng ngày từ Pháo đài Colombo đến Anurādhapura (Có máy lạnh / hạng 2 / hạng 3).

Xe buýt công cộng đến Anurādhapura: số tuyến là 15/57 & 87. Từ Kandy đến Anurādhapura số tuyến là 43. Xe buýt tư nhân loại sang có sẵn ở hầu hết các tuyến đường.

Nhiệt độ: trung bình 28 ° C (82 ° F)

Khách sạn: hạng sao và bình dân đều có ở Anurādhapura Thu nhập chính: nông nghiệp và du lịch.

2. CÁC THÁNH ĐỊA KHẢO CỔ HỌC Ở THÀNH PHỐ POLONNARUWA (THẾ KỶ XI-XIII)

2.1. Cố Đô Polonnaruwa

Theo lịch sử Phật giáo Sri Lanka, từ thế kỷ 11 cho đến thế kỷ 13, thành phố Polonnaruwa (Sinhalese - පොළොන්නරුව)[74] được Vương triều Ấn độ Chola (thế kỷ thứ 10), Vua Sri Lanka Vijayabahu (thế kỷ 11) và vua Sri Lanka Parakramabahu (thế kỷ 12-13) chọn làm thủ đô thứ hai (và chuyển Anurādhapura về đây)[75] bởi vì nơi đây có một tiềm năng kinh tế thương mại và tôn giáo phát triển mạnh, là trung tâm của truyền thống Phật giáo

73 Ratna Prasada Anuradhapura. https://www.likesrilanka.com/blog/tour/ratnaprasada/ 113 Polonnaruwa

74 Polonnaruwa. http://www.tourslanka.com/things-to-do/situated-in-polonnaruwa/

75 Polonnaruwa được Unesco công nhận là di sản thế giới. https://www.srilankaview.com/polonnaruwa.htm

Therevada ở Sri Lanka.

Trong suốt thế kỷ thứ 10, nhiều cuộc nội chiến nổi dậy tranh giành quyền lực liên tục xảy ra tại Ceylon. Nam Ấn Độ đã lợi dụng sự bất ổn này để phát động một loạt các cuộc xâm lược. Năm 954, Sẹna IV trở thành vua, quyết định dời thủ đô đến Polonnaruwa, một thành phố lớn trong vùng nằm xa hơn về phía Đông, do đó được bảo vệ an toàn hơn trước giặc ngoại xâm. Hai vị vua vĩ đại nhất của Ceylon, Vijayabahu I và Parakramabahu I đã bắt đầu cai trị Polonnaruwa, là những nhà hộ pháp mạnh mẽ bởi lẽ các Ngài đã cho xây dựng nhiều di tích Phật giáo ở Polonnaruwa mà hiện nay chúng ta vẫn còn thấy nền móng. Một vị vua mạnh thường quân khác là Nissankamalla, cũng đã cống hiến trong việc sửa chữa, tu bổ hoặc mở rộng một số ngôi chùa và bảo tháp được xây dựng trước đó.

Giống như cố đô Anurādhapura, Polonnaruwa là một trong những thành phố lịch sử cổ đại được bảo tồn tốt nhất trên thế giới. Nơi đây có nhiều di tích Phật giáo (các bảo tháp, Tu viện và các tượng Phật, bồ tát, hộ pháp...), nhiều công trình khảo cổ ấn tượng của cung điện đổ nát (đền đài, vườn thú, các bể tắm hoàng gia, vườn thiên nhiên...) cũng như nhiều tuyệt tác nghệ thuật điêu khắc của kinh đô cổ Polonnaruwa nằm rải rác trên một diện tích rộng theo hình thái Bắc –Nam đã được Unesco công nhận là di sản thế giới vào năm 1982.

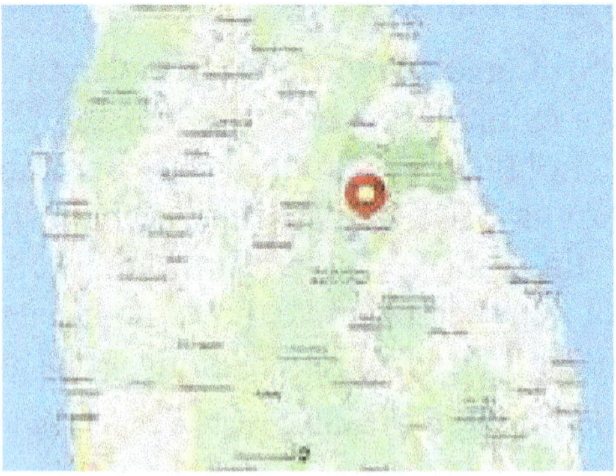

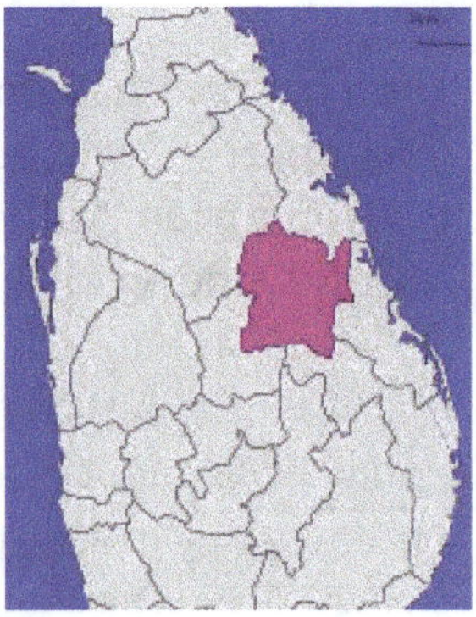

Polonnaruwa in Sri Lanka map on Google[76]

76 https://en.wikipedia.org/wiki/Polonnaruwa_District

Vào đầu thế kỷ 13, vinh quang của thành phố Polonnaruwa bắt đầu xuống dốc, tàn lụi, các nhà lãnh đạo vương quốc Sri Lanka một lần nữa chuyển thủ đô về Colombo, bờ biển phía Tây của hòn đảo, cho đến ngày nay.

2.2. Các Thánh Tích Polonnaruwa

Những thánh địa khảo cổ nổi bật ở thành phố Polonnaruwa mà đoàn Chùa Hương Sen đã viếng thăm như:

1. Cung điện hoàng gia của Vua Parakramabahu
2. Quảng trường hoàng gia của Vua Parakramabahu
3. Hồ thủy lợi Parakrama Samudra
4. Đền Hindu Shiva số 1
5. Bảo tháp Thuparama
6. Tháp tròn Vatadage
7. Thiền thất Nissanka Lata Mandapaya
8. Tháp Bảy tầng Satmahal Prasada
9. Sách sử hoàng gia Gal Potha của đức vua Nissankamalla
10. Tháp Hatadage
11. Hang Phật đá Galviharaya
12. Tháp Pabulu Vehara
13. Đền Hindu Shiva số 2
14. Đại Tháp Rankot Vehera – Di tích Pinnacle Dagaba bằng vàng
15. Tháp trắng Kiri Vihara Dagaba
16. Tượng Phật Lankatilaka
17. Sảnh Phật Lankathilake
18. Tượng Phật đài Demala Maha Seya- The Tamil Dagaba
19. Hồ hoa sen Pokuna

20. Tháp Phật Tivanka
21. Thư viện Potgul Vehera cổ đại
22. Tháp Medirigiriya Vatadageya
23. Bịnh viện Alahana Parivena
24. Viện Bảo tàng Khảo cổ Polonnaruwa
25. Thông tin Cần thiết ở Polonnaruwa

2.2.1. Cung điện hoàng gia của Vua Parakramabahu

Khi bước vào quần thể Polonnaruwa, di tích được thấy đầu tiên là Cung điện hoàng gia của vua Parakramabahu I (1153 – 1186). Hiện nay tuy không còn nguyên vẹn, chỉ còn lớp tường cao và nền gạch đỏ, nhưng đã từng là một kiến trúc khá ấn tượng với chiều cao 31m, dài 13m, có 50 phòng với 30 cột đá làm bệ. Chúng ta hãy tưởng tượng trong quá khứ, nơi đây đã hiện diện một hoàng cung nguy nga với bảy tầng cao chót vót rất tráng lệ![77] Bên trái của cung điện này là các cầu thang bằng đá granit để lên những tầng trên mà Culavamsa nói rằng có bảy tầng nguy nga.

Đoàn Hương Sen viếng thăm Cung điện hoàng gia của vua Parakramabahu

77 Cung điện hoàng gia Polonnaruwa https://www.holidify.com/places/polonnaruwa/the-royal-palace-of-king- parakramabahu-sightseeing-1255417.html
http://www.tourslanka.com/things-to-do/situated-in-polonnaruwa/

Cung điện hoàng gia của vua Parakramabahu được Unesco công nhận là Di sản Văn hóa Thế giới

Bên ngoài cung là vườn Thượng uyển (Pleasure Royal Garden). Đi xa một chút nữa là hồ tắm hoàng gia Kumara Pokuna. Nước từ hai bên được ướp tẩm dầu thơm, chảy vào bồn tắm bằng đá vững chắc. Vì bồn bằng đá nên nước mát mẻ quanh năm dù là vào mùa hè nóng nực. Trong vườn cũng có xây nhiều hệ thống vòi sen phun nước giống như "đám mây tự nhiên phun nước mưa."

Các kỹ thuật kiến trúc của thời kỳ Polonnaruwa này là tương tự như ở Anurādhapura, nhưng nơi đây sử dụng nhiều vữa vôi và gạch.

Cửa vào Cung điện Hoàng gia và hang Phật đá Galviharaya ngày 12/8/2016

2.2.2. Quảng trường hoàng gia của Vua Parakramabahu

Bước vào cung điện từ phía Nam là đến quảng trường hoàng gia nhưng theo thời gian tàn phá hủy hoại, bây giờ chỉ còn lại một nền quảng trường cao với các trụ cột đá khắc hoa văn[78]. Ở đầu cầu thang đá dẫn lên sảnh này có một dòng chữ ghi "Hội trường công cộng" là nơi nhà vua dành để tiếp dân chúng cũng như lắng nghe những điều tấu trình hay yêu cầu của họ.

Hội trường bao gồm một đại sảnh ba tầng với một cầu thang ở phía Bắc. Hai bên tường là những con voi, sư tử và chú lùn được khắc rất tinh xảo nổi lên bề mặt. Có bốn hàng trụ, mỗi hàng có 12 trụ. Tất cả đều được trang trí bằng những hoa văn sắc nét.

Bức tường thành phù điêu chạm khắc tinh tế các hoa văn: đàn voi, tượng hai con sư tử hùng dũng chầu hai bên nơi cổng đá. Điều này chứng tỏ khi xưa đại sảnh từng rất vững vàng bởi vì có rất nhiều hàng cột mái chèo chống đỡ. Đây là một trong những công trình kiến trúc được bảo tồn tương đối nguyên vẹn tốt nhất trong nhóm khảo cổ cung điện hoàng gia. Thật ấn tượng và ngưỡng mộ khi người cổ đại xây dựng một cung điện lớn như vậy trong thời đại chưa có kỹ thuật tiên tiến!

Tường thành quảng trường hoàng gia của Vua Parakramabahu vẫn còn nguyên vẹn với nhiều (văn) hoa văn khéo léo

78 Council Chamber of King Parakramabahu https://www.attractionsinsrilanka.com/travel-directory/council-chamber-of- king-parakramabahu/

2.2.3. Hồ thủy lợi Parakrama Samudra

Một trong những đặc điểm nổi bật nhất ở Polonnaruwa là hồ thủy lợi Parakrama Samudra (biển hồ Parakramabahu)[79] với diện tích hơn 15km^2, dài 14km, cao 12 mét, và sâu 8 mét (25 feet) do Vua Parakrama Samudraya xây dựng, lấy tên vua để đặt tên cho hồ.

Sri Lanka có hai mùa gió lớn; mỗi mùa kéo dài khoảng ba tháng. Thời gian còn lại của năm là nắng khô và nóng, ngoại trừ một vài cơn mưa dông gây ra do nhiệt độ cao vào ban đêm. Do khí hậu như vậy, tình trạng thiếu nước thường xuyên xảy ra, ảnh hưởng những nông dân, những người sống phụ thuộc hoàn toàn vào nông nghiệp. Cho nên, nhiều mạng lưới kênh thủy lợi chằng chịt để cung cấp nước cho các cánh đồng lúa xung quanh, đảm bảo sản xuất nông nghiệp quanh năm. Xây những hồ thủy lợi như vậy là một trong những giải pháp cho vấn đề thiếu nước và điều tiết nước ở Sri Lanka.

Hồ thủy lợi Parakrama Samudra của vua Parakramabahu

Các kênh nước của hồ thủy lợi Parakrama Samudraya được chạy bao quanh thành phố Polonnaruwa và các vùng phụ cận,

79 Hồ thủy lợi Parakrama Samudrahttp://www.tourslanka.com/things-to-do/situated-in-polonnaruwa/

trong thời cổ đại nó cũng được sử dụng như một con hào để chặn giặc xâm lược. Các phương thức nông nghiệp sử dụng nước mưa cho đến nay đã được chuyển đổi và Polonnaruwa trở thành một thủ phủ trồng nhiều lúa của Ceylon cổ đại.

Có một vườn đảo Dipuyyana (Island Garden) nằm trên đồi đất đỏ thoai thoải. Khi vua Parakramabahu xây dựng hồ nước Parakrama Samudra rộng lớn, vua đã chọn Dipuyyana thanh bình này để làm vườn thượng uyển. Do rất thích khu vực này, nên vua đã cho xây dựng thêm cung điện, các phòng cung nội và đại sảnh trong vườn đảo Dipuyyana này.

2.2.4. Đền Hindu Shiva số 1

Đền Shiva (Shiva Devale) số 1[80] có từ thế kỷ 13, tọa lạc phía Nam của khu quần thể, cho thấy sự hòa đồng tôn giáo (Phật giáo và Ấn độ giáo) tại Polonnaruwa, nên ngôi đền Hindu được xây cạnh các ngôi tháp Phật giáo.

Đền Shiva (Shiva Devale) còn nguyên vẹn

Điểm đáng chú ý là chất lượng rắn chắc, kích cở đá xếp chồng khớp chính xác với nhau, nên thành đền rất vững chắc mà trông rất nhỏ nhắn xinh đẹp. Mái ngói hình vòm đã bị hư

80 Đền Siva (Siva Devale) https://lakpura.com/shiva-devale-no-1

sập, khi khai quật nơi đây, đã tìm thấy một số đồ đồng, đồ gốm rất đẹp, hiện đang trưng bày tại viện Bảo tàng Khảo cổ học Polonnaruwa.

2.2.5. Bảo tháp Thuparama

Bảo tháp Thuparama[81] là một trong số ít các kiến trúc bằng gạch do Vua Parakramabahu (1153-1186) (cũng có một nguồn nói do vua Vijayabahu I (1070-1110) xây), gần như còn nguyên vẹn một cách kỳ diệu dù đã trải qua hơn 900 năm.

Bảo tháp Thuparama vững chắc kiên cố giữa nắng mưa

Các bức tường của tòa nhà này dài khoảng 2 mét (7 feet) và bên trong có một tượng Phật Thích Ca tọa thiền bằng đá đã bị bể. Tương truyền rằng đôi mắt của bức tượng Phật này được gắn bằng đá quý, các cửa sổ được thiết kế theo cách mà ánh sáng mặt trời sẽ phản chiếu vào những viên đá này, khiến phản chiếu làm sáng toàn ngôi tháp. Thật là một sáng kiến hữu dụng.

Những mái vòm phía trước của tháp vẫn còn nguyên vẹn. Mưa nhiệt đới chạy xuống máng xối theo đường cong của bảo

81 Bảo tháp Thuparama https://www.angelfire.com/in4/pollonnaruwa/thuparama.htm

tháp. Bảo tháp trang trí nhiều tượng thú vật của thời trung cổ châu Âu như rồng, rắn, voi, chim…

2.2.6. Tháp tròn Vatadage

Tháp tròn Vatadage[82] được xây dựng trong thời kỳ Polonnaruwa để thờ bốn tượng Phật (tứ giác) xoay mặt ra bốn hướng Đông, Tây, Nam, Bắc, có bốn bậc thang rộng bằng đá để bước lên. Dung nghi của tượng Phật tọa thiền tỏa ra nét trầm tĩnh đoan nghiêm. Bao quanh bảo tháp là bức tường khắc hoa văn tứ quý rất trang nhã, có ba lớp tường tròn thứ 2,3,4 của các cột trụ đá bao quanh bên ngoài. Giữa mỗi cột trụ nầy là những tấm bình phong bằng đá được trang trí trang nhã với những đóa hoa tứ quý. Các hình chạm khắc trên mặt trăng (Vatadage) trên tường, nền và lối đi.

Sư cô Viên Bảo, Ni sư Giới Hương, Ni cô Viên Lành và Viên Đào viếng thăm Tháp tròn Vatadage, Madirigiriya, ngày 12/7/2023

82 Tháp tròn Vatadage http://www.tourslanka.com/things-to-do/situated-in-polonnaruwa/

Vòng cột ngoài cùng có đường kính 18m. Tất cả đều được bao bọc bởi những tảng đá lớn bảo vệ trong tình trạng còn tốt chắc, xen kẽ là các tượng Nữ thần đứng hầu khiến ngôi tháp tăng thêm nét huyền thoại cổ kính. Mẫu kiến trúc tháp tròn thờ Phật bốn hướng này rất hiếm thấy ở Sri Lanka hay các chỗ khác.

Bên ngoài và bên trong Tháp tròn Vatadage ngày 12/7/2023

2.2.7. Thiền thất Nissanka Lata Mandapaya

Theo Sử Culavamsa, vua Nissanka Malla (1187-1196) cho xây thiền thất Nissankalata Mandapa[83] để làm nơi tĩnh tâm tu tập riêng và thờ xá lợi Răng Phật. Thất đá có hình chữ nhật, rộng 10.36 mét và 9 mét (34 feet x 28 feet) có một cổng vào, bao quanh là hàng rào cột đá có đỉnh hình chóp nón bao quanh.

Từ trái: Viên Lệ, Ni cô Viên Lành, Ni sư Giới Hương, Sư cô Viên Bảo, Sc Viên Đạo và Sc Đức Trí viếng thăm lễ đài Nissanka ngày 12/7/2023

83 Bảo tháp Nissanka Lata Mandapaya https://en.wikipedia.org/wiki/Nissanka_Latha_Mandapaya

Bên trong trung tâm là một pháp tòa với một bảo tháp nhỏ; có tám cột đài sen vươn cao lên để nâng đỡ mái tháp. Trên đỉnh mỗi cây cột là hình bát giác hoa sen. Có thể vua và các vị hoàng gia thường ngồi xung quanh lễ đài để lắng nghe lời pháp thoại, hướng dẫn thiền hay tụng kinh của các vị pháp sư trên lễ đài.

Nissanka Latha Mandapaya là một công trình kiến trúc độc đáo với các hình hoa sen khắc nổi trên các cột trụ đá granit. Có một dòng chữ trên đá gần đó ghi nhận rằng vua Nissanka Malla dùng nơi đây như một đạo tràng hành lễ tụng kinh Phật để cầu siêu tưởng nhớ người chết.

Tám cột đá granit được sắp xếp thành hai hàng, mỗi hàng có bốn cột cao 2.5m (8 feet 4 inches). Trên đỉnh mỗi cột, có vương miện chạm hình búp sen đang hé nở. Phần còn lại của thân cột được chạm khắc công phu nhìn giống như thân cây hoa thật. Không giống như những cột đá tròn thẳng thường thấy trong kiến trúc thời kỳ này, những cột đá này không thẳng mà được uốn cong ở ba chỗ. Theo nhà khảo cổ học Senarath Paranavithana, các cột đá hoa sen ở Nissanka Latha Mandapaya là một trong những điển hình đặc thù của kiến trúc Sri Lanka cổ đại.

Tám cột hoa Nissanka, ngày 12/7/2023

2.2.8. Tháp Bảy Tầng Satmahal Prasada

Satmahal Prasada (tháp bảy tầng)[84] nằm ở góc Đông bắc của khu phức hợp khảo cổ Polonnaruwa là một kim tự tháp bậc thang với 7 tầng và đỉnh chóp vuông thuộc thế kỷ 12. Mỗi tầng thờ có trang trí tượng một vị Thần. Kiến trúc bảy tầng của tháp này thường được xem là bản sao nhỏ của bảo tháp Kukut Wat, Lamphun, ở Thái Lan và tháp Angkor Wat ở Campuchia.

84 Tháp Bảy Tầng Satmahal Prasada https://en.wikipedia.org/wiki/Satmahal_Prasada

Sư Sirisumedha, Ni sư TN Giới Hương và đoàn Chùa Hương Sen viếng tháp Satmahal Prasada tháng 8 năm 2016

Đại đế Parakramabahu I (1123-1186) đã xây dựng một tòa tháp bảy tầng bằng gạch trong khuôn viên các di tích bảo tháp, Tu viện Phật giáo nổi tiếng. Tháp được xây dựng bằng nhiều lớp đá; mỗi tầng đều có chạm khắc hình tượng; có lối vào tháp ở tầng trệt. Tháp được làm bằng gạch với lớp thạch cao bao quanh, trang trí hoa văn ở bốn mặt của nó. Ở mỗi tầng, đều có một khung thờ vòm giống nhau, có dấu vết tác phẩm điêu khắc (tượng Phật) ở trung tâm. Kiến trúc này hoàn toàn khác biệt và không giống với bất kỳ kiến trúc cổ nào khác ở Sri Lanka. Đây là kim tự tháp bậc thang duy nhất ở Sri Lanka có đế hình vuông.

2.2.9. Sách sử hoàng gia Gal Potha của đức vua Nissanka Malla

Bên ngoài tháp bảy tầng Hatadage và phía Đông của tháp tròn Vatadage, có một cuốn sách đá Gal Potha hình chữ nhật, dài hơn 9m (26’10”), rộng 1.4m (4’7”), bề dày 60cm được khắc hoa văn tinh xảo, nặng 25 tấn, bề mặt khắc ghi những chính sự của đức vua Nissanka Malla.[85] Gal Potha nghĩa là sách khắc trên đá (stone book). Được biết sách sử hoàng gia này được chuyển từ núi Mihintale (nơi Thánh Tăng Arhantha Mahinda Thero, con trai của Vua A Dục hoằng pháp tại Chùa Ruvanvelesaya, ở Matale) đem về thờ tại đây.

Tác giả TN Giới Hương viếng thăm bia ký của đức vua Nissanka Malla ngày 12/7/2023

85 Gal potha stone slab inscription. https://lakpura.com/gal-potha

Đây là một trong những tác phẩm nổi tiếng của Vua Nissanka Malla (1187-1196) tường thuật về cuộc đời, uy lực và cách cai trị dân của vua Sri Lanka, cũng như mối quan hệ ngoại giao của đức vua với các quốc gia nước ngoài, ngay cả ở tận vùng xa như nước Pakistan và Indonesia.

Bề mặt của bia ký đá là văn bản hoàng gia với hơn 4300 ký tự (72 dòng), dòng chữ của Vua Nissanka Malla được khắc tinh xảo. Hai đầu sách là hình một đàn ngỗng, bên dưới là khắc các Nữ thần Hindu Laksmi với hai con voi đang úp chậu nước lên người rất hoa mỹ.

2.2.10. Tháp Hatadage

Đối diện tháp tròn Vatadage là tháp Hatadage (tiếng Sinhalese: හැටදාගේ) do vua Nissankamalla (có sách khác nói do vua Parakramabahu) xây, đã được sử dụng như phòng thiêng lưu giữ Xá lợi răng của Đức Phật trước khi chuyển về Tu viện hoàng gia Sri Dalada Maligawa ở Kandy.

Có một bia ký ghi: "Phật pháp mang lại hạnh phúc cho mọi người và đáng được duy trì, bảo tồn và vinh danh trên thế giới" (*In the prologue, Nissankamalla King says, "This Dhamma which gives happiness and which alone deserves to be honored in the world should always be preserved*).[86]

Tháp Hatadage được xây bằng đá nhẹ ốp tường với những đường viền đôi rất nghệ thuật. Đây là một cấu trúc hai tầng,

86 Sacred Island – A Buddhist Pilgrim's Guide to Sri Lanka. Ven. S. Dhammika 2008. Champika Printers.
http://www.buddhanet.net/e-learning/buddhistworld/sri-pada.htm

nhưng tầng trên hiện đã bị hư sụp. Ba bức tượng Phật được tạc bằng đá granit còn tọa lạc trong tháp và phía trước cổng có hai tượng Hộ Pháp còn nguyên vẹn.

2.2.11. Hang Phật đá Galviharaya

Đến kinh đô Polonnaruwa viếng ngôi đền bằng đá Galviharaya (Sinhalese: ගල් විහාරය)[87] được gọi là "Hang Phật phương Bắc," là một quần thể hang động với chiều dài khoảng 27 mét và chiều cao 10 mét ở trung tâm và dốc về phía cuối.

Từ trái: Sư cô Đức Trí, Viên Đào, Ni sư Giới Hương, Ni cô Viên Lành, Sc Viên Bảo tại Hang Phật đá Galviharaya, ngày 12/7/2023

87 Chùa đá Gal Vihara. https://lakpura.com/gal-vihara

Hang đá có khắc nổi 4 tượng Phật lớn với những chi tiết điêu khắc tinh tế: Hai tượng Phật tọa thiền trong thế liên hoa với tay bắt ấn thiền (*một khắc nổi bên ngoài và một khắc sâu trong lòng hang* đá), một tượng Phật Thích Ca đứng với tư thế khoanh tay, và một tượng nhập niết bàn. Xung quanh tượng có khắc nhiều nét hoa văn trang trí của nghệ thuật kiến trúc Sinhalese cổ đại. Nơi đây cũng thấy có tượng của vua Parakramabahu, đền thờ Thần Shiva của đạo Hindu và đường vào hang có hồ Samudraya Parakrama đầy nước với nhiều cây xanh xung quanh. Mời xem chương 5 về các tượng Phật lớn, sẽ nói chi tiết.

Tượng Phật tọa thiền bên trong hang Galviharaya và quang cảnh đường vô hang đá Gal Vihara, ngày 12/7/2023

2.2.12. Tháp Pabulu Vehera

Pabalu Vehera (පබලු වෙහෙර)[88] nghĩa là Tháp Cẩm Thạch

88 Pabulu Vehera hoặc Coral. http://www.tracyanddale.50megs.com/Sri%20Lanka/HTML%20Page/pabalu.html

(Temple of Marbles) là một loại tháp dagaba hình bán cầu nhiều tầng thuộc thời kỳ Vua Parakramabahu I (1153-1186) với tượng Phật đứng chính giữa tháp có hai trụ cột. Đây là tháp lớn thứ ba ở Polonnaruwa dù đã trải qua hơn 10 thế kỷ, tháp vẫn trong tình trạng tương đối còn nguyên vẹn.

Pabalu Vehera

Được biết thí chủ xây dựng bảo tháp này là Rupavati, một trong những hoàng hậu của vua Parakramabahu. Có nhiều tượng Đức Phật có niên đại từ thời kỳ hậu-Polonnaruwa cũng được đúc xung quanh đại tháp Dagoba này.

2.2.13. Đền Hindu Shiva số 2

Ngôi đền Hindu Shiva Devale số hai[89] được xây theo phong cách mỹ thuật Choler tinh tế bằng đá trắng có niên đại vào thời kỳ hậu Polonnaruwa và cũng có thể được xây dựng trong suốt thế kỷ XIII dưới sự thống trị của Ấn Độ. Một số đồ đồng thuộc nghệ thuật thờ Choler được tìm thấy tại ngôi đền này và hiện đang trưng bày tại Bảo tàng Colombo.

89 Ngôi đền Hindu Siva Devale số 2. https://www.lonelyplanet.com/sri-lanka/the-ancient-cities/polonnaruwa/attractions/shiva-devale-no-2/a/poi-sig/480866/357457

Đây là một trong số ít những ngôi đền Hindu trong khuôn viên quần thể Phật giáo, là một trong những kiệt tác của nghệ thuật Ấn Độ đã được tìm thấy tại Polonnaruwa này.

2.2.14. Đại Tháp Rankot Vehera – Di tích Pinnacle Dagaba bằng vàng

Đại tháp Rankot Vihara[90] là một bảo tháp cao ấn tượng 55 mét (180 feet) với chu vi 168 mét (550 feet) tọa lạc ở thành phố cổ Polonnaruwa do vua Nissanka Malla của Polonnaruwa, người trị vì đất nước từ năm 1187 đến năm 1196 xây dựng.

90 Đại tháp Rankot Vihara https://en.wikipedia.org/wiki/Rankoth_Vehera https://www.lonelyplanet.com/sri-lanka/the-ancient-cities/polonnaruwa/attractions/rankot-vihara/a/poi-sig/480860/357457

Rankoth Vehera đã được xây dựng theo truyền thống của các tháp bán cầu của Anurādhapura Maha Viharaya và có hình dáng gần giống với đại tháp Ruwanwelisaya ở khu quần thể Anurādhapura.

2.2.15. Tháp trắng Kiri Vihara Dagaba

Kiri Vihara[91] (màu trắng sữa) là một bảo tháp hình bán cầu màu trắng uy nghi, là một trong 16 ngôi danh lam thắng cảnh được nằm trong danh sách Solosmasthana (*16 điểm hành hương Phật giáo nổi tiếng nhất trong đảo quốc Sri Lanka*). Bảo tháp này có lẽ do Vua Mahasena, người cai trị khu vực Kataragama, xây dựng vào thế kỷ thứ 3 trước Công nguyên để tôn vinh phu nhân của vua là hoàng hậu Subadra.

Kiri Vihara cao 29 mét (95 feet) với chu vi 85 mét (280 feet), cách Ruhunu Maha Kataragama Devalaya nổi tiếng 800 mét về phía Bắc, hiện nay do Hòa thượng Kobawaka Dhamminda Thera là trụ trì.

Theo truyền thuyết, người dân tin rằng thanh kiếm mà Thái tử Sĩ Đạt Đa dùng để cắt tóc xuất gia đã từng được lưu giữ trong bảo tháp Kiri Vihara Dagaba này.

91 Tháp Kiri Vihara Dagaba. https://en.wikipedia.org/wiki/Kiri_Vehera

2.2.16. Tượng Phật Lankatilaka

Tượng Phật Lankatilaka[92] là một trong những công trình kiến trúc tiêu biểu nhất của vương quốc Polonnaruwa cổ đại do Vua Parakrabahu xây.

Hai bức tường lớn, mỗi bức tường dày 4m và cao 17m tạo thành một lối đi hẹp dẫn đến một tượng Phật (bị gảy đầu) cao hơn 14m rất ấn tượng. Tượng đứng vững chải đoan nghiêm chính giữa hai bờ tường, từ xa có thể chiêm ngưỡng được Ngài. Trên bờ tường chia thành 5 khung và mỗi khung có khắc nhiều phù điêu hình Nữ thần, hoa văn, makara (vòm rồng) và các linh thú (sư tử).

2.2.17. Sảnh Phật Lankathilake

Sảnh Lankathilake là một công trình rất ấn tượng của thành phố cổ Polonaruwa, do vua Parakramabahu I xây dựng vào thế kỷ thứ 12, kết hợp kiến trúc Sinhalese của thời kỳ Polonaruwa

92 Tượng Phật Lankatilaka http://www.mysrilankaholidays.com/lankatilake-vihare

và Trung Hoa.

Các bức tường gạch đỏ của Lankathilake[93] ngay cả bây giờ cũng đứng cao hùng vĩ 17 mét (55 feet). Vào thế kỷ 12, đại sảnh là một trong những kiến trúc Phật giáo uy nghi và đẹp nhất ở châu Á.

2.2.18. Tượng Phật đài Demala Maha Seya - The Tamil Dagaba

Tượng Phật đài Demala Maha Seya[94] là một bảo tháp lớn do Vua Parakramabahu khởi công xây dựng trong quần thể thành phố cổ Polonnaruwa, công trình đang làm chưa xong.

93 http://www.tourslanka.com/things-to-do/situated-in-polonnaruwa/

94 Tượng Phật đài Demala Maha Seya https://www.attractionsinsrilanka.com/travel-directory/demala-maha-seya/

Nếu hoàn tất, Demala Maha Seya sẽ là tượng đài Phật giáo lớn nhất do con người xây dựng, với chu vi khổng lồ 650m và cao 186m. Tương truyền rằng chính Vua Parakramabahu đã lên dự án xây tượng có kích thước cao như vậy, với hy vọng từ xa có thể chiêm ngưỡng được tượng Phật.

Từ Polonnaruwa đi khoảng 2,4km hướng Somawathiya, rẽ vào đường Sinhapura đi khoảng 3,5km rồi rẽ vào hướng Pilimage Thivanka ở Nissankamallapura. Từ đây, khoảng 2km là khu vực tượng Phật đài Demala Maha Seya.

2.2.19. Hồ hoa sen Pokuna

Hồ hoa sen Pokuna bằng đá granit màu xây dựng theo từng tầng của năm bông hoa sen tám cánh, xếp thành hình thấp dần đến nhụy hoa chính giữa do đại đế Parakramabahu cúng dường.

Kích thước hồ hoa sen nhỏ nhưng cấu trúc vẫn còn nguyên vẹn hoàn toàn và rất mỹ thuật. Điều này cho thấy nghệ thuật kiến trúc rất sáng tạo và độc đáo của người xưa.

2.2.20. Tháp Phật Tivanka

Khoảng 400m về phía bắc của hồ hoa sen Pokuna là tháp Phật

Tivanka[95] bằng gạch do Vua Parakramabhu I hoặc Parakramabhu II xây dựng. Trên bức tường trát vữa có nhiều bức bích họa với màu xanh lá cây, vàng nhạt và đỏ đậm như công trình ba tượng Phật Thivanka có kích cở lớn hơn hình người và nét khắc nổi rất tinh xảo.

Những bức bích họa màu sống động này được vẽ khắp các bức tường bên trong cũng như bên ngoài tháp Tivanaka. Tháp tranh Tivanka tọa lạc ở vùng thôn quê đầy bóng cây xanh trong không khí thanh bình yên ả, nên nhiều du khách trong và ngoài nước rất thích đến viếng, chiêm bái và ngồi thiền.

2.2.21. Thư viện Potgul Vehera cổ đại

Cách khoảng một trăm mét ở phía Nam của tháp Phật Tivanka là thư viện Potgul Vihara yên tĩnh cổ đại của Vương quốc Polonnaruwa do vua Parakramabahu (1153-1186) xây dựng.[96] Thư viện bằng gạch có bốn tầng với chu vi 48 mét (157 feet) là nơi nghiên cứu và lưu trữ của các kinh sách Phật giáo. Hai tầng dưới là thư viện; tầng 3 có 9 phòng Tăng (nơi sinh sống tu học của chư Tăng Phật giáo); tầng cao nhất hình tròn với mái vòm là nơi thờ Phật.

95 Phòng bích họa và tượng Tivanka. Tivanka Image House. https://tour.lk/destination/sri-lanka/polonnaruwa/tivanka-image-house/132/
96 https://amazinglanka.com/wp/pothgul-vehera/

Aitor Garcia Viñas136

Mặc dù mái tháp phía trên bị sụp, nhưng nền và vách vẫn còn vững chắc cao ráo. Nếu bước vào căn phòng trát vữa, chúng ta thử phát ra một vài âm thanh thì các âm vang sẽ ngân xa rất tuyệt vời. Phía bên trái và phải có hai tháp tạ ân cao khoảng 2 mét với sân trước hình thuôn dài gắn liền với mặt phía Đông của nó. Trên tường thư viện có những bức tranh đã bị nhòa do tác động của thiên nhiên và thời gian, nhưng còn vài dấu vết cho thấy bức tranh đã tồn tại hơn 1000 năm.

2.2.22. Tháp Medirigiriya Vatadageya

Từ trung tâm thị trấn Polonnaruwa đi khoảng 1km (0.62 mi) là đến địa điểm khảo cổ nổi tiếng của tháp tròn Medirigiriya Vatadage.

Medirigiriya Vatadageya (Sinhala: මැදිරිගිරිය)[97] là một chánh điện thờ Phật hình tròn của Tu viện ở Medirigiriya thuộc thị trấn Polonnaruwa, tỉnh Bắc Trung Bộ, được xây dựng trong thời đại Anurādhapura hơn hai thiên niên kỷ về trước.

Ni sư Giới Hương viếng thăm tháp Medirigiriya Vatadage tháng 8 năm 2016

Theo văn bản Dự án Zamani[98] của tháp Medirigiriya Vatadage (vào năm 2019) cho biết rằng kiệt tác kiến trúc này được xây dựng vào khoảng thời kỳ Aggabodhi I (564 – 598 AD) để thờ Đức Phật (tọa thiền) bên trong và có nhiều cột xây bao quanh 3 vòng theo vòng tròn tâm mà ngày nay chúng ta vẫn còn được nhìn thấy như trong hình. Vòng ngoài có 32 cột trụ đứng cao 2.7 mét (9 feet), vòng giữa 20 trụ cột đứng cao 4.8 mét (16 feet), và cuối cùng, vòng trong có 16 cột trụ đứng cao 5 mét (17 feet). Công trình kiến trúc này là một ví dụ điển hình về nghề thủ công bằng đá được thực hành ở Sri Lanka cổ đại.

97 https://amazinglanka.com/wp/pothgul-vehera/
Tháp Medirigiriya Vatadageya https://en.wikipedia.org/wiki/Medirigiriya
98 Dự án Zamani. https://www.zamaniproject.org/site-sri-lanka-Medirigiriya.html

Sư Siri Sumedha, Ni sư Giới Hương, phái đoàn Chùa Hương Sen cùng quý Phật tử Sri Lanka trước tháp Medirigiriya Vatadage, tháng 8 năm 2016

Tu viện Medirigiriya còn có hai hồ tắm, một hang động nơi ẩn tu của các hành giả, một nhà vệ sinh, một phòng khán bịnh và nhà bếp. Sau cuộc xâm lược của Kalinga Magha, Medirigiriya đã bị hư sụp và dần rơi vào quên lãng. Năm 1897, trong một chuyến đi dã ngoài trong rừng, ông H.C.P Bell phát hiện nó. Nhận ra tầm quan trọng của nó, ông lập tức gọi báo chánh quyền, từ đó việc khảo cổ được thực hiện. Sự phục hồi được hoàn thành vào năm 1945, tuyên bố mở cửa cho công chúng được viếng thăm rộng rãi cho đến ngày nay.

2.2.23. Bịnh viện Alahana Parivena

Dọc theo con đường phía Bắc, khách hành hương sẽ đến bịnh viện Alahana Parivena do vua Parakramabahu I xây dựng. Cấu trúc chính trong khu phức hợp này là phòng khám bịnh Kiri Vehera cao 26 mét (80 feets), đường kính 30 mét (88 feets) với mái vòm bằng gạch, có bồn tắm cho bệnh nhân ngâm mình trong dầu thuốc.

Một bức hàng rào tường dài 573 mét (1.880 feet) bao quanh toàn bộ bịnh viện; có nhiều bức bích họa bằng vữa thạch cao trên tường, hiện nay đã bị hư hoại, chỉ còn phía cuối hành lang. Hai bên lối vào bịnh viện được làm bằng những cột đá lớn phủ thạch cao; có dấu tích, nơi đây đã từng có hai cánh cổng lớn. Có một chánh điện Baddhasimapasada thờ Phật và nhiều phòng tăng trong khu khán bịnh này.

2.2.24. Viện Bảo tàng Khảo cổ học Polonnaruwa

Bảo tàng Khảo cổ học Polonnaruwa[99] là một bảo tàng bình dị ở Sri Lanka, nơi dành cho những người muốn nghiên cứu về Phật giáo và lịch sử một thời hưng thịnh của vương quốc cổ đại Sri Lanka tồn tại từ thế kỷ 11-13. Đây là điểm nên viếng thăm tìm hiểu để lấy thông tin, trước khi chúng ta bước vào cuộc thực địa, trải nghiệm hay chiêm bái khu quần thể Phật giáo Polonnaruwa.

Các phòng của bảo tàng được thiết kế thông nhau; mỗi phòng dành riêng cho một chủ đề cụ thể. Có nhiều di vật Phật giáo và Hindu (Ấn Độ giáo) dưới dạng tượng đá, đồng và đất sét, cùng với các mô hình của các tòa tháp, hang động và Tu viện tồn tại trong thời kỳ sơ khai của vương quốc.

Bảo tàng là một trong những địa điểm không thể bỏ qua, nếu chúng ta đến chiêm bái các quần thể di tích Phật giáo Sri Lanka. Bảo tàng Abhayagiriya đã đại diện cho di sản văn hóa và tôn giáo của thời đại.

99 Viện Bảo tàng Khảo cổ học Polonnaruwa. https://www.tripadvisor.com/ShowUserReviews-g304140-d8090169- r635066901-Archaeological_Museum -Polonnaruwa_North_Central_Province. html

2.2.25. Thông Tin Hành Hương Polonnaruwa

Polonnaruwa cách Anurādhapura 101km (khoảng 90 phút lái xe), cách Kandy 140km (khoảng 3 tiếng đồng hồ lái xe) và cách Sigiriya 56.3km (hơn 1 tiếng đồng hồ lái xe). Đây là ba khu tam giác vàng di sản văn hóa Sigiriya, Polonnaruwa và Anuradapura của Sri Lanka.

Nếu xuất phát từ Sigiriya đến Polonnaruwa, có các chuyến xe buýt thường xuyên chạy đến Polonnaruwa từ thị trấn chính của Dambulla gần đó.

Từ Dambulla, có nhiều xe buýt đi đến Polonnaruwa, Anuradapura, Kandy và thậm chí cả Colombo.

Có những chuyến tàu chạy đến đây từ pháo đài Colombo, nhưng chúng ta phải dừng lại ở Trincomalee trước, sau đó phải đến đền Gal Oya, thuộc cố đô Polonnaruwa.

Giá vé để thăm viếng khu quần thể di tích Polonnaruwa là $25 USD (cho du khách nước ngoài). Đây là một Di sản Văn hóa Thế giới được Unesco công nhận và sự đóng góp mua vé của chúng ta sẽ góp phần bảo trì và phát triển di tích này.

Thời gian mở cửa của khu quần thể di tích Polonnaruwa là 7 giờ sáng - 6 giờ 30 chiều hàng ngày.

Thành phố Polonnaruwa tọa lạc ở vị trí thuận lợi chỉ cách 6 cây số giữa phố cổ và phố downtown Polonnaruwa mới xây hiện nay. Các địa điểm khảo cổ di tích cũng nằm trong khu vực nhỏ gọn, khoảng cách gần nhau, nên các khách chiêm bái có thể đi bộ hoặc chạy xe đạp để khám phá hay chiêm bái.

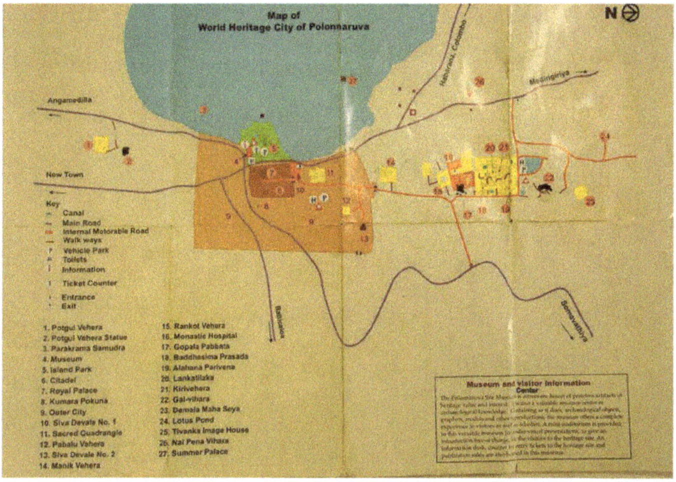

Bàn đồ toàn cảnh khảo cổ Polonnaruwa[100]

Tác giả Ns TN Giới Hương và Quý Sư cô Hương Sen viếng thăm quần thể khảo cổ Polonnaruwa 13/7/2023

100 Bản đồ toàn cảnh khảo cổ Anuradhapura https://nerdnomads.com/ancient-city-polonnaruwa-sri-lanka

CHƯƠNG IV

CÁC NÚI ĐÁ THIÊNG PHẬT GIÁO

Đảo quốc Sri Lanka thuộc vùng núi rừng nhiệt đới màu mỡ, nên có nhiều núi đồi cao nguyên đầy cây xanh, gắn liền với các sự kiện lịch sử Phật giáo như chiếc nôi Phật giáo Mihintale (Anurādhapura, phía Bắc Sri Lanka), kỳ quan thế giới thứ 8 - núi đá Sư Tử Sigiriya (Dambulla, miền trung), dấu Chân thiêng của Đức Phật trên núi Sri Pāda còn gọi là đỉnh Adam (Sabaragamuwa) và bảo tháp Girihandu Seya trên núi Thiriyai/Tiriyaya (thành phố Trincomalee, phía Đông của đảo quốc Sri Lanka), vv…

1. NÚI MIHINTALE – CHIẾC NÔI PHẬT GIÁO, NƠI DẤU CHÂN TRUYỀN GIÁO ĐẦU TIÊN CỦA PHẬT GIÁO NGUYÊN THỦY TỪ ẤN ĐỘ SANG SRI LANKA

Núi Mihintale (මිහින්තලේ) ở phía Đông cách thủ đô Anurādhapura 13km là nơi ra diễn ra cuộc gặp gỡ lịch sử giữa đức thánh Tỳ kheo Arhanthā Mahinda Thero (con trai Vua A Dục, 32 tuổi) và Vua Devanampiya Tissa (307-267 trước Công nguyên). Thánh Tăng Mahinda cùng phái đoàn sứ giả Ấn độ đến Sri Lanka truyền pháp vào năm thứ 236 sau khi Đức Phật Thích

Ca nhập niết bàn. Vua Devanampiya và các quan dân hoan hỉ đón nhận dòng sữa pháp giải thoát và xin làm lễ quy y trở thành đệ tử Phật.[101]

Tượng Phật và tháp Chetiya hình bán cầu trắng trên đỉnh núi Mihintale

Sau đó, vua Devanampiya Tissa cho xây dựng tinh xá Mahāvihāra để Thánh Tăng Mahinda Thero bắt đầu thành lập Tăng đoàn và độ chúng Tăng xuất gia. Vua cũng tha thiết cung thỉnh đại đế A Dục cho con gái là Thánh Tổ Tỳ-kheo-Ni

101 Attractions of Mihintale - cradle of Sri Lanka's Buddhism https://www.lanka-excursions-holidays.com/mihintale-attractions.html

Saṅghamittā sang Sri Lanka thành lập Ni đoàn cho giới nữ xuất gia. Đại Đế A Dục đã chiết một nhánh cây Bồ Đề, nơi Đức Thế Tôn ngồi thiền và giác ngộ tại Bồ-đề-đạo-tràng (Bihar, Ấn độ), đưa Tỳ-kheo-Ni Saṅghamittā đem tặng đảo quốc Sri Lanka và được trồng tại thủ đô Anurādhapura. Hiện nay, cây Bồ Đề được xem là cây cổ thụ có tuổi thọ lâu đời nhất thế giới (năm 2023+249 trước Công nguyên = 2272 tuổi).

Phật giáo và văn hóa Sri Lanka bắt đầu phát triển, nhiều Tăng Ni xuất gia, nhiều hoàng gia và dân chúng học Phật quy y, chùa viện xây dựng, kinh tạng được chú giải dịch thuật ấn hành (Athakathā)... đều khởi nguồn xuất phát đầu tiên từ ngọn núi Mihintale này. Vì vậy, Mihintale được xem là chiếc nôi Phật giáo, là điểm mốc lịch sử, nơi dấu chân truyền giáo đầu tiên của Phật giáo Nguyên thủy từ Ấn độ sang Sri Lanka, là điểm đến thiêng liêng cho khách chiêm bái trên thế giới.[102]

Vào tháng 6 hàng năm, Mihintale[103] trở thành một trung tâm tôn giáo lớn, nơi hàng ngàn Phật tử hành hương mặc áo truyền thống "Sil redhi" màu trắng từ mọi nẻo đường trên đảo quốc về để dự lễ kỷ niệm Poson Poya (ngày khai sinh của Phật giáo Sri Lanka). Họ thường kết hợp chuyến viếng thăm núi Mihintale này với cây Bồ Đề thiêng có tuổi thọ lâu nhất thế giới (năm 2021+249 trước Công nguyên= 2270 tuổi) ở Anurādhapura.

Những điểm hành hương chiêm bái tại Mihintale như sau:

1. Đỉnh núi Mihintale
2. Bậc thang đá 1.840 bậc
3. Bảo tháp Kantaka Chetiya
4. Đại tháp Ambasthala Dagoba
5. Hang động Mihinda Guha
6. Bịnh viện Vejja Sala

102 Mihinale – Chiếc Nôi Phật Giáo Mihintale, Sri Lanka: tourist information, photo. https://nashaplaneta.net/en/asia/srilanka/mihintale#/

103 Mihintale – Nơi gặp gỡ giữa nhà sư Phật giáo Mahinda và Vua Devanampiyatissa. https://www.britannica.com/place/Mihintale

7. Hồ nước Đen Kaludiya Pokuna
8. Hội trường
9. Thiền thất
10. Hồ Rồng (Naga Pokuna)
11. Thông tin cần thiết để đến Mihintale

1.1. Đỉnh núi Mihintale

Sau khi Đức Phật nhập Niết bàn 236 năm (tức là năm 308 trước Công nguyên), Vua A Dục đã tổ chức một kỳ kiết tập (lần thứ 3) kéo dài 9 tháng tại thủ đô Hoa Thị Thành (Pataliputra), để kết tập kinh điển. Các tranh chấp về bất đồng quan điểm trong giáo pháp đã được giải quyết; các vị sư giả mạo không chân chánh bị trục xuất khỏi Tăng đoàn và vua cũng gửi nhiều nhà Sư truyền giáo đến các địa phương khác ở Ấn độ, thậm chí xa hơn biên giới Ấn Độ.

Đức thánh Tỳ kheo Mahinda, con trai của Vua A Dục, được chọn để đem Phật pháp đến các vùng phía Nam. Thánh Tăng Mahinda cùng Tăng đoàn rời thủ đô Pataliputra đến Tu viện Videsha (Sanchi) và sau đó hướng về biển phía Nam đến hải đảo Sri Lanka, một đất nước láng giềng của Ấn độ.

Thánh Tăng Mahinda[104] ghé tỉnh Gokanna (Trincomalee cổ đại) và cuối cùng dừng lại ở một ngọn núi ngay bên ngoài thủ đô Anurādhapura, Sri Lanka. Nhà vua Devanampiya Tissa cùng một số quan cận thần đang đi săn trên núi thì bất ngờ nhìn thấy những người lạ đắp Y vàng rất đoan nghiêm thánh thoát.

104 Sacred Island – A Buddhist Pilgrim's Guide to Sri Lanka. Ven. S. Dhammika 2008. Champika Printers, p.94-96

Ni sư TN Giới Hương, Sư cô Viên Quang và Phật tử Viên Phương đã chinh phục đỉnh núi Mihintale ngày 17/8/2016

Vua thưa thỉnh và Ngài Mahinda trình bày[105] rằng; 'Ôi Đại vương, chúng ta là huynh đệ, đệ tử của Đấng Chân vương. Vì lòng từ bi, từ Ấn Độ chúng tôi đến đây để giúp vua và các thần dân hiểu đạo Phật'. Ngày hôm sau, vua mời Tôn giả Mahinda đến thuyết giảng cho hoàng gia nhưng những người dân thường không được vào cung điện nghe. Vì vậy, sau đó, quần chúng đã tập hợp lại trong chuồng voi và Ngài Mahinda đã giảng dạy giáo pháp cho họ ở đó. Từ đó, Phật giáo được lan truyền sâu rộng khắp hải đảo Sri Lanka.

Tên ban đầu của núi nơi mà vua Devanampiya Tissa gặp Tăng đoàn Mahinda là Missaka Pabbata, sau đó nó được gọi là Chetiyagiri (Núi của các Bảo tháp) và cuối cùng được đổi lại cho đến bây giờ là núi Mihintale.

Mihintale nghĩa là Mahinda's plateau[106] (cao nguyên Mahinda, lấy tên Thánh Tăng Mahinda để đặt cho núi) hoặc "Mahinda's mountain saddle" (yên ngựa trên núi Mahinda), để

105 https://www.lanka-excursions-holidays.com/mihintale-attractions.html
106 Như trên.

ghi nhớ cuộc gặp gỡ lịch sử giữa Thánh Tăng Mahinda và vua Devanampiya Tissa.

Thánh Tăng Mahinda sống ở Sri Lanka khoảng 40 năm, đã dành những năm còn lại của cuộc đời mình ở Mihintale và viên tịch vào năm 202 trước Công nguyên. Sau khi hỏa táng, tro của Ngài được thờ nhiều nơi trên khắp đảo Sri Lanka cũng như tại đây trong một bảo tháp trên núi Mihintale.

Một bia ký gần tháp Kantaka đã khắc ghi nhận sự kiện vua Devanampiya Tissa đã cho tạo lập 68 hang động trên núi Mihintale để đức Mahinda và chư Tăng nhập thất ẩn cư tu tập. Khi đại sư Pháp Hiền đến thăm Mihintale, tại đây có 2.000 nhà sư đang sống tu học trên núi. Điều này cho thấy vào thời huy hoàng cổ đại, nơi đây đã trở thành một trung tâm Phật giáo rất phát triển.

1.2. Bậc thang đá của đồi Mihintale

Đến chân núi Mihintale, khách hành hương sẽ thấy có một cầu thang đá dẫn lên đỉnh núi dài 311 mét (1.019 feet) với 1.840 bậc thang đá. Để có được cầu đá này, biết bao nhiêu mồ hôi công sức đập đá, khiêng, vận chuyển và xây thành bậc thang tạo thuận lợi cho khách chiêm bái. Được biết triều đại của vua Bhathika Abhaya (22 trước Công nguyên - thế kỷ 7 sau Công nguyên) đã khởi công xây bậc thang đầu tiên và sau đó nhiều triều đại khác trùng tu cũng như thêm một con đường lát đá rộng từ bãi đậu xe đến chân núi.

Dưới chân núi thì thềm đá rộng rãi thong thả dễ đi nhưng đến núi đá thì bậc thang nhỏ lại và ngoằn nghèo uốn cong theo địa hình cong của núi đá. Hai bên bậc thang có xây tay vịn an toàn và bờ thành đá để khách chiêm bái có thể ngồi nghỉ mệt dọc đường, có thể vịn khi leo và sau đó đi tiếp lên đến đỉnh.

Đi khoảng 150 mét, lưng chừng núi bên trái là vô số cột trụ trên nền của một Tu viện đổ nát. Đi lên phía trên cùng, một cầu thang khác ở bên phải dẫn đến tháp Khantika Stupa. Lên đến đỉnh cầu thang và đi qua cổng chính, khách hành hương sẽ bước vào các bậc thang nhỏ để chinh phục đỉnh cao gió lộng của núi Mahintale.

Cầu thang đá 1.840 bậc dẫn lên đỉnh núi Mihintale

1.3. Bảo tháp Kantaka Chetiya

Đi hết các bậc thang để lên tới đỉnh Mihintale là bảo tháp tròn Kantaka Chetiya ba gian và bốn cổng. Tháp cao 12 mét (40 feet), đường kính 40 mét, với chu vi rộng 130 mét (425 feet). Đây là một trong những di tích tôn giáo sớm nhất trên đảo, xây vào thế kỷ thứ 2 trước Công nguyên và được bộ khảo cổ khai quật lần đầu vào năm 1934.

Điểm nổi bật của ngôi tháp tròn bằng gạch đồ sộ này là có bốn cổng (vahalkadas) ở bốn phía được xây dày nhiều lớp và trang trí lộng lẫy. Cổng phía Đông và Nam được bảo tồn tốt nguyên vẹn, với nhiều đường ngang chạm khắc các phù điêu tinh xảo như hình Thiên nữ, voi, ngỗng, cây lá trong khi các cổng khác có cột hình sư tử. Những thiết kế Vahalkada này được công nhận là một trong những nền kỹ thuật điêu khắc Sinhala sớm nhất.

1.4. Đại tháp Ambasthala Dagoba (Dagoba Ambasthala, Sila Cetiya)

Đồi vườn xoài Ambasthala là nơi tập trung những thắng cảnh quan trọng nhất, là ngọn đồi chính của Mihintale (Aradhana Gala). Ở trung tâm có một Bảo tháp Ambasthale (Ambasthala Dagoba), bên trái là một bức tượng của Đức Phật Thích Ca tọa thiền màu trắng và bên phải Bảo tháp Mahaseya Dagoba.

Sư Sumedha, Ni sư TN Giới Hương và quý Sư cô Chùa Hương Sen dưới chân tháp Ambasthala Dagoba, ngày 11/7/2023

Tháp do vua Devanampiya Tissa xây dựng (khoảng năm 42-20 trước Công nguyên) để kỷ niệm tại nơi vua Devanampiya Tissa gặp gỡ Mahinda. Phía trước Bảo tháp là một bức tượng của vua Devanampiya được đặt ngay tại nơi lần đầu tiên vua được diện kiến và đảnh lễ Thánh Tăng Mahinda.

Hang động Mihinda Guhava

Từ đại tháp trắng Ambasthala Dagoba có những bậc thang dốc dẫn đến giảng đường đá, nơi Thánh Tăng Mahinda thuyết giảng bài pháp thoại đầu tiên của mình. Hai bên hang có hai bản bia ký của vua Mahinda IV khắc dòng chữ ghi về cuộc sống của Thánh Tăng Mihinda và chư Tăng ở Mihintale. Đây là một trong những bản khắc dài nhất, có giá trị nhất của lịch sử Phật giáo Sri Lanka cổ đại giới thiệu về cuộc sống tu tập và thiền định ở hang của Tăng đoàn.

Một con đường gần Tu viện hiện đại khoảng 300 mét xuống phía Đông của ngọn núi đến hang động, nơi Thánh Tăng Mahinda đã ở lại khi Ngài lần đầu tiên đến Mihintale. Có một phiến đá nhẵn bóng hình chữ nhật được đúc theo hình của chiếc Y nếp gấp được tượng trưng chiếc Y vàng của Thánh Tăng Mahinda đang đắp. Cũng có một phiến đá lớn nhẵn, vốn được dùng như chiếc giường ngủ của Thánh Tăng Mahinda.

Tác giả TN Giới Hương cùng quý Sư cô Hương Sen viếng thăm 68 hang động Mihintale ngày 11/7/2023

1.5. Trai đường

Trai đường được phục vụ như quả đường (nhà ăn), để chư Tăng khất thực, nhận ẩm thực cúng dường và dùng trưa. Có hai khuôn hình chữ nhật dài 7 mét (23 feet) dùng để đựng cơm. Những khuôn nhỏ hơn để đựng thực phẩm (gia vị) để cúng dường trai phạn cho các nhà Sư. Bên phải có gắn hệ thống nước từ hồ chứa nước trung tâm để sử dụng trong nhà ăn… Trên một phiến đá ghi có 12 đầu bếp công quả tại nhà ăn này và vài Phật tử phụ bếp khiêng củi, công quả.

Một bia khắc Katikāvata đã mô tả sinh hoạt nhộn nhịp của nhà bếp như sau:

"Vào ngày mồng 10 trăng khuyết của tháng Vap, năm thứ mười sáu dưới triều đại vua Sirisanghabodhi Abhaya (Mahinda), vua đã cung thỉnh Tăng đoàn các nhà Sư đang tu học tại Chetiyagiri Vihāra và Abhayagiri Vihāra. Tại lễ cúng dường này, vua rất hài lòng đã khen ngợi chư Tăng già sống hòa hợp trong giới luật của Phật.

Mỗi ngày, sau khi thức dậy lúc bình minh, chư Tôn đức đắp Y, thiền quán về bốn pháp bảo vệ tâm, sau đó đi xuống trai đường để nhận phần ăn sáng. Nếu có sư bị bịnh, không thể đến trai đường, sẽ được vị khán bịnh (thầy thuốc) mang thực phẩm lên phòng. Đối với các Giới sư (dạy luật trong chúng) sẽ được cấp năm phần thức ăn và Y cà sa, đối với những giảng sư (dạy

Kinh tạng) sẽ được cấp bảy phần thức ăn và đối với Luận sư (dạy Vi Diệu Pháp), sẽ được cấp mười hai phần thức ăn...

Các nhà Sư cư trú tại đây hoặc tại bất cứ Tu viện nào, sẽ không có quyền kiểm soát bất kỳ của cải nào thuộc sở hữu của Tam Bảo thường trụ. Những ai đã xuất gia đắp Y mà có những hành vi không phù hợp với chí nguyện xuất thế như mua bán, giết hại súc vật sẽ bị trục xuất, không được phép lên núi sống trong Tu viện...

Vị Sư trụ trì trông coi Tu viện sẽ được cấp một *naeliya* gạo mỗi ngày. Một *kalanda* và bốn *aka* vàng sẽ được cúng dường cho khóa tu và ngay cả lúc lễ bế mạc của khóa tu cũng được cúng dường như vậy. Mỗi năm sẽ cúng mười lăm *kalanda* vàng để mua hoa, đèn và vật dụng... Người thầy thuốc sẽ được cấp hai phần đất để làm phòng clinic khám bịnh, nhà chiêm tinh tiên đoán sẽ được hai kiriya [đất] và một phần từ [làng] Damiya tặng, người thợ cắt tóc được một *kiriya*, ... sẽ cúng dường dầu và bấc cho đèn trong tháp xá lợi, sẽ được cấp một phần đất từ làng Karanda. Những người trồng hoa hay cúng dường hoa sen trắng cho tháp xá lợi sẽ nhận được hai công (*paya*) đất từ làng này; người tặng một trăm hai mươi hoa lily xanh mỗi tháng sẽ nhận được hai *kiriya* đất từ làng Sapu...[107]

(Mahinda's Code: On the 10th day of the waxing moon of the month of Vap, in the sixteenth year of his reign, the great king Sirisanghabodhi Abhaya (Mahinda)... convened an assemly of the great community of monks resident in Cetiyagiri Vihāra and the Abhayagiri Vihāra. At this assembly, His Majesty confered with competent persons about selecting such monastic rules as please him out of those in use.

The monks residing in the monastery shall rise at dawn, meditate on the four protective formulas and having cleaning their teeth, shall dress as with love in their minds chant, and

107 Condensed from the Katikāvata Inscription by Kind Mahinda IV at Mihintale.
Sacred Island – A Buddhist Pilgrim's Guide to Sri Lanka. Ven. S. Dhammika 2008. Champika Printers, p.91.

then they shall go down to the refectory and receive receive gruel and rice. Monks who are unable to go to assembly hall because of illness, shall be granted a portion of food when they get a recommendation from the physician. To the monks who teach the *Vinaya Pitaka* shall be granted five portions of food and robes, to those who teach the Sutta Pitaka seven portions and to those who teach the Abhihamma, twelve...

Employees of the monastery shall be ordered and dismissed only by the monks in council, not by any individual monk. Monks residing here or at any place belonging to the monastery, shall under no circumstances own have control over any places owned by the monastery. Those who, having put on the yellow robe, commit acts inconsistent with the dress, such as buying and selling or killing animals, shall not be allowed to live on the mountain...

The monk who looks after the establishment shall be given one naeliya of raw rice daily. For the expense of the ceremony of commencing the rains retreat, one *kalanda* and for *aka* of gold shall be given for the closing ceremony a similar amount. For flowers and whitewashing, fifteen *kalanda* of gold per annum shall be allowed... The physician who applies leeches shall be given two *paya* of land for his maintenance, the astrologer two *kiriya* [of land] and a share from Damiya [village], the barber one *kiriya*, ... for providing wicks and oil for the lamps in the relic house, one paya of land from *Karanda* village shall be given. The twon florists who provide white lotuses for the relic house shall receive two *paya* of land from this village, the person who provides a hundred and twenty blue water lilites per month shall receive two kiriya of land from Sapu village...)[108]

108 Condensed from the Katikāvata Inscription by Kind Mahinda IV at Mihintale. Sacred Island – A Buddhist Pilgrim's Guide to Sri Lanka. Ven. S. Dhammika 2008. Champika Printers, p.91.

1.6. Bịnh viện Vejja Sala

Từ trạm xe buýt của thị trấn Mihintale đến chân núi, khách chiêm bái sẽ đi ngang qua một vườn xoài sum suê trái, phía bên phải chúng ta sẽ thấy có tàn tích của một bệnh viện Vejja Sala cổ đại (thuộc thế kỷ thứ 3).

Hiện nay bệnh viện vẫn còn nền móng, kèo cột, bồn tắm bằng đá nguyên khối lớn bằng cơ thể một người tắm (như trong hình)... Có khoảng 27 phòng cho bệnh nhân và bốn phòng lớn, tất cả đều được xây dựng xung quanh một sân với một gian thờ Phật ở chính giữa. Những bệnh viện khiêm tốn như thế này không dành cho dân chúng công cộng mà dành cho các Tu sĩ và

Phật tử của Tu viện. Các cuộc khảo cổ tại đây đã đào lên, cho thấy nhiều dụng cụ y tế, cối nghiền thuốc, đang được trưng bày tại viện bảo tàng nhỏ gần đó. Trong sách sử Culavamsa cũng có đề cập rằng một bệnh viện đã được xây dựng tại đồi Mihintale, tức Bịnh viện Vejja Sala này.

1.7. Hồ nước Đen Kaludiya Pokuna (Sylvan Pond of Black Water)

Hồ nhân tạo Sylvan dài 200 feet (61 mét), rộng 70 feet (21 mét) do người xây vào thế kỷ 10 hay 11. Hồ sẽ giữ nước vào mùa mưa và sau đó phân phối cung cấp nước cho các Tu viện trong khu vực này.

Sở dĩ hồ có tên là nước đen (Black Water) theo truyền thuyết nói rằng khi một nhà sư cầu nguyện liên tục và tha thiết trong 24 giờ dưới gốc cây đen mọc gần hồ thì nước trong hồ sẽ dần dần chuyển sang màu đen, còn về mặt khoa học sở dĩ mặt nước đen là do sự phản chiếu nhiều bóng râm của những cây cối và tảng đá xung quanh xuất hiện trong nước nhất là khi mặt trời chưa mọc.

Có một tấm bia khắc với chữ viết Brahmi thuộc thời cổ đại cạnh hồ. Xung quanh hồ có nhiều nền Tu viện, hội trường, bảo tháp, trai đường, thiền thất và các hang động để thiền định...

1.8. Hội trường

Cạnh trai đường là một hội trường hình chữ nhật do vua Mahinda IV xây dựng. Hiện nay vẫn còn nền, mười cột và hai tấm bảng đá hai bên với các dòng chữ ghi về quy luật chốn thiền môn.

1.9. Thiền thất (Sannipata Sala, Sannipata Salava)

Phía Đông vườn xoài có cầu thang dẫn lên cao tới một thiền quán bằng đá. Chu vi nhỏ gọn cho một nhóm thiền tọa, chính giữa có bệ cao cho vị tọa chủ, có ba bậc thang và 64 cột đỡ mái đã bị gãy, chỉ còn phần nền trệt.

1.10. Hồ Rồng (Naga Pokuna)

Đi đến đầu cầu thang, khách hành hương sẽ nhận thấy một con đường bên phải. Tiếp tục đi dọc theo đường, băng qua khu rừng sẽ đến Hồ Rồng (Naga Pond). Hồ được gọi như vậy bởi lẽ có bảy đầu rồng bằng đá được đẽo khắc nhô ra khỏi vách đá rất ấn tượng và đặc biệt có đuôi rồng quẫy xuống nước chạm tới đáy hồ. Ban đầu chắc hẳn đây chỉ là một cái ao nhỏ tự nhiên, là một trong những nguồn nước cung cấp chính ở Mihintale nhưng khi nhu cầu sử dụng nước ở Mihintale ngày càng tăng, nên đã được đào sâu rộng hơn và xây dựng một bờ kè xung quanh nó. Đại biên niên sử Mahavamsa gọi nơi này là Nagacatukka và nói rằng Thánh Tăng Mahinda đã từng tắm giặt ở đây.

Naga pokuna với hai hồ Sinha pokuna và Kaludiya pokuna là một mạng lưới ao hồ tự nhiên và nhân tạo, biểu tượng cho nền văn minh thủy lực Sinhalese. Đây là một bằng chứng về kỹ thuật thủy lực pha trộn với cảnh quan và nghệ thuật điêu khắc của tổ tiên Sinhalese.

1.11 Thông tin cần thiết để đến Mihintale

Cách tốt hơn là khởi đầu nên chiêm bái Mihintale trước, rồi hãy đến Anurādhapura. Nếu đi từ Anurādhapura thì Mihintale nằm cách Anurādhapura 14km về phía Đông, trên đường đến Trincomalee. Từ đó, chúng ta đi xe buýt đến Mihintale, chạy khoảng 20 phút, phí 30 Rupees, có ga đường sắt đến Mihintale vào thứ bảy và chủ nhật, khoảng 15 Rupees, chạy khoảng 30 phút. Đi taxi đến Mihintale từ Anurādhapura (đi và về) với giá 1400 Rupees trong khi xe tuk-tuk với giá khoảng 1000 RS.

Tham quan phần lớn khu phức hợp khảo cổ Mihintale là miễn phí. Riêng phí vào cao nguyên vườn xoài Ambasthala có tàn tích 68 hang động là 500 Rupees. Ngắm núi thiêng Mihintale cần phải leo nhiều nên khách chiêm bái nên đi sớm lúc bình minh, mang theo nước uống và mang tất vớ dày vì phải đi chân trần (để dép bên ngoài) vào khu tôn nghiêm trên núi.

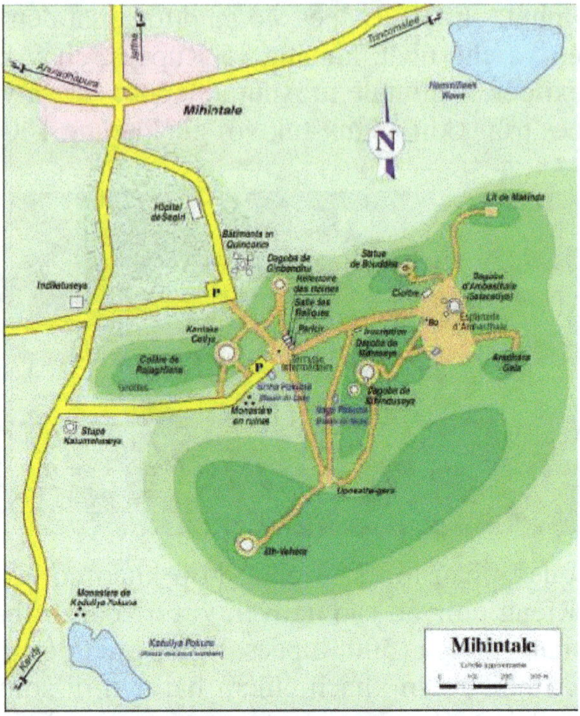

Để lên đến đỉnh núi Mihintale, khách hành hương phải vượt qua 1840 bậc thang. Đây cũng là một thử thách. Vừa leo núi vừa chánh niệm thiền định, hít thở không khí trong lành, vừa thăm viếng nơi lịch sử khai sáng đạo Phật, vừa thể dục thể hình leo núi, nên rất nhiều du khách dù là Phật tử hay không phải Phật tử đều rất thích.

Quang cảnh nơi đây làm du khách vô cùng ngạc nhiên bởi sự hài hòa tuyệt vời giữa tạo hóa từ thiên nhiên và bàn tay sáng tạo của con người. Mihintale như một thử thách của sự chinh phục thiên nhiên.

Lên đỉnh núi khách chiêm bái có thể phóng tầm mắt ngắm nhìn thành phố, làng mạc, đồng ruộng, cánh đồng bao la bốn phía ngút ngàn của thị trấn Mihintale và khách cũng có thể nhìn thấy một số bảo tháp của Anurādhapura từ xa. Khung cảnh tuyệt đẹp như tranh vẽ!

2. NÚI ĐÁ MÓNG SƯ TỬ SIRIGIYA VÀ THÀNH CỔ SIGIRIYA

Nếu cây Bồ Đề ở Anurādhapura nổi tiếng về sự thiêng liêng nhiệm mầu của Phật giáo, hay đồi Mihintale là chiếc nôi lịch sử Phật giáo thì Sigiriya (Lion Rock Sinhala: සීගිරිය) là pháo đài trên đỉnh núi đá Móng Sư Tử nhiều màu giữa rừng núi thiên nhiên tuyệt mỹ của thị trấn Matale, Dambulla, miền Trung Sri Lanka và cũng là nơi có truyền thống theo đại thừa Phật giáo, thờ Bồ tát Quan Thế Âm.

Sigiriya hay Sinhagiri[109] là một pháo đài đá cổ nằm ở phía Bắc quận Matale gần thị trấn Dambulla ở tỉnh miền Trung, Sri Lanka. Tên gọi này đề cập đến một địa điểm có ý nghĩa lịch sử và khảo cổ học với một núi đá màu khổng lồ cao khoảng 180 mét (590 ft) so với mặt đất và 370 mét so với mặt nước biển của đảo quốc Sri Lanka. Cao nguyên đá Sigiriya này được hình thành sau khi núi lửa phun trào với độ cao hơn 200m so với

109 Núi đá Sư Tử Sigiriya. https://archaeology-travel.com/travel-reports/caught-between-a-rock-and-a- high-place-sri-lanka-sigiriya/

những cánh rừng bao phủ bên dưới.

Theo Culavamsa, một biên niên sử cổ của Sri Lanka, địa điểm này được Vua Kassapa I (477 - 495) xây vào thế kỷ thứ 5 trên mỏm núi đá cao chọn làm thủ đô mới của mình, là một trong những điểm du lịch lâu đời nhất trên thế giới. Do từ xa xưa, núi lửa phun trào đã ùn độn và hình thành nên một núi đá Sirigiya nhiều màu nổi bật xinh xắn giữa cánh rừng và đồng lúa xanh lá bạt ngàn xung quanh.

Vua đã xây dựng cung điện của mình trên đỉnh cao của núi đá này và trang trí các mặt của nó bằng những bức bích họa đầy màu sắc. Trên một cao nguyên nhỏ nằm ở lưng chừng núi đá này, vua đã xây dựng một cánh cổng dưới hình dạng một con sư tử khổng lồ ngồi có hai bàn chân trước với mười móng vuốt rất sắc nét và đặt tên Sīnhāgiri, Lion Rock (một từ nguyên tương tự như Sinhapura, tên tiếng Phạn của Singapore, Thành phố Sư tử).

Núi đá Sư Tử Sigiriya – Di sản Văn hóa Thế Giới Unesco[110]

Hoàng tử Kassapa I là con trai của hoàng đế Dhatusena, lên nắm quyền sau khi ám sát phụ thân và đánh đuổi luôn người anh trai mình để đoạt ngôi. Lo sợ có sự trả thù sau này, vua Kassapa I đã cho xây dựng một cung điện cũng như pháo đài kiên cố trên đỉnh ngọn núi đá Sigiriya, được xem là nơi bất khả xâm phạm, vua có thể quán sát trên cao và phản công chống lại nếu có ai

110 www.ancientpages.com

leo lên xâm phạm.

Núi đá Sư Tử Sigiriya nhìn từ trên cao

Tuy nhiên, đó lại chính là nơi vua bị đánh bại sau một cuộc chiến ngắn nhưng tàn bạo vào năm 495, khiến vua phải tự sát. Trong 11 năm trị vì tại Sigiriya, Vua Kassapa I đã tạo ra một nơi cư trú đặc biệt lộng lẫy và thành lập thủ đô và pháo đài của mình ở đó. Di tích ấn tượng về thủ đô kiên cố này vẫn còn tồn tại cho đến ngày nay.[111]

Sau khi nhà vua thăng hà, thủ đô và cung điện hoàng gia Sigiriya đã bị bỏ hoang. Vua Moggallana lên nắm quyền giữ thành Sigiriya và biến pháo đài Sigiriya thành một Tu viện ẩn tu cho các Tu sĩ Phật giáo. Sau đó, nó được sử dụng như một Tu viện Phật giáo cho đến thế kỷ 14. Sigiriya là một quy hoạch đô thị cổ đại được bảo tồn tốt nhất, nên năm 1982, Unesco đã công nhận đây là Di sản Văn hóa và kỳ quan thứ 8 trên thế giới được bảo vệ khá nghiêm ngặt như một quốc bảo của thế giới.

111 Sacred Island – A Buddhist Pilgrim's Guide to Sri Lanka. Ven. S. Dhammika. 2008. Champika Printers. Trang 95.

Ni sư Giới Hương và Sư cô Viên Quang chinh phục Núi đá Móng Sư Tử Sigiriya ngày 17/8/2016

Những điểm hành hương chiêm bái tại Núi đá Sư Tử Sigiriya như sau:

1. Pháo đài Sư Tử Sigiriya
2. Bậc thang đá 12.290 bậc
3. Khu vườn nước hoàng gia
4. Các hang động ở lưng chừng núi
5. Tranh bích họa graffiti trên thạch động
6. Tín ngưỡng đại thừa thờ Bồ tát Quan Âm
7. Thông tin để đến Pháo đài Sư Tử Sigiriya

2.1. Pháo đài Sư Tử Sigiriya

Pháo đài Sư Tử Sigiriya[112] là nền móng của một tòa lâu đài với hệ thống pháo đài kiên cố, phức tạp và được bao quanh bởi hệ thống những vườn cây, lối đi dạo, ao hồ và thung lũng. Khu vực xung quanh lâu đài cổ này bị tách biệt với thế giới bên ngoài đã ngàn năm. Lối đi chính của lâu đài nằm ở phía Bắc của đồi đá và có 12.290 bậc thang đá từ chân lên đỉnh. Có một số bia đá trong khu vườn này khắc tên những thí chủ bảo trợ đã cúng dường cho Tu viện và Tăng đoàn tại đây trước khi vua Kassapa đến.

112 www.ancientpages.com

Ni sư Giới Hương, Sư cô Viên Quang và hướng dẫn viên chinh phục Núi Móng Sư Tử Sirigiya 16/8/2016

Nhìn vào hình, chúng ta thấy núi đá giống như một con sư tử khổng lồ da màu cõng một lâu đài trên lưng với bốn bàn chân đầy móng vuốt bén nhọn đang phủ phục quỳ kính, do đó núi có tên Sư Tử (Sigiriya). Sigiriya bắt nguồn từ Sihagri có nghĩa là sư tử (Lion Rock) và vì lâu đài nằm trên đỉnh núi tiếp giáp với mây trắng trời xanh, nên còn có tên Cung Điện Trên Không (Fortress in the Sky).

Trên đỉnh núi, có 3 phiến đá khổng lồ chắn xung quanh pháo đài rộng lớn. Tàn tích nền móng to lớn cho thấy nơi đây từng là một kinh thành xa hoa lộng lẫy với nhiều hội trường, cung điện, ngai vàng, khu vườn, đường hầm và hồ bơi… là những công trình kiến trúc rất đáng kinh ngạc với những kỹ xảo, công nghệ cổ xưa vô cùng độc đáo.

Thang đá 12.290 bậc

Có khoảng 12.290 bậc thang đá uốn lượn gập khúc theo vách núi dựng đứng để leo lên đỉnh. Đầu phía Bắc của đỉnh pháo đài này giảm xuống thấp dần khoảng 40 feet và trên tảng đá bên dưới có dấu vết nhiều lỗ của gỗ; trước điều này cho thấy rằng có một cầu thang gỗ đã từng dẫn lên đỉnh núi. Khi leo lên bậc thang đá lên đỉnh của tảng đá, khách hành hương như đi qua miệng sư tử khổng lồ và nó đang ngồi chồm hổm. Hiện nay chỉ còn lại hai bàn chân trước với móng vuốt rất sắc bén là thấy rõ nhất. Tuy leo lên đỉnh cao có hơi nguy hiểm, nhưng cũng không cản được lòng du khách, nơi mỗi ngày cả ngàn du khách trên khắp thế giới, chen nhau để lên các cầu thang gỗ và đá cheo leo chật hẹp để chinh phục đỉnh núi, thăm pháo đài cũng như cung điện trên không.

Nghỉ mệt để tiếp tục vượt qua thử thách của 12.290 bậc thang đá uốn lượn ngày 16/8/2016

2.3. Khu vườn nước hoàng gia

Việc xây dựng những pháo đài và khu vườn thượng uyển trên núi đá cao hơn 200m là một kỹ thuật đỉnh cao, tiên tiến so với thời đại hiện nay. Khu vườn hoàng gia Sigiriya trên núi Potala như đại sư Huyền Trang đã mô tả[113] nằm trong danh sách những khu vườn có niên đại cổ xưa nhất trên thế giới bao gồm cả những khu vườn phun nước, vườn đá cuội, hang động, vv…

113 Sacred Island – A Buddhist Pilgrim's Guide to Sri Lanka. Ven. S. Dhammika. 2008. Champika Printers. Trang 95.

Khu vườn nước trên đỉnh núi Sigiriya

Khu vườn lớn dài khoảng 160 mét (525 feet), rộng 24 mét (78 feet) với nhiều hồ nước hình chữ nhật nhân tạo và bậc thang đá lên xuống. Trong những công trình đó, đáng chú ý nhất là hồ nước hình bát giác được đục từ đá nguyên khối có diện tích 27m x 21m, trông giống như một bể bơi trên nóc nhà hiện đại. Ngoài ra, còn có bốn đài phun nước được xây đối xứng ở hai bên lối đi.

Đền đài, Tu viện và vườn thượng uyển trên đỉnh Sư Tử Sigiriya được bao quanh bởi bức tường thành bằng đá cao 9 mét (30 feet) và dài gần hai cây số (2000 mét), có hai cổng ở phía Bắc và Nam. Hiện nay, chỉ còn thấy một phần của bức thành trì và bên cạnh đó là một con hào. Con hào được xếp bằng các khối đá rộng 24 mét (80 feet), sâu 4 mét (14 feet). Bức tường thành có thể được làm bằng gạch vụn, đá và đất đào từ con hào.

Hồ nước Sigiriya

Làm sao có nước liên tục trên đỉnh núi? Nguồn nước chính được tích trữ ở sườn núi thấp đưa lên các kênh hào, rồi dẫn đến đài phun bằng hệ thống các ống nước ngầm và hoạt động theo nguyên tắc đơn giản của trọng lực và áp suất, kiểm soát sự chuyển động liên tục của lượng nước. Những phiến đá vôi hình tròn có lỗ vòi là đài phun nước cũ. Phía bên phải của khu vườn phun nước này là tàn tích của pháo đài, lâu đài, Tu viện và các tòa nhà, vv...

2.4. Các hang động ở lưng chừng núi

Đường lên đỉnh núi Sư Tử Sigiriya, lưng chừng giữa sườn núi có nhiều hang đá. Để đến được những hang này, phải leo và bước qua nhiều thang đá nhỏ xoắn cong theo thế núi với những ngọn gió thổi mạnh lồng lộng.

Có hang động bên trong có tòa ngồi đá bóng nhẵn như mới cắt ra khỏi tảng đá cẩm thạch sống. Có hang động có tường gạch bao xung quanh, được dùng như nơi ẩn tu của các nhà Sư Phật giáo. Các nhà Sư sống giữa môi trường núi non tự nhiên thanh tịnh dễ tạo điều kiện thuận lợi cho việc tu tập tâm linh và nhập thiền. Có hang có hình dáng như đầu Rắn Hổ Mang (Cobra's Hood) và nhiều hang động đẹp mê hồn, độc đáo, kỳ vĩ, huyền ảo, nổi bật giữa thiên nhiên.

2.5. Tranh bích họa graffiti trên thạch động

Trên đường lên đỉnh Sigiriya, có vài thạch động giữa lưng chừng sườn núi cao khoảng 100 mét so với mặt đất, đặc biệt trên vách hang có nhiều bức tranh bích họa graffiti màu sắc đặc thù rất nghệ thuật.

Khách chiêm bái phải leo qua những cầu thang xoắn ốc nhỏ xíu đầy gió lộng, bước vào cửa hang hẹp, rồi mới vào được các hang thiên đường tranh bích họa. Tranh được vẽ từ thời kỳ trị vì của Vua Kasyapa và đã tồn tại trong nhiều thế kỷ cho đến ngày nay. Có tranh dài gần 140 mét và cao khoảng 40 mét ('Fresco Pocket A, B, C, D và E) mô tả về chư Phật, Bồ tát, các vị Thần và Thiên nữ (apsaras) (bán khỏa thân) rất sống động, xinh đẹp với gam màu cam đỏ nổi trên nền đá xám giống như các bức bích họa ở hang động Ajanta và Allora (miền Nam Ấn độ).

Một số bức bích họa bị mờ dần theo thời gian, nhưng chỉ một số tranh còn sót lại trên tường của hang động này cũng đủ minh họa cho thấy ý tưởng thờ phượng của Phật giáo, tín ngưỡng tôn giáo địa phương, thờ các vị thần dân gian cũng như nghệ thuật trang trí lộng lẫy của pháo đài Sigiriya như Đại Sư Huyền Trang đã minh chứng rằng: "Tất cả các vị thần, á thần và các hình tượng thần thoại được cho là ngự trên sườn núi Potala (tức Sigiriya), thứ tự vị thế tăng dần theo quả vị tu chứng như với các vị Bồ tát như Thần Kim cang Tara Mật tông hướng về đỉnh cao và Bồ tát Quan Thế Âm (Avalokitesvara) cũng ngự trên cao đỉnh núi."[114]

114 Sacred Island – A Buddhist Pilgrim's Guide to Sri Lanka. Ven. S. Dhammika.

Bề mặt của một số tảng đá Sigiriya rất bóng như được sơn để giống với nơi ở của các vị Thần này. Có tất cả 19 tranh tượng có lẽ đại diện cho các Tara và các phối ngẫu (vợ) và các hộ pháp của Bồ tát Quan Âm. Các nghệ nhân Sigiriya đã mô tả các hình tướng Tara (hóa thân của Quan Âm) nhiều hình dáng để phù hợp với một trong những đặc điểm của Thần kim cang như được đề cập trong Manjusrimulakalpa; "Tara hóa thân nhiều hình tướng ở hàng nghìn nơi để cứu độ chúng sanh đáp ứng sự kêu cứu của chúng sanh."[115]

Bức họa B10 (số series của nghành khảo cổ học) được xem là còn nguyên vẹn hoàn hảo, tuyệt đẹp, rõ nét, đại diện cho thiếu nữ, thiên nữ hay thần Tara của thế giới cổ đại. Cô gái thị nữ bên trái (từ hình ngó ra) tay mang khay bông hoa đưa cho tiểu thư (Thiên nữ hay Thần Tara) ở phía bên phải. Gương mặt tiểu thư trầm tĩnh nhìn xuống với nụ cười thanh tao quý phái. Hai tay của tiểu thư cầm hoa chuẩn bị rải cúng dường. Tiểu thư bán khỏa thân từ thắt lưng trở lên (để trần, không áo), đôi ngực tròn đẹp, đầu đội vương miện, tay đeo vòng nạm đá quý, cổ đeo ngọc trai ba dây, tai đeo lũng lẵng đôi hoa tai vàng lớn và tóc được búi lên, đính trâm hoa và xỏa dài sau lưng ong sang trọng.

B10. Tranh Tara Sigiriya Fresco[116]

2008. Champika Printers. Trang 95.

115 Sacred Island – A Buddhist Pilgrim's Guide to Sri Lanka. Ven. S. Dhammika. 2008. Champika Printers. Trang 95.

116 Photo: B10. Tranh Tara Sigiriya Fresco từ srilankastyle.com

Để chiêm ngưỡng được các bức bích họa graffiti tuyệt đẹp này, khách chiêm bái phải trải qua một cuộc thử thách là phải leo núi cao hơn 100 mét qua các bậc tam cấp đá nhỏ hẹp và nép mình qua một cầu thang sắt xoắn ốc nhỏ (vừa đủ một dòng người lên và một dòng người xuống) đầy gió lộng. Khi lên đến nơi, khách chiêm bái sẽ thở phào nhẹ nhõm cảm thấy xứng đáng được thưởng khi bước vào hang đá tranh màu siêu tuyệt giữa lưng chừng núi gió này.

Photo: srilankastlye.com

Photo: srilankastlye.com

2.6. Tín ngưỡng đại thừa thờ Bồ tát Quan Âm

Núi Sigiriya Sư tử này có nhiều Tu viện tọa lạc trên đỉnh và trong đó có Tu viện đại thừa thờ tượng Bồ tát Quan Thế Âm bằng vàng. Theo Hòa thượng S. Dhammika trong cuốn sách Hải Đảo Thiêng Liêng – Hướng dẫn Tâm Linh đến Sri Lanka[117] đã trình bày rằng:

"Sau hình tượng của Đức Phật Thích Ca, bậc thánh nhân kế tiếp được tôn kính và phổ biến nhất trong Phật giáo là Bồ tát Quan Thế Âm (Avalokitesvara) - chúa tể của lòng từ. Kể từ khi xuất hiện vào khoảng thế kỷ thứ nhất trước Công nguyên, Bồ tát Quan Thế Âm đã được Phật tử của tất cả các trường phái Phật giáo tôn thờ với tất cả lòng thuần thành kính ngưỡng.

Theo truyền thống nói rằng Bồ tát Quan Thế Âm có 108 danh hiệu, một trong số đó là Natha và tại Sri Lanka, Ngài được thờ chính dưới tên này… Ở phía Bắc Ấn Độ như Rajagaha đã có chùa đại thừa thờ Quan Âm; ở Trung Quốc, có núi Phổ Đà (tỉnh Chiết Giang), trong khi ở Sri Lanka đã thờ tượng đài Quan Âm theo cách của người Lanka tại núi Sư Tử (Sigiriya) này."

Xa hơn một chút về phía bên trái của con đường và bên dưới có một pháp tòa hay bệ tượng được tạc từ đá bóng. Các lỗ vuông trên các góc phía trước như từng nâng đỡ trụ mái che mát. Pháp tòa này cũng có thể là bệ tượng nơi thờ tượng Bồ tát Quán Thế Âm trên núi Potala như đại sư Huyền Trang đã mô tả về ngọn núi thánh Sigiriya này.

Tóm lại, khi leo đến đỉnh ngọn núi Sigiriya cao 370m (so với mặt biển) đầy gió, du khách (Phật tử hay không Phật tử) có thể tự thưởng cho mình bằng cách phóng tầm mắt ngắm nhìn thành phố xa mờ giữa núi rừng xanh ngát bao la xung quanh miền Trung Sri Lanka và ngắm nhìn toàn cảnh đền đài tàn tích công trình kiến trúc cung điện hoàng gia, Tu viện Phật giáo cùng pháo đài lên móng sư tử. Dẫu không còn là một cung điện cao tầng hay pháo đài nguyên vẹn, nhưng những vết tích nền móng

117 Sacred Island – A Buddhist Pilgrim's Guide to Sri Lanka. Ven. S. Dhammika 2008. Champika Printers, p.99-103.

quý giá còn lại của Sigiriya cũng đủ đáng cho du khách thấy sức mạnh và khả năng sáng tạo phi thường của người Sri Lanka xưa. Thật đúng là một kỳ quan tuyệt vời, biểu tượng của ngành du lịch Sri Lanka.

Ni sư Giới Hương và Sư cô Viên Quang trên đường đi chinh phục núi đá Sư tử nhiều màu Sigiriya 16/8/2016

Thông tin cần thiết để đến Pháo đài Sigiriya

Pháo đài Sigiriya cách Inamaluwa 10km, nằm trên đường chính từ Kandy đến Anurādhapura. Nếu từ thành phố Polonnaruwa đến Núi đá Sư Tử Sigiriya, đi bằng taxi hay xe buýt chạy khoảng 2 tiếng đồng hồ, cho khoảng 67km.

Sigiriya mở cửa từ 7g sáng-5:30g chiều. Phí vào cửa cho công dân các nước Nam Á là $15 Mỹ kim, đối với những người đến từ các quốc gia khác là $30 Mỹ kim. Phải trình hộ chiếu để làm bằng chứng quốc tịch khi mua vé.

Phí cho hướng dẫn viên tính khoảng 1.500 LKR (Lanka Rupees).

Có viện Bảo Tàng Sigiriya triển lãm các di vật được tìm thấy tại Pháo đài Sư tử nhiều màu Sigiriya. Mở cửa lúc 8:30giờ sáng - 5:30 giờ chiều, với giá vé là 5 USD.

3. DẤU CHÂN THIÊNG CỦA PHẬT TRÊN NÚI SRI PADA

Núi Sri Pada (Sinhala: ශ්‍රී පාද)[118] còn gọi là Adam hay Núi Dấu Chân Phật (the sacred footprint of the Buddha) cao 2243 mét (7360 feet) tọa lạc tại tỉnh Sabaragamuwa, miền Trung Sri Lanka, cách phía Đông bắc của thị trấn Ratnapura khoảng 40km và Tây nam của Hatton là 32km. Núi dễ dàng được thấy từ biển hơn là đất liền, nên dân biển thường hướng về núi thiêng để cầu nguyện. Trong nhiều thế kỷ, nó được coi là ngọn núi cao nhất trên trái đất và núi có một điểm khác biệt duy nhất là tất cả các tôn giáo lớn trên thế giới đều kính trọng và xem nơi này gắn liền với đức tin tâm linh của tôn giáo mình.

Sri Pada được bao quanh bởi khu rừng dày đặc sum xuê, phần lớn diện tích hiện nay tạo thành khu bảo tồn thiên nhiên hoang dã. Khí hậu mát mẽ, nhiều cây cổ thụ to lớn lâu năm bám đầy rêu, những rừng bông hoa đỗ quyên nở đỏ rực xen lẫn loài lan dại, mọc bên cạnh những tảng đá quý óng ánh bóng loáng lâu năm… Trên đỉnh núi, có một tảng đá với một vết lõm bí ẩn giống như dấu chân người dài 1.7m và rộng 0.7m (5.7 feet x 2.6 feet). Từ đầu thế kỷ thứ nhất trước Công nguyên, người Sinhalese đã tin rằng đó là dấu chân của chính Đức Phật.

Theo bộ sử Phật Giáo Mahavamsa, Đức Phật đã đến thăm hòn đảo Ceylon ba lần. Trong chuyến hoằng hóa thứ ba cuối cùng, Đức Phật đi từ Kelaniya đến Sri Pada và lưu lại dấu ấn cho người dân đảo bằng cách đặt chân của Ngài lên đỉnh núi, như là một hiện thân thiêng liêng của Đức Phật vẫn luôn còn ở Sri Lanka. Do nhân duyên này, nên núi Sri Pada còn được gọi là Núi Dấu Chân Phật.

118 Núi dấu chân thiêng của Đức Phật Sri Pada. https://www.google.com/search?q=sri+pada

Dấu Chân Phật trên đỉnh núi Sri Pada

Đây là nơi thiêng liêng chẳng những đối với Phật giáo mà cũng bao gồm các tôn giáo lớn trên thế giới, bởi núi thiêng Sri Pada cũng được xem là nơi thờ Thần Hanuman hoặc Shiva (của Ấn độ giáo), nơi liên quan tới Thánh Adam, St. Thomas (của Thiên Chúa Giáo) hay Allah (của Hồi giáo) và các vị thần dân gian địa phương, vv. Từ thời gian rất lâu, trước khi các tôn giáo lớn phát triển, ngọn núi đã được các thổ dân của đảo Lanka, Veddas, tôn thờ với tên là Samanala Kanda (Saman là một trong bốn vị thần hộ mệnh của hòn đảo). Đối với những người theo đạo Hindu, tên của ngọn núi là Sivan Adi Padham, bởi vì nó là vũ điệu sáng tạo thế giới của Thần Shiva và Ngài đã để lại dấu chân khổng lồ này, vv…

Núi Dấu Chân Phật được nhìn từ biển

Ngoài ra, Sri Pada còn có vài tên khác như là Núi Lanka, Núi Ratnagiri (Đá quý), Malayagiri hoặc Rohana[119] như văn học tiếng Phạn đã đề cập. Bộ Mahavamsa (Biên niên sử Sri Lanka vĩ đại) được viết vào thế kỷ thứ 5, cho rằng Sri Pada được gọi là Samantakuta (nơi Thần Samanta cư trú) trong khi ở sách sử Sinhalese hiện đại thì gọi nó là Samanelakhanda (Núi Bướm), bởi vì có nhiều loài bướm nhỏ từ khắp nơi bay về lưu trú ở ngọn núi thiêng này.

Trước khi Phật giáo đến Sri Lanka vào khoảng năm 246 trước Công nguyên, Sri Pada được tôn kính là nơi trú của vị Thần núi địa phương Samanta (Saman hoặc Sumana) để bảo vệ đất đai và tôn giáo của họ. Sau này, với sự xuất hiện và phát triển của Phật giáo Đại thừa (bắt nguồn ở miền Nam Ấn Độ) đến hải đảo Sri Lanka, vị thần địa phương Samanta đã trở thành Bồ tát Phổ Hiền (Samantabhadra), một trong bốn vị Bồ tát chính (Văn Thù, Phổ Hiền, Quan Âm và Địa Tạng) của Đại thừa, được thờ tại núi Sri Pada này.

Đỉnh núi Sri Pada nhìn từ xa

Truyền thuyết kể rằng vào năm 104 trước Công nguyên, vua Valagambha bị truất phế, phải ẩn sống trong một khu rừng

119 Sri Pada: Buddhism Most Sacred Mountain, A Pilgrim Guide, by Venerable S Dhammika. trang 109-119.

hoang vu hẻo lánh trong 14 năm. Trong một lần đi săn, rượt đuổi một con nai, vua được dẫn lên đỉnh núi và phát hiện ra dấu chân thiêng liêng bằng đá này. Đêm đến, các vị Thần báo mộng cho vua biết rằng đây là dấu chân của Đức Phật Thích Ca Mâu Ni. Sau đó, khi vua phục hồi chức vị, Ngài đã cho xây dựng lại nơi đây.

Đại sư Pháp Hiền, nhà chiêm bái nổi tiếng người Trung Quốc đã đến Sri Lanka vào năm 411-12 đã đề cập đến Sri Pada trong ký sự hành hương của Ngài. Nhà sư Ấn Độ Punyopaya (năm 655) và Đại sư Kashmiri Vajrabodhi đến tu học ở thủ đô Anuradapura sáu tháng; sau đó đã đến chiêm bái Sri Pada ghi nhận rằng: “Cuối cùng khi đến chân núi, chúng tôi thấy núi thật hoang vu, có nhiều tảng đá quý lạ và thú dữ sinh sống..” Giống như những khách hành hương khác, đứng trước đỉnh núi Dấu Chân Phật thiêng liêng ngoạn mục, sư Vajrabodhi đã xúc động thốt lên: “Sau một thời gian dài chờ đợi thao thức, chúng tôi đã có thể leo lên đỉnh núi và chiêm ngưỡng dấu ấn thiêng liêng của chân Phật. Từ trên đỉnh cao, tôi đã nhìn thấy về phía Tây bắc vương quốc Ceylon và bên kia đại dương..”

Marco Polo (1254-1324) ở thủ đô Venice (nước Ý) và Ibn Batuta (1304-1368) người Ả Rập là những du khách miền Trung cổ cũng được ghi nhận đã từng viếng thăm Núi Sri Pada, hải đảo Sri Lanka.

Theo bia ký mà Ch’ing-ho lập năm 1411 ghi rằng một hạm đội lớn của hoàng đế Trung Hoa do Đô đốc thái giám Ch’ing-ho chỉ huy, đến cảng Galle, Sri Lanka, để thay mặt hoàng đế Trung Quốc, đến cúng dường núi Sri Pada, Dấu Chân Phật thiêng liêng, những phẩm vật như: “1000 miếng vàng, 5000 miếng bạc, 50 cuộn lụa nhiều màu có thêu, 4 đôi băng rôn nạm ngọc, 5 lư hương cổ, 6 cặp bông sen vàng, 2.5000 catal dầu thơm và nhiều phẩm vật có giá trị khác.”

Năm 1423, một nhóm Tăng đoàn các nhà Sư Thái Lan và Campuchia đang ở Sri Lanka để sưu tầm và nghiên cứu các văn bản kinh cổ, đã đến chiêm bái ngọn núi thiêng Sri Pada trước khi trở về quê hương. Trưởng Tăng đoàn đã tạo một bản sao của

Núi Dấu Chân Phật mang về Thái Lan.

Làm thế nào mà ngay từ thời kỳ sơ khai, Sri Pada với dấu chân bí ẩn của Đức Phật Thích Ca lại được nhiều nước biết đến như vậy? Bởi vì Sri Lanka nằm ngay trên lưu vực giữa biển Đông và Tây, được gọi là Con đường tơ lụa trên biển. Ít nhất là từ thế kỷ thứ 3 trước Công nguyên, các tàu Ả Rập, La Mã, Ấn Độ… đã đi qua đường biển và từ xa họ đã thấy đỉnh Sri Pada như là một bến cảng an toàn hay điểm đến thiêng liêng của Ceylon. Chính những thủy thủ, thương gia và những người thích phiêu lưu khám phá vùng đất mới này đã đưa những truyền thuyết và câu chuyện về Sri Pada đến những góc xa nhất của thế giới để các nơi được biết đến.

Vào thế kỷ 16, khi những người Bồ Đào Nha theo đạo Thiên chúa đến hòn đảo này, họ tuyên bố Sri Pada vốn là mang dấu chân của Thánh Thomas, người đầu tiên mang đạo Thiên chúa đến Sri Lanka. Người Ả Rập thì cho đây là dấu chân độc nhất của Thánh Adam, nơi Thánh đứng trên một chân để đền tội ngàn năm. Khi Adam bị trục xuất khỏi thiên đường, chính Đức Chúa Trời đã đặt Ngài lên đỉnh núi Sri Pada, bởi vì Ceylon là nơi trên trái đất gần nhất và giống thiên đường nhất.[120]

Đỉnh cao chót vót, vẽ đẹp núi xanh và bàn chân thiêng liêng, khiến Sri Pada trở thành đối tượng sáng tác của giới Tăng sĩ, Phật tử, nhà văn, nhà thơ, nhà tôn giáo, vv… Nhiều thơ văn, kịch, sách đã được dịch ra thành nhiều ngôn ngữ trên thế giới như:

1. Sumantakutavannana, một bài thơ hai mươi câu do nhà Sư Veheda Thera sáng tác bằng tiếng Pali vào thế kỷ 13 và bài thơ Salalihini Sandesa (thế kỷ 15) bằng tiếng Sinhalese ca ngợi vẻ đẹp của núi rừng Sri Pada.
2. Bài thơ Suvul Sandesa (thế kỷ 16) khẩn xin thần Samanta bảo vệ Sri Lanka và nhà vua Sri Lanka, Chúa tể của núi ngọc Sri Pada.
3. Sri Pada cũng thường xuất hiện trong văn học tiếng Phạn của Ấn Độ như chuyện Anargharaghava (thế kỷ thứ 9) kể

120 https://sacredsites.com/asia/sri_lanka/adams_peak.html

rằng Thần Rama trong cỗ xe ma thuật của mình bay trở lại Ayudha chỉ về phía Nam và nói với Sita, "Có vẻ như đang nhìn thấy Đảo Sinhala, một bông sen xanh mọc lên từ đại dương, nhưng đẹp hơn nữa là những sợi tơ của Núi ngọc (mây bay qua đỉnh núi)."

4. Chuyện Rajataragani (thế kỷ 11)được viết bằng tiếng Kashmir (thế kỷ 11) kể về vị vua Meghavahana đã đến Sri Lanka để nhận được sự tôn kính từ Vibhisana, chúa tể của các Raksasas (loài rồng Dạ xoa) và sau đó leo núi chiêm bái dấu chân thiêng Sri Pada.
5. Chuyện Nghìn Lẻ Một Đêm (thế kỷ 9-13) bằng tiếng Ba Tư, viết về cuộc du hành của Sinbad: "Tôi đã thực hiện một cuộc hành hương đến nơi mà Adam bị giam giữ sau khi bị trục xuất khỏi thiên đường (Paradise) tò mò muốn đi lên đỉnh núi Sri Pada, một trong những địa điểm kỳ bí huyền hoặc."
6. Sử thi Tamil Manimekela kể rằng: "Sri Pada là nơi có ngọn núi Samanta cao ngất, trên đỉnh có dấu chân của Đức Phật, bậc giác ngộ giải thoát khỏi biển sinh tử."
7. Ngọn núi thiêng Sri Pada cũng được nhắc đến trong sách cổ Ramayana tiếng Mã Lai hay trong Ký sự chiêm bái của Sir John Manderville (thế kỷ 14).
8. Lần xuất hiện gần đây nhất của Sri Pada trong văn học là cuốn tiểu thuyết khoa học viễn tưởng Fountains of Paradise của Arthur C Clarks.

Những điểm tham quan ở đỉnh Núi Sri Pada:

1. Dãy đèn điện hai bên trên đường núi Sri Pada
2. Chùa Sama Chatiya
3. Hang động Bhagava
4. Dấu chân thiêng của Đức Phật
5. Mặt trời mọc và quang cảnh trên đỉnh núi

6. Sợi dây xích sắt cổ đại
7. Thông tin để đến núi Sri Pada

3.1. Dãy đèn điện hai bên trên đường núi Sri Pada

Vào ban đêm, các đèn điện ở hai bên đường núi Sri Pada sáng rực như bó đuốc, được biết đây là do công đức của Ngài John Kotelawala, là một vị Bộ trưởng phụ trách việc tái tạo ánh sáng của những ngọn đèn điện ở hai bên đường núi bị bỏ phế hằng mấy mươi năm vì chiến tranh, đã hoàn thành công trình (năm 1947) và sau đó trở thành Thủ tướng Sri Lanka.

Trong chuyến thăm Sri Pada năm 1860, khi nhìn xuống từ đỉnh núi, William Skeen vô cùng cảm xúc trước khung cảnh đèn điện sáng rực giữa rừng núi đến nỗi ông đã tán thán rằng: "Các tầng trời trên cao quang đãng, các vì sao nhấp nháy, và mặt trăng tròn vành vạnh đậu trên đỉnh núi. Từ đỉnh núi, dọc hai bên đường đến đài Heramitipana, những ngọn đèn điện như những bó đuốc sáng rực giữa đêm, như những đoàn hành hương đưa lên một chuỗi lửa thiêng sống động kết nối hai điểm đỉnh núi và chân núi với nhau."

Dọc đường lên núi, có vài cơ sở hỗ trợ khách hành hương (danasalas) như sẵn sàng cung cấp nơi nghỉ, an trú, hỗ trợ y tế và đôi khi là thức ăn và nước uống cho khách hành hương. Truyền thống hiếu khách đã có từ lâu đời ở Ceylon mà trong Biên niên sử Mahavamsa, vua Vijayabahu (1058-1114) đã thể hiện khi dặn nhắc cư dân hải đảo của mình như sau, "Chúng ta nên tiếp đãi hậu hỉ những người hành hương phương xa, đừng để ai phải chịu đựng khó khăn, đói khát trên đường chiêm bái Dấu chân của các vị hiền triết trên núi Samantakuta." Vua đã cấp nhiều ruộng lúa cho làng Gilimalaya và các vùng đất lân cận khác, để họ thu hoạch dư dả và sẵn lòng bố thí ẩm thực cho khách thập phương. Dọc hai con đường Kadatigama và Uva, vua cũng chu đáo cho xây dựng các nhà nghỉ và điểm dừng chân (rest area).

3.2. Chùa Sama Chetiya

Sama Chetiya - Chùa Hòa bình Thế giới do Hòa thượng Nhật Bản Nichi Fuji, rất nổi tiếng, xây vào năm 1976. Bảo tháp màu trắng thanh khiết nổi bật trên nền vách đá xám rộng lớn phía sau. Mẫu tháp hòa bình này của người Nhật thường được thấy các thánh tích Phật giáo ở Ấn độ như thành Vương Xá, núi Linh Thứu...

Mẫu tháp trắng Chetiya hình bán cầu ở các Chùa Sri Lanka. Ni sư Giới Hương cùng chư ni Chùa Pradeepaloka ngày 18/7/2023

3.3. Hang động Bhagava

Cách đỉnh núi khoảng 46 mét (150 feet), ngay bên cạnh quán trà là Hang Bhagava, nơi ẩn tu của các vị ẩn sĩ trong nhiều thế kỷ. Trên vách có khắc hình của một vị hoàng gia cung kính chấp tay; người ta cho đó là chân dung của Vua Nissankamalla (1187- 1196) có khắc chữ ghi rằng vua đã thân hành leo lên đỉnh Sri Pada để chiêm bái Dấu Chân Phật và cúng dường Tu viện tại đây.

Có một hang động khác cạnh đó trên dốc núi Sri Pada, Divaguha, theo truyền thuyết cho rằng đây từng là nơi Đức Phật dừng chân trong chuyến hoằng pháp tại Ceylon.

3.4. Dấu chân thiêng

Điều khiến Sri Pada trở nên đặc biệt đối với mọi tôn giáo, không phải là chiều cao hay vẻ đẹp của núi Sri Pada mà chính là trên đỉnh núi có khối đá dày 1.7m (5.11 feet) có in hình dấu chân bí ẩn. Dấu chân thiêng ấy đều có liên quan đến mọi tôn giáo như tín đồ Hồi giáo và Cơ đốc giáo tin rằng đó là dấu chân của Adam; tín đồ Hindu tin là chân của Thần Shiva. Nhưng nhiều thế kỷ trước khi những tín ngưỡng này khẳng định về dấu chân, có lẽ sớm nhất là vào thế kỷ thứ nhất trước Công nguyên, người Sinhalese đã tin rằng đó là dấu chân của chính Đức Phật Thích Ca Mâu Ni (tức Thái Tử Sĩ Đạt Đa, người Ấn Độ, đã xuất gia và thành đạo).

Theo bộ Biên Niên Sử Mahavamsa, trong chuyến viếng thăm lần thứ ba của Đức Phật Thích Ca đến Sri Lanka, Ngài từ Kelaniya đến Sri Pada, để lại ấn tượng tại đỉnh núi này bằng cách đặt chân lên đỉnh núi và sau đó rời núi, để tiếp cuộc hành trình đến Dighavapi.

Truyền thuyết kể rằng các vị thần đã báo mộng cho vua Valagambha biết rằng dấu chân in trên khối đá là do Đức Phật đã tạo ra và in dấu chân xuống.

Hiện nay, trên đỉnh Sri Pada, có vài mái chùa với tháp chuông. Tiếng chuông thỉnh thoảng thường ngân vang do Phật tử hành hương thành tâm giọng chuông khi cầu nguyện. Có một đền thờ Bồ tát Phổ Hiền (Samanta) và ngay bên cạnh đó là tháp Dấu Chân Phật, thờ một khối đá dày 1.7m có in Dấu chân Phật (the sacred footprint of the Buddha).

Một vị sư Phật giáo đang đảnh lễ dấu chân Phật Sri Pada

Chính tháp dấu chân Phật thiêng liêng này mà khách chiêm bái trong suốt nhiều thế kỷ qua đã mạo hiểm và vượt bao khó khăn để đến đỉnh Sri Pada, nhất là khi xưa, chỉ là rừng núi hoang sơ, những phương tiện giao thông, bậc thang đá hay đèn điện, quán nghỉ chân, nhà nghỉ... chưa có đầy đủ tiện nghi như bây giờ.

Dấu chân Phật là một vật thể có ý nghĩa tâm linh to lớn đối với các tín đồ Phật giáo Sinhalese, vì vậy khách hành hương nên yên tĩnh tôn trọng kính ngưỡng di vật dấu chân này.

3.5. Mặt trời mọc và quang cảnh trên đỉnh núi

Dù đứng ở đất liền hay trên biển, Sri Pada thật ấn tượng giữa nền mây xanh và biển cả như James Emerson Tennent[121] đã mô tả rất sống động như sau: "Toàn cảnh bức tranh đỉnh Adam thật hùng vĩ, rất hiếm có trên thế gian này, bởi lẽ dù đứng ở đất liền hay trên biển cả đều có thể thấy núi sừng sững rõ ràng. Từ đỉnh núi, nhìn về phía Bắc và phía Đông, khách chiêm bái sẽ thấy làng mạc, thành phố bao quanh vương quốc Kandyan. Trong khi hướng tầm mắt về phía Tây, những cánh đồng vàng bao la nhấp nhô theo gió được vắt ngang bởi những dòng sông như những sợi dây bạc rồi nhìn lần lần ra xa cho đến cuối chân trời là những tia nắng lấp lánh, óng ánh như kim cương trên mặt biển Ấn Độ Dương."

Mỗi buổi sáng, trước khi mặt trời mọc, người Sinhalese và khách hành hương thường tập trung ở phía Đông của đỉnh núi để chờ mặt trời dần dần ló dạng (sunrise). Họ có lòng tin cho rằng mặt trời đang tỏ lòng tôn kính với dấu chân của Đức Phật, rồi tất cả cùng nhau cung kính đảnh lễ và đọc lên: "Sadhu! Sadhu! Sadhu!" (Lành thay! Lành thay! Lành thay!) để hoan nghênh chào đón mặt trời đến với đỉnh núi Sri Pada, giống như người dân Ấn độ ngâm mình xuống nước sông Hằng, Varanasi, dâng nước khi mặt trời vừa mọc.

121 Sri Pada: Buddhism Most Sacred Mountain, A Pilgrim Guide, by Venerable S Dhammika, trang 109-119.

3.6. Sợi dây xích sắt cổ đại trên bậc thang đá

Theo bậc thang dẫn xuống Ratnapura, đi khoảng một trăm bước thì đường trở nên cực kỳ dốc dễ bị gió thổi bay hay rơi xuống rất nguy hiểm. Ở bên phải, chúng ta sẽ thấy có những sợi xích lớn gắn vào đá do người xưa xây làm tay vịn để bảo đảm an toàn. Trong hàng nghìn năm qua, Ratnapura là con đường duy nhất để lên núi và những sợi xích này đã hỗ trợ cho khách chiêm bái vịn an toàn khi chinh phục đỉnh núi. Nhiều kinh sách cổ có đề cập đến sợi dây xích sắt này theo truyền thuyết cho rằng do Đại đế Alexander (365-323 trước Công nguyên) ra lịnh làm, mặc dù chưa có bằng chứng nào cho thấy Đại đế đã đi xa về phía Nam trong chuyến du lịch châu Á của Ngài.

3.7. Thông tin cần thiết để đến núi Sri Pada

Adam's Peak đã trở thành một điểm đến hành hương huyền bí cho nhiều tôn giáo, đặc biệt là Phật giáo. Mỗi năm, hàng ngàn khách chiêm bái từ các nơi trên thế giới quay về hải đảo Ceylon vào mùa hành hương, thường bắt đầu vào tháng 12 và tiếp tục cho đến khi có những cơn mưa gió mùa vào tháng 4. Từ tháng 5 đến tháng 10 thì núi thường bị mây che khuất, nên ít khách hành hương.

Từ Colombo, Kandy, Anurādhapura hay các thành phố lớn đều có xe buýt đến thị trấn Hatton, miền Trung Sri Lanka. Hatton cũng nằm trên tuyến đường sắt Colombo-Kandy-Nuwara Eliya, nên du khách cũng có thể đến đó bằng tàu hỏa.

Trên đường Hatton có các quầy bán đồ ăn và thức uống nhưng giá cao hơn bình thường (vì vùng núi xa), khách chiêm bái nên mang theo đồ ăn nhẹ, nước uống và cả một cặp ống nhòm để thưởng ngoạn phong cảnh xa. Mặc áo dày giữ ấm người trong suốt quá trình leo núi, nên leo lúc mặt trời mọc trên đỉnh. Đây là một cuộc leo núi đầy gian nan thử thách. Các quán gió bên đường có bán những tập sách nhỏ gồm những bài thơ, bài hát hay câu hò dân gian được những người hành hương mua để hát theo truyền thống người Sinhalese khi leo núi hầu giúp vui đường dài.

4. THÁP GIRIHANDU SEYA Ở NÚI TIRIYAYA

Girihandu Seya[122] (Sinalese: ගිරිහඬු සෑය, තිරියාය) còn gọi là Nithupathpana Vihara, tọa lạc tại làng Tiriyaya, quận Trincomalee, phía Đông Sri Lanka, là một trong những bảo tháp Phật giáo đầu tiên thuộc thế kỷ thứ 4 trước Công nguyên, thời sơ khai nhất trong lịch sử Phật giáo Sri Lanka. Tháp do hai vị đệ tử cư sĩ đầu tiên của Đức Phật là thương nhân Tapussa và Bhallika xây để thờ xá lợi tóc của Phật.

Toàn cảnh tháp tròn Girihandu Seya

Tiriyaya (Tiriyai, Thiriyai, hoặc Thiriyaya) (Sinhala: තිරියාය) là ngôi làng chài Tamil gần bờ biển Nilaveli hoặc Uppuveli là nơi giao thương quốc tế với một cảng biển cũ tồn tại ít nhất từ thế kỷ thứ 6 trước Công nguyên.

Những nơi chiêm bái ở núi Tiriyaya như sau:

1. Truyền thuyết Girikandi Seya: thương nhân Tapussa và Bhallika đã thờ Xá lợi tóc của Đức Phật tại tháp Girikandi

122 https://en.wikipedia.org/wiki/Girihandu_Seya

Seya.

2. Bảo tháp Girihandu Seya Tiriyaya thời hiện nay
3. Cầu thang với nền đá bán nguyệt (Moonstones at the Vatadage)
4. Hộ pháp Nagaraja-Muragals ở núi Tiriyaya
5. Hồ nước nhân tạo Pokuna
6. Cột đá hình trụ của quần thể Tu viện
7. Khu phức hợp quần thể Tu viện phía Bắc Tiriyaya
8. Viện bảo tàng Khảo cổ Tiriyaya
9. Thông tin cần thiết để viếng thăm núi Tiriyaya

Bảo tháp Girihandu Seya

4.1. Truyền thuyết Girikandi Seya: thương nhân Tapussa và Bhallika đã thờ Xá lợi tóc của Đức

Kinh Bổn Sanh (Jatakas) tường thuật sau 49 ngày ngồi thiền và giác ngộ, vào tuần lễ thứ 8 đức Phật Thích Ca Mâu Ni đang an tịnh, lúc ấy có 500 cỗ xe bò của đoàn thương buôn do hai anh em thương gia Tapussa và Bhallika[123] đi qua và ghé ngang

123 Chuyện hai anh em thương gia Tapussa và Bhallika. http://chuaxaloi.vn/

để cúng dường thực phẩm lên Đức Thế Tôn. Đây là bữa cúng dường trai phạn đầu tiên[166] dâng lên đấng Thế Tôn sau khi Ngài chứng Phật quả.

Sau khi thọ thực xong, Đức Phật đã thuyết pháp tế độ hai anh em thương buôn, họ vô cùng hoan hỷ và phát tâm quy y nhị Bảo (xin nương Phật Bảo và Pháp Bảo, lúc đó chưa có Tăng bảo) và cuối cùng họ trở thành đệ tử tại gia đầu tiên của Đức Phật.

Tapussa và Bhallika dâng bát cơm cúng dường Thế Tôn

Sau đó, Tapussa và Bhallika tha thiết bạch xin đức Phật rằng:

tin-tuc/chuyen-hai-anh-em-tapusa-va-bhallika/625.html

Trong kinh dạy có bốn thời cúng dường có phước đức cho Đức Thế Tôn: Khi Đức Thế Tôn xuất gia, khi Ngài vừa thành đạo, khi chuyển pháp luân và trước khi Ngài nhập Niết bàn.

"Kính bạch Đức Thế Tôn, kính xin Ngài mở lòng đại từ đại bi thương xót, ban cho chúng con một báu vật, để chúng con thỉnh về quê hương, hằng ngày luôn luôn tâm niệm, lễ bái cúng dường." Đức Phật liền từ bi đưa tay phải lên đầu, bứt 8 sợi tóc gọi là Xá lợi tóc ban tặng cho Tapussa và Bhallika. Hai anh em vô cùng hoan hỷ, an trí Xá lợi tóc của Đức Phật trong một tráp vàng và thỉnh về quê hương. Khi về đến quê, họ đã xây một bảo tháp ngay lối vào của thị trấn Asitancana để tôn thờ tám sợi tóc Xá lợi Phật. Theo sử truyền, vào những ngày bát quan trai giới, bảo tháp tôn thờ Xá lợi tóc của Phật thường có hào quang chiếu sáng.

Trong Luật Tạng, Pujavali cũng kể câu chuyện về thương gia Tapussa và Bhallika đã viếng thăm Thế Tôn và nhận xá lợi tóc của Đức Thế Tôn[124] như sau:

'Tapussa và Bhallika cung kính nhận những xá lợi tóc của Như Lai trong một chiếc hộp nạm ngọc và đem về thờ tại thị trấn của họ. Trong thời gian đó, họ đã đi du thuyền trên biển và đến đảo Lanka, một nơi gọi là đồi đá Girikanda (cao 64 mét [210 feet] so với mực nước biển), họ đặt hộp ngọc xá lợi tóc trên đó. Họ đi tìm nước, củi, và nấu cơm; sau khi dùng bữa xong, họ để di vật tại đó, bởi vì đồi Girikanda là một nơi yên tịnh linh thiêng, thích hợp để thờ xá lợi tóc, họ dâng hoa cúng dường và tiếp tục lên đường. Pujavali kết luận bằng cách nói như sau: "Trong thời gian sau đó, nơi đây có một Tu viện được xây dựng tên là Girikandha." Đồi Girikanda ngày nay được gọi là Tiriyaya.

Trong bộ Thanh Tịnh Đạo (Visuddhimagga), Ngài Phật Âm (Buddhaghosa) kể lại một chuyện linh ứng tại Tu viện Akasacetiya (một tên khác của Girikandi Seya), Tiriyaya, như sau: có một phụ nữ trẻ sống ở làng Vattakalaka gần Tu viện Girikandaka, cô có chồng và mong có con. Một buổi tối, cha mẹ cô đến Tu viện để nghe pháp và chiêm bái bảo tháp để cầu nguyện cho cô và bảo cô rằng: "Con ơi, con đang mong có một đứa con; cha mẹ chuẩn bị đi chùa nghe pháp và hồi hướng công đức cho con được như sở nguyện.' Cô ở nhà, bước ra ban công

124 Tiriyaya. Đảo thiêng – Hướng dẫn khách chiêm bái đến Sri Lanka (Sacred

và hướng về Tu viện Akasacetiya tôn nghiêm dưới ánh trăng đêm. Cô thấy chư tôn đức Tăng Ni, nam nữ Phật tử dâng hoa hương và đi nhiễu quanh bên phải tháp giữa tiếng tụng kinh trầm ấm. Cô tự nghĩ, "Thật hạnh phúc khi được đi nhiễu quanh một ngôi đền như vậy và nghe những lời giảng pháp thâm sâu như vậy!"

Cảnh rừng núi xung quanh đồi Tiriyaya

Nhìn thấy bảo tháp Akasacetiya như một tòa ngọc báu trang nghiêm rực rỡ, cô cảm thấy tràn đầy niềm hạnh phúc đến nỗi như thấy mình bay bổng lên không trung, đáp xuống sân chùa, rồi cô đi nhiễu và ngồi nghe pháp tụng kinh. Vài phút sau, bố mẹ cô đến và rất ngạc nhiên khi thấy cô, liền hỏi, "Con đã đi đường nào mà nhanh vậy?" Cô kể sự nhiệm mầu và lòng thành khiến cô như bay được đến đây. Đó là một linh ứng nơi Tu viện thờ tóc của Phật.

Có một dòng chữ tiếng Phạn khắc tên đồi đá Girikandi tức bảo tháp Girikanda-seya tại Tiriyaya (miền Đông Sri Lanka) này và người dân Sri Lanka đã tin rằng những thương nhân Tapussa và Bhallika là những cư sĩ Phật giáo đầu tiên đã thờ xá lợi tóc nguyên thủy của Đức Phật lịch sử tại bảo tháp này.

Island – A Buddhist Pilgrim's Guide to Sri Lanka). Ven. S. Dhammika 2008. Champika Printers. Trang 120-128.
http://www.buddhanet.net/sacred-island/tiriyaya.html

4.2. Bảo tháp Girihandu Seya Tiriyaya thời hiện nay

Girihandu Seya là bảo tháp tròn trên đồi Tiriyaya, gần bờ biển khoảng 47km (29 dặm) về phía Bắc của tỉnh Trincomalee, miền Đông Sri Lanka. Có một lối thang đá gồm 280 bậc (hơn nửakm) dẫn đến khu bảo tồn trên đồi Tiriyaya.

Bảo tháp Girihandu Seya ban đầu có kích thước nhỏ và đã được mở rộng vào thế kỷ thứ 8 sau Công nguyên. Ở phía Nam của tháp là một dòng chữ tiếng Phạn khắc trên bề mặt đá, trong đó có mười một dòng chữ, nói về tên đồi đá Girikandi tức bảo tháp Girikanda-seya tại Tiriyaya này và người dân Sri Lanka đã tin rằng những thương nhân Tapussa và Bhallika là những cư sĩ Phật giáo đầu tiên đã thờ xá lợi tóc nguyên thủy của Đức Phật lịch sử tại đây.

Thương nhân Tapussa và Bhallika nhận xá lợi tóc của Phật[125]

Một bia ký khác thuộc triều đại Manavanna (khoảng năm 700) với chữ khắc theo hệ thống chữ Pallava Grantha (của miền Nam Ấn Độ) đã cho biết bảo tháp Girihandu Seya được xây dựng lại vào thế kỷ thứ 8. Đó là thời kỳ ảnh hưởng nghệ thuật của người Nam-Ấn Pallavas ở Tiriyaya, bia khắc cũng cho biết rằng tín ngưỡng Bồ tát Quan Thế Âm (Avalokiteśvara Boddhisattva) đã hiện diện và phổ biến tại Sri Lanka. Điều này cho thấy sự ảnh hưởng của hệ phái Đại thừa đánh dấu thời kỳ phát triển của nghệ thuật Tamil cổ điển ở lục địa Ấn Độ, phong cách điêu khắc Pallava của các nghệ sĩ Nam Ấn đã truyền qua đảo quốc Ceylon.

125 https://bandi42.com/2020/04/17/girihandu-seya/

Các học giả cho rằng thương nhân đường biển đã mang Đại thừa Phật giáo từ Vương quốc Pallava (Ấn Độ) đến đây, đã cúng dường xây dựng ngôi tháp Girihandu Seya này.[126] Bia ký được khắc vào năm thứ 23 dưới triều đại của vua Silamegha, Simhala.

Tháp Girihandu Seya, Tiriyaya, hình tròn được làm bằng đá của Vatadageya, có cổng ở bốn hướng, được tiếp cận bằng các bậc thang với các tấm đá bảo vệ (Muragala) và lan can (Korawak Gala) thể hiện kiến trúc Sinhalese. Nơi đây từng thờ bốn vị Phật ở bốn phía để khách chiêm bái ở hướng nào cũng có thể chiêm ngưỡng Phật từ xa. Tháp còn được biết đến với tên gọi "Akasachetiya", nghĩa là "bảo bối thiên đường", bởi lẽ vị trí của tháp tọa lạc nổi bật trên đỉnh núi Tiriyaya, Trincomalee, nơi tiếp giáp với mây xanh ngoạn mục như cõi trời.

Tháp Phật trên núi Tiriyaya

Ở phía Đông của bảo tháp Tiriyaya, vẫn còn một bức tượng Phật màu trắng với tư thế thiền định (Samadhi Mudra) được bảo vệ trong lồng kiếng và mái che. Khi các nhà khảo cổ học đến Tiriyaya vào năm 1951, những kẻ phá hoại đã đột nhập vào bảo tháp đánh cắp tượng Phật và nhiều di vật, hiện giờ chỉ còn tượng

126 https://en.wikipedia.org/wiki/Thiriyai

Phật trắng trong lồng kiếng ở cổng chính.

Vòng trong xung quanh bảo tháp có 16 trụ hình bát giác, trong khi vòng ngoài là bức tường thành cao 3 mét bằng những tảng đá lát tinh xảo nguyên khối tạo thành một đường cong tròn, trên nền tháp Vatadage (hình tròn) được lót những tảng đá màu cam sáng cũng rất đáng chú ý. Bệ nền Maluva trong Vatadage cao hơn 1,3 mét so với mặt đất thấp. Đường kính của ngôi tháp tròn Tiriyaya là 24 mét, đường kính của bảo tháp ở trung tâm là 10 mét. Kiến trúc này giống với tháp Ambasthala Dagoba ở Mihintale hay tháp Thuparama và Lankarama ở Anurādhapura.

Nền Maluva trong Vatadage

Ở Sinhala, những ngôi đền hình tròn được gọi là Vatadages, nghĩa đen là "ngôi tháp tròn." Tháp Phật giáo Vatadage Tiriyaya là một trong những công trình điêu khắc ấn tượng về hình dáng ban đầu của một Vatadage như vậy và được bảo tồn nguyên vẹn nhất của nghệ thuật kiến trúc Sinhalese, thời Anurādhapura.

Trong khu vực khảo cổ Tiriyaya này, ngoài tháp tròn Girihandu Seya, còn có nền móng của một Tu viện đổ nát, cột đá, bậc thang, ao hồ, cây cầu đá, và một số hang động rải rác dọc sườn đồi. Hai trong số các hang động đó có các chữ khắc của Brahmi (trước Công nguyên), hang còn lại có niên đại khoảng thế kỷ thứ nhất. Có hồ Nithupathpana được cho là do Vua Vasaba (67–111) xây dựng, sau đó được vua Vijayabhahu I (1055–1110) trùng tu lại.

Các công việc khai quật bên dưới bảo tháp hiện tại đã tìm thấy một cái nền nhỏ hơn, cổ đại hơn bên dưới nó, dĩ nhiên là có niên đại lâu đời hơn nhiều so với nền Vatadage từ thế kỷ thứ 8. Như vậy, chứng tỏ tháp tròn đã được trùng tu lại vài lần và Tiriyaya vốn đã là nơi thờ tự từ thời kỳ Phật giáo rất sơ khai trở đi; tuy nhiên các công trình kiến trúc còn lại là thuộc từ cuối thời Anurādhapura.

4.3. Cầu thang với nền đá bán nguyệt (Moonstones at the Vatadage)

Ở bốn lối vào tháp Vatadage hay còn gọi là Chetiyagara có bốn cầu thang đá. Mỗi cầu thang có hai thành lan can makara uốn cong xinh xắn, đầu cầu thang là tấm nền hình bán nguyệt (nửa vầng trăng) khắc họa 4 vòng cánh hoa sen, hoa văn rất đẹp.

Nền đá bán nguyệt Moonstones

Nét họa tiết hoa sen trên nền bán nguyệt Sinhalese cổ điển được đặt ngay dưới chân bậc đầu tiên của cầu thang là biểu tượng của sự tinh khiết trong sáng của đạo Phật, nghĩa là hành giả nên giữ tâm an tịnh trước khi vào trong chánh điện hay bảo tháp kính lễ.

4.4. Hộ pháp Nagaraja-Muragals ở Tiriyaya

Đầu cầu thang là hai bức tượng thần Hộ Pháp Muragals hoặc Murugals trông coi hộ mạng đền chùa. Nagaraja nghĩa là một vị Thần Rắn trong hình dạng con người, vì vậy chiếc mũ trùm đầu có hình nhiều con rắn hổ, một tay Thần cầm nhánh hoa tay còn lại đỡ bình nước. Trang phục của Thần có điểm nhiều hoa văn và nữ trang, tay và chân đều trang trí có vòng đeo.

Hai tượng Hộ pháp Nagaraja-Muragals ở hai bên

Ở Tiriyaya có nhiều tượng Thần hộ pháp Murugals mang nét đặc trưng của nghệ thuật Tamil Pallavas miền Nam Ấn độ (thế kỷ 7 và 8). Đây là những mẫu vật lâu đời nhất về loại phù điêu thần hộ mệnh và trở thành điển hình của pháp khí trang trí đền Sinhalese từ thời Anurādhapura.

4.5. Hồ nước nhân tạo Pokuna

Trên đường lên đồi Tiriyaya, có ngã rẽ dẫn đến hồ nước Pokuna nhân tạo. Hồ rất sâu rộng và nước luôn đầy, ngay cả vào thời kỳ khô hạn hay những tháng mùa hè nắng nóng. Hồ từng được sử dụng như nơi tắm giặt của chư Tăng các Tu viện cổ xưa lân cận và bây giờ dân chúng tin rằng hồ nước thiêng, nên thường đến dùng nước để rửa tay chân để tẩy uế và được thanh tịnh.

Hồ thiêng Pokuna

4.6. Cột đá hình trụ của quần thể Tu viện

Từ hồ nước, tiếp tục đi thẳng con đường rừng nhỏ phía trước, có lối hướng lên đỉnh. Hai bên rải rác có nhiều cột đá là tàn tích nền móng của khu Tu viện thuộc thời trung cổ. Đặc biệt đáng chú ý là các cột trụ nguyên khối được thiết kế tương tự như những cột gỗ theo phong cách Kandyan cổ điển của kiến trúc Sri Lanka.

Kiến trúc trụ đá Tiriyaya

4.7. Khu phức hợp quần thể Tu viện phía Bắc Tiriyaya

Ở phía bắc của sân này là tàn tích nền móng của các phòng trong Tu viện có kích thước hình vuông khoảng 2 mét và đơn giản hầu như không được trang trí. Bệ của các phòng cũng bằng các tảng đá lát nguyên khối rộng và phẳng, láng bóng. Những công trình kiến trúc bằng đá tinh xảo này là điểm nổi bật trong quần thể này.

Nền móng các Tu viện ở Tiriyaya

Khu phức hợp khảo cổ Girihandu Seya không lớn như Anurādhapura hoặc Polonnaruwa, nhưng là một điểm thánh tích liên quan đến Đức Phật và hai đệ tử đầu tiên của Ngài, nên các Phật tử thuần tín không thể không chiêm bái.

4.8. Viện bảo tàng Khảo cổ Tiriyaya

Các di vật khảo cổ được khai quật tìm thấy tại khu khảo cổ Girihandu Seya, đặc biệt nhiều cổ vật Phật giáo tương đối còn nguyên vẹn từ thời đại Anurādhapura được trưng bày tại một viện bảo tàng nhỏ địa phương.

Tháp Girihandu Seya Vatadage và viện bảo tàng là hai địa điểm hấp dẫn bật nhất ở miền Đông Ceylon bởi kiến trúc hình tròn cổ điển của tháp và những tàn tích, nhiều xương voi cùng di vật khác có giá trị được trưng bày tại đây.

4.9. Thông tin cần thiết để đến núi Girihandu Seya

Trước kia từ quận Trincomalee đến tháp Girihandu Seya thuộc làng Tiriyaya, du khách phải đi phà hai lần. Nhưng từ tháng 05 năm 2009, sau khi cuộc nội chiến với Tamil Tigers kết thúc, một chiếc cầu hiện đại được xây để làm phương tiện qua lại thay phà. Từ đó, cầu tạo thuận lợi cho dân chúng và khách thập phương chiêm bái thánh tích Tiriyaya này.

Di tích Girihandu Seya Rajamaha Viharaya nằm cách trung tâm Trincomalee 45km về phía Bắc, khách có thể đến đó bằng xe thuê, xe tuktuk (giống xe lam ở Việt Nam), taxi và xe buýt. Từ bến xe buýt Trincomalee hoặc từ các bãi biển Nilaveli và Uppuveli, khách có thể đón xe buýt đến Pulmodai (25-30 phút một chuyến), giá 50 Sri Lankan Rupees; từ đó đi xe tuktuk hay taxi khoảng 5 cây số để đến chân đồi Girihandu Seya. Từ chân đồi đi bộ khoảng gần 1 cây số để đến khu khảo cổ Girihandu Seya.

Vé vào cổng cho khách nước ngoài khoảng 500 Rs.

Khu khảo cổ Girihandu Seya mở cửa mỗi ngày từ 8g sáng đến 6g chiều.

Bảo tháp Girihandu Seya nằm trên đỉnh đồi đầy gió mát, có một tầm nhìn ngoạn mục từ đỉnh đồi xuống, nơi khách chiêm bái sẽ bắt đầu đi qua hồ Nithupathpana, rồi leo lên những bậc đá cổ xưa, cũng như có nhiều hang động dọc hai bên lối đi. Xung quanh đồi là những khu rừng cổ thụ hoang dã và cánh đồng xanh mơn mỡn bao la của quận Trincomalee.

Bậc thang đá lên đồi Girihandu Seya và Làng chài Nilaveli

Đến làng Tiriyaya, ngoài tháp Girihandu Seya Vatadage thiêng liêng, du khách có thể nghỉ ngơi và viếng thăm làng chài Nilaveli và Uppuveli, nơi có bãi tắm nước sạch, đầy bóng dừa xanh cao vút và thuyền cá tấp nập.

CHƯƠNG V

CÁC TƯỢNG PHẬT LỚN

Sri Lanka là một đất nước Phật giáo, kính ngưỡng Tam bảo, nên việc xây chùa, in kinh, đắp tượng rất phổ biến. Là một hải đảo có nhiều núi non rừng vàng biển bạc, nên nhiều tượng Phật lớn được khắc trong núi đá từ thời cổ đại cho đến nay. Chương 5 xin giới thiệu các tượng Phật bằng đá như là:

1. Tượng Phật đá Avukana (Avukana, Miền Bắc trung phần)
2. Tượng Phật Đá Sasseruwa (Rasvehera)
3. Tượng Phật đá Budurewagala (Monaragala, tỉnh Uva)
4. Tượng Phật đá Maligawila (Maligawila, Moneragala, tỉnh Uva Uva)
5. Tượng Phật đá Tantrimale
6. Tượng Bồ tát Phổ Hiền ở Weligama
7. Tượng Phật đá Gal Viharaya Polonnaruwa (Miền Bắc trung phần)

1. TƯỢNG PHẬT ĐÁ AVUKANA

Tượng Phật đứng Avukana hay Avukana Pilimaya (Avukana Ancient Rock Temple, Sinhala: අවුකන බුද්ධ ප්‍රතිමාව) cao hơn 12 mét (40 feet), hiện nay được xem là cao nhất trong cả nước.

Ni sư TN Giới Hương, Ni cô Viên Lành và Viên Phương đứng ngay tấm bảng Avukana Ancient Rock Temple để vào thăm tượng Phật đứng, ngày 10/7/2023

Vì tọa lạc tại Avukana, nên gọi là tượng Phật đá Avukana miền Bắc Trung Bộ (Avukana cách Colombo khoảng 175km). Đây là một kiệt tác về nghệ thuật và kỹ năng sáng tạo của nghệ nhân Ceylon. Avukana được xây dựng dưới thời trị vì thuộc vua Dhatusena vào thế kỷ thứ 5.

Sư Sumedha, Ni sư Giới Hương, Ni cô Viên Lành, Viên Phương tại Tượng Phật Avukana cao nhất Sri Lanka ngày 10/7/2023

Thông tin cần thiết để đến chiêm bái tượng Phật Aukana

Từ Colombo, Aukana được kết nối bằng đường sắt bởi hầu hết các chuyến tàu thường đi qua Anuradhapura. Taxi hay xe buýt có thể đến làng Aukana bằng con đường Dambulla - Anuradhapura (A9), gặp đường Talawa tại Kekirawa. Rồi đi khoảng 5 cây số theo đường Talawa, rẽ trái tại ngã ba Ehalagama, sẽ gặp Avukana Ancient Rock Temple.

2. TƯỢNG PHẬT SASSERUWA

Không xa thị trấn Aukana, chỉ 11km, là một bức tượng Phật Sasseruwa (රස්වෙහෙර (සැස්සේරුව) රජ මහා විහාරය) khác có kích thước gần như tương tự tượng Phật Aukana. Sasseruwa tọa lạc tại thị trấn Rasvehera, thuộc miền Bắc Trung Bộ, cách Colombo khoảng 186km).

Tượng Phật Sasseruwa cao 42 feet 4 inch với tư thế ban sự Vô úy (Abhaya Mudra (không sợ hãi). Tượng là một phần của ngôi đền cổ có tên Rasvehera. Tượng có nhiều tên như "Raswehera",

"Reswehera", "Ras Vehera", "Sesuruwa" hoặc "Saseruva."

Có một truyền thuyết nói rằng hai bức tượng Aukana và Sasseruwa là kết quả của một cuộc thi của thầy trò điêu khắc "Guru-gola." "Guru" có nghĩa là "thầy" và "gola" là "học trò."

Câu chuyện này là lời giải thích tại sao bức tượng Aukana được hoàn thiện, trong khi bức tượng Sasseruwa chưa hoàn thành.

Câu chuyện kể rằng: Guru đã xây dựng bức tượng Avukana, trong khi Gola làm bức tượng ở Sasseruwa. Họ đã đồng ý rằng ai là người hoàn thành bức tượng của mình trước, phải thông báo điều này cho người kia bằng cách rung chuông.

Guru đã cố gắng hoàn thành bức tượng của mình sớm hơn và sau đó báo hiệu bằng tiếng chuông. Khi Gola nghe thấy tiếng chuông, học trò hiểu rằng mình đã thua cuộc thi và ngay lập tức ngừng tiếp tục công việc của mình. Đây là lý do tại sao tượng Phật Sasseruwa vẫn chưa hoàn thành. Đây là câu chuyện vui, lý giải tình trạng của hai tượng.

Tuy nhiên, có một truyền thuyết khác giải thích rằng tượng Sasseruwa là một nguyên mẫu của bức tượng Aukana được tạc bởi cùng một nhà điêu khắc.[127]

Phải thừa nhận rằng tượng Phật đá Aukana là một tác phẩm nghệ thuật. Tuy nhiên, có du khách thích chiêm ngưỡng Phật Sasseruwa hơn. Lý do diện mạo của tượng Phật Sasseruwa thật sâu lắng, định tĩnh và thần thái hơn.

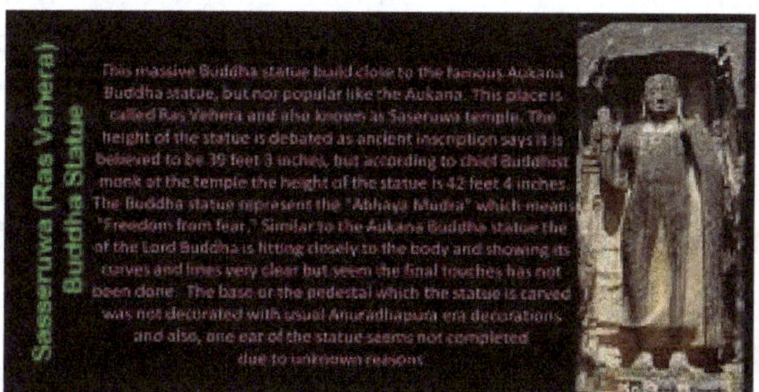

Tượng Phật Aukana đứng ba chiều trước tảng đá, gần như hoàn toàn tách biệt khỏi tường đá. Trong khi, tượng Phật Sasseruwa là một tác phẩm điêu khắc phù điêu cao, toàn bộ chiều cao, chiều rộng của lưng và đầu được kết nối với tảng đá. Điểm đặc biệt nữa là tượng Sassruwa được đặt trong một khung âm tường, nghĩa là tượng dính với khung nền đá hình chữ nhật (khác với tượng Aukana là tượng rời).

127 https://www.lanka-excursions-holidays.com/sasseruwa-buddha.html

Cách tay phải (từ trong tính ra) đưa lên, tay trái để xuống của tượng Phật Sasseruwa là ấn Vô Úy (Abhaya Mudra), ban cho sự không sợ hãi. Trong khi tượng Aukana cũng tay phải đưa lên ngang vai phải, lòng bàn tay hướng về bên trái. Tư thế này được gọi là Asisa Mudra, một biến thể của Vô Úy thí. Tượng Phật Aukana có nét chạm khắc sắc xảo và tinh xảo hơn tượng Sasseruwa.

Thông tin để đến tượng Phật Sasseruwa

Tu viện hang động Rasvehera cổ kính và bức tượng Phật Sasseruwa cao lớn nằm ở điểm hẻo lánh của một con đường cụt, nên du khách ít được viếng thăm như tượng phật đá Aukana.

Đến Sasseruwa, ngoài bức tượng Phật Sasseruwa bằng đá, Rasvehera còn có ba điểm tham quan nữa, đó là một cây Bồ Đề con cháu trích từ những cây Bồ Đề lâu đời nhất của Sri Lanka, các hang động có những bích họa vẽ theo phong cách Kandyan với nhiều động vật hoang dã như voi, khỉ, cọp, chim muông...

Rasvehera, là một Tu viện Sri Lanka điển hình từ thời Anuradhapura, bao quanh là rừng núi hoang dã, do đó, khu vực này được tuyên bố là một khu bảo tồn động vật hoang dã. Một số khách của Tu viện có thể nghỉ lại vài ngày để khám phá và du ngoạn khu rừng sinh thái nguyên sơ. Vì vậy, Rasvehera thực sự vừa là một tôn giáo, vừa là một khu bảo tồn thiên nhiên.

3. HANG ĐÁ PHẬT BUDURUWAGALA

Buduruvagala (බුදුරුව ගල විහාරය) là một khu thánh tích hang đá Phật giáo cổ xưa gồm có bảy bức tượng thuộc niên đại từ thế kỷ thứ 10, thuộc trường phái tư tưởng Đại thừa. Buduruvagala tọa lạc cách Welawaya khoảng 6.4 cây số (4 dặm) thuộc quận Monaragala, tỉnh Uva, phía Đông nam Sri Lanka. Đây là nơi các Tăng sĩ Phật giáo ẩn dật chuyên tu, nhập thiền, không quan tâm đến thế sự vinh hoa phú quý bên ngoài xã hội.

Thuật từ Buduruvagala nghĩa là "tảng đá của các tác phẩm

điêu khắc Phật giáo." Budu nghĩa là Phật, ruva là hình ảnh và gala là đá. Hang núi đá Phật Buduruvagala này dài khoảng 91 mét (300 feet) và cao 21 mét (70 feet), đặc biệt ở mặt phía Đông có khắc bảy hình tượng Phật và Bồ tát.

Từ phải: Đức Phật, Đại Thế Chí, Quan Âm và Thần Tara

Từ xa, khách chiêm bái có thể thấy sừng sững bức tượng Đức Phật Thích Ca cao 16 mét (51 feet) uy nghi với ấn vô úy thí,[128] đứng trên tòa sen đá, nếp vải Y xếp nhiều lớp như thật, tức nơi đây tượng Đức Phật đã từng choàng một tấm hoàng Y, nay đã bạt màu theo sương gió.

128 Vô úy thí là lòng tay phải đưa ra và giơ cao, trong khi lòng bàn tay trái ngữa và duỗi xuống đất

Tượng Phật Thích Ca Buduruvagala cao 16m

Bên trái của tượng Phật Thích Ca là ba tượng như Bồ tát Quan Thế Âm (Avalokitesvara chính giữa cao 7.3 mét tức 24 feet), hai bên là Đại Thế Chí (Bhrkuti/ Pandaravasina) và Thần Tara Vajrapani.

Bên phải của hang đá, hướng phía cuối núi đá có nhiều tượng nữa, trong đó có tượng Di Lặc, các Thần Tara (ảnh hưởng Mật Tông Ấn độ), các Thần Shiva, Vishnu hoặc Sahampath Brahma của đạo Hindu và nhiều pháp khí thờ cúng như ngọn lửa, đế hoa, hào quang… Ví dụ như có một ngọn lửa rộng gần 1 mét (3 feet) và cao 1.2 mét (4 feet) khắc rất sắt nét, có lỗ hỏm để đổ dầu, nên khách chiêm bái thường đổ dầu (giống như dầu mù tạt) vào lòng ngọn đuốc để đốt cúng dường.

Đức Phật Di Lặc chính giữa và hai bên là hai Thần Tara

Chân dung tượng Phật

Thông tin cần thiết để đến Buduruvagala

Buduruvagala cách Welawaya 8km (5 dặm). Từ ngã rẽ có thể đi khoảng 4 cây số trên đường đất đỏ thoáng mát của vùng nông thôn yên bình là đến hang Buduruvagala. Đây là một điểm hành hương tâm linh thiêng liêng mà hầu hết các du khách, đặc biệt là các Phật tử, đều đến viếng thăm, đảnh lễ và chiêm bái Buduruvagala, nơi có nhiều kiến trúc Phật giáo Đại thừa.

4. CÔNG VIÊN QUỐC GIA UDAWALAWE

Đến hang động Phật giáo Buduruwagala, hầu như ai cũng đến một điểm tham quan nổi tiếng gần đó là Công viên Quốc gia Udawalawe (Udawalawe National Park); khoảng cách chỉ 1 giờ đồng hồ lái xe taxi từ Buduruwagala đến Udawalawe.

Công viên động vật hoang dã quốc gia Udawalawe rộng 30.821ha (119,00 sq mi), được thành lập vào ngày 30 tháng 6 năm 1972[129] (có 1 hồ chứa nước Udawalawe). Nằm trong vùng khô hạn giữa hai tỉnh Sabaragamuwa và Uva, phía Nam của Sri Lanka, công viên có một hồ chứa nước Udawalawe rất lớn, nơi các đàn voi và thú hoang thường đến uống nước và tắm mát.

129 Udawalawe National Park. https://en.wikipedia.org/wiki/Udawalawe_National_Park

Công viên quốc gia được thành lập để cung cấp một khu bảo tồn cho các loài động vật hoang dã bị di dời do xây dựng hồ Udawalawe trên sông Walawe, cũng như để bảo vệ lưu vực của hồ chứa.

Công viên Udawalawe cách Colombo 165km (103 dặm), là môi trường sống quan trọng của các loài chim nước, đặc biệt là những đàn voi khổng lồ của Sri Lanka. Đây là một điểm du lịch thiên nhiên lý thú. Theo thống kê, công viên Udawalawe là điểm đến hấp dẫn du khách với lượng khách nhiều thứ ba trong các điểm du lịch khác của cả nước Sri Lanka.

5. TƯỢNG PHẬT ĐÁ MALIGAWILA

Tượng Phật Maligawila (*Sinhala*: **මාලිගාවිල බුද්ධ ප්‍රතිමාව**) cao 11,53 mét (37 feet 10 inch) với tư thế thí nguyện thủ ấn (Varada Mudra),[173] tay phải đưa lên, tay trái hướng xuống đất nổi bật giữa khu rừng đầy cây xanh của làng Maligawila, quận Moneragala, tỉnh Uva. Tượng được khắc từ một tảng đá vôi Thí nguyện thủ ấn (Varada Mudra): Cánh tay phải của bức tượng Phật ở tư thế thả lỏng xuống dọc theo cơ thể, lòng bàn tay mở ra phía trước, những ngón tay duỗi ra. Còn cánh tay tay trái cong ở khuỷu tay, bàn tay hướng về phía người nhìn. Năm ngón tay mở rộng đại diện cho năm sự hoàn hảo: hào phóng, đạo đức, kiên nhẫn, nỗ lực và tập trung. Thủ ấn này biểu thị sự dâng hiến, chào đón, từ thiện, cho đi, từ bi và chân thành. Đây cũng là ấn quyết sự hoàn thành ước nguyện chuyên tâm giải thoát nhân loại của Đức Phật. nguyên khối nặng 100 tấn, cao 14,5 mét do Vua Aggabodhika tạc cúng dường vào thế kỷ thứ 7.

Được biết vào năm 1951, tượng Maligawila được tìm thấy trong rừng với phần đầu bị gãy và nhiều mãnh vỡ. Năm 1980, dưới sự chỉ đạo của tổng thống lúc bấy giờ là Ranasinghe Premadasa và cố vấn kỹ thuật chính là ông Kirthi Samarasuriya (người sáng lập Petrokem Lanka Ltd), tượng Phật đã được gắn nối. Ông Kirthi là người đã đưa ra chất hóa học kết dính epoxy để dán các mảnh với nhau, sau đó tượng đã được nâng cấp tu bổ để được nguyên vẹn khang trang như đã thấy trong hình hiện nay.

Trong cuốn sử Culavamsa đã đề cập đến Vua Aggabodhika, người trị vì Ceylon trong thế kỷ thứ 7 đã xây dựng một clinic chữa bịnh cho người mù tên là Bệnh viện Image, có đặt thờ một tượng Phật bằng đá gọi là Bậc Vĩ Đại (The Great).[130] Các nhà khảo cổ học tin rằng Maligawila chính là Tu viện Ariyakara Vihara được đề cập trong biên niên sử.

130 Sacred Island – A Buddhist Pilgrim's Guide to Sri Lanka. Ven. S. Dhammika. 2008. Champika Printers. Trang 131-134. http://www.buddhanet.net/sacred-island/maligavila.html

Tượng Phật Maligawila

Tượng Phật đứng chính giữa một khuôn viên mỗi bên dài 24 m (80 feet), có bức tường dày 1,2 m (4 feet) chạy bao bọc xung quanh. Ngay bậc thang ở lối vào bước lên đài Phật có hình đá mặt trăng. Đây là một sự sáng tạo độc đáo của nghệ thuật kiến trúc Sri Lanka cổ đại.

Cách tượng Phật Maligawila khoảng 500m, có một tượng Bồ tát Maithree Natha (còn gọi là Dambegoda) tức hóa thân Quán Thế Âm Bồ tát. Tượng cao 9.85 mét và nặng khoảng 40 tấn.

Làng Maligawila rộng 400 mẫu Anh, đã tự hào khi sở hữu 2 bức tượng Phật Thích Ca và Bồ tát Quan Thế Âm, nền móng của bệnh viện Image và khu khảo cổ Phật đá Maligawila.

Cùng với tượng Phật Avukana và Buduruvagala, tượng Phật Maligawila được xem là một trong những ví dụ điển hình nhất về mẫu tượng đứng của Đức Phật Thích Ca Mâu Ni ở Sri Lanka cổ đại.

Tượng Bồ tát Dambegoda

Thông tin cần thiết để đến Maligawila

Từ thủ đô Colombo đến Maligawila khoảng 248 cây số (154 dặm). Tượng Phật tọa lạc trong làng Maligawila, tỉnh Uva Province, Sri Lanka. Tượng Phật Maligawila và tượng Quán Thế Âm Bồ Tát thu hút một lượng lớn khách hành hương hàng năm đến Maligawila.

6. HANG PHẬT ĐÁ TANTRIMALE

Tantirimale (Thanthirimale, *Sinhala*: තන්තිරිමලේ) là một hang đá Phật giáo cổ đại cách cố đô Anuradhapura khoảng 40km về phía Tây bắc.

Tượng Phật Thích Ca Nhập Niết Bàn Tanthirimale nằm nghiêng bên phải dài 12 mét (40 feet), có niên đại khoảng thế kỷ thứ 10, được khắc trên dãy hang đá đen thuộc vùng nông thôn gần đường cao tốc từ Anuradhapura đến Mannar.

Tượng Phật Tanthirimale và tháp trắng Mahinda trên đỉnh

Đến Tantirimalai, ngoài tượng Thích Ca nhập Niết bàn và tháp Mihintale, nếu khách hành hương đi ngược phía bên kia của đồi đá, sẽ được chiêm ngưỡng tượng Phật Thích Ca ngồi thiền (dhyana mudra) cao khoảng 2.5 mét (8 feet) được khắc trên vách đá.

Trong một khung thờ hình vuông, Đức Phật Thích Ca an tĩnh thiền tọa trên đài kim cang được trang trí nhiều hoa văn. Bên dưới có hai con sư tử quỳ hầu, bên trên có hai vị Thần cầm chày hộ vệ. Mẫu kiến trúc giống như các tháp Phật giáo ở miền Nam Ấn Độ.

Nơi đây, có ngôi tháp tròn Phật giáo màu trắng Thanthirimale

Raja Maha Vihara được xây dựng vào thế kỷ thứ ba trước Công nguyên, để đánh dấu đây là một trong những nơi mà Thánh Tăng Mahinda và Tăng đoàn Ấn độ đã nghỉ ngơi và Thánh Ni Saṅghamittā Therī mang cây Bồ Đề (the Jaya Sri Maha Bodhi) từ Ấn Độ về trồng ở cố đô Anurādhapura cũng đã ghé nghỉ ở đây. Chậu chứa nhánh Bồ Đề thiêng được thờ tại đây và bên cạnh tháp trắng là một cây Bồ Đề xanh mát.

Tháp Tanthirimale Chetiya hình bán cầu uy nghi giữa trời xanh

Một số hồ nước giữa các tảng đá luôn có nước quanh năm để làm tươi nhuận các cây cảnh của vùng đồi đá này. Có một Viện bảo tàng khảo cổ tại Tanthirimale để triển lãm các di vật khảo cổ được tìm thấy ở đây.

Vào những năm 1960, các nhà sư Phật giáo đã trùng tu lại ngôi tháp tròn trắng và cảnh quang xung quanh, khiến nơi đây ngày càng trang nghiêm thanh tịnh; hàng năm khách chiêm bái đến tham quan rất đông.

Thông tin cần thiết để đến Tanthirimale

Từ Anuradhapura đến Tanthirimale khoảng 50km. Tại đây cũng có nhà nghỉ nếu khách muốn ở lại lâu hơn để tu tập và hưởng sự trong lành của không khí núi đồi. Nếu đi về trong ngày, thì phải hỏi thăm thời điểm xe buýt quay trở lại Anuradhapura. Nếu đi xe hơi riêng thì rất tiện lợi và tự do.

Tượng Phật Nhập Niết Bàn Tanthirimale

7. TƯỢNG BỒ TÁT PHỔ HIỀN Ở WELIGAMA

Tượng Bồ tát Phổ Hiền (Samanthabadra, *Sinhalese*: සුමන සමන් දෙවි) ở Weligama là một bức phù điêu có kích thước lớn hơn người thật được tạc khoảng thế kỷ thứ 9, được cho rằng thuộc Tu viện Aggrabodhi Viharaya cổ đại. Đây là một trong những bức tượng tốt nhất còn nguyên vẹn, được xây dựng dưới thời kỳ Sri Lanka, bức tượng cho thấy sự ảnh hưởng của tinh hoa kiến trúc Phật giáo Đại thừa.

Tượng Bồ tát Phổ Hiền (Samanthabadra) ở Weligama

Ở Trung Quốc, một đất nước của truyền thống Phật giáo Đại thừa, nơi có bốn núi thiêng nổi tiếng là Ngũ Đài sơn thờ Bồ tát Văn Thù, Nga Mi Sơn thờ Bồ tát Phổ Hiền, Cửu Hoa Sơn thờ Bồ tát Địa Tạng và Phổ Đà Sơn thờ Bồ tát Quan Thế Âm. Trong khi tại Sri Lanka, tượng Weligama được giới Phật tử kính trọng như Bồ tát Phổ Hiền Samanthabadra đại diện cho các Bồ tát hòa nhập xã hội, cứu khổ chúng sanh, theo tinh thần nhập thế của đại thừa.

Truyền thuyết địa phương kể rằng Vua Cùi Kustharaja từ xứ xa đã đến Sri Lanka để tìm cách chữa bệnh về da. Sau khi đến

Weligama, ở đây để cầu nguyện Bồ tát Phổ Hiền, vua đã được phục hồi sức khỏe. Cho nên, nơi đây trở nên linh thiêng. Dân chúng thường đến cầu nguyện rất đông.

Tượng đá Bồ tát Phổ Hiền phủ đầy rêu xanh đứng giữa vườn cây cổ thụ to lớn. Trong khung thờ hình vuông và vòm tròn phía trên, Bồ tát đứng thẳng đoan nghiêm với hai tay đưa lên, tay phải ngửa lòng bàn tay ra ngoài trong khi tay trái nắm lại.

Trang phục dài có thắt lưng, vòng tay, đồ trang sức quanh cổ và vương miện của Ngài đều được chạm khắc tinh xảo vi tế. Đôi mắt Ngài từ bi nhìn xuống thương cứu chúng sanh.

Thông tin cần thiết để tới Weligama

Weligama nằm trên con đường ven biển chính có nhiều phương tiện giao thông dễ dàng như xe lửa, xe buýt, xe hơi... từ thủ đô Colombo đến Weligama cách Galle khoảng 28km và cách Matara chừng 15km. Từ trung tâm thị trấn đi theo đường chính về phía Tây và đi bộ khoảng 15 phút là đến tượng Bồ tát Phổ Hiền ở Weligama.

8. TƯỢNG PHẬT ĐÁ GALVIHARAYA Ở POLONNARUWA

Hang Galviharaya (Sinhalese: ගල් විහාරය)[131] dài khoảng 27 mét, cao 10 mét, có khắc bốn tượng Phật (đứng, tọa thiền và nhập Niết bàn) bằng đá granit nhiều màu nổi lên rất đẹp, được bảo tồn gần như nguyên vẹn. Tượng được khắc dưới thời trị vì của vua Parakrabahu (1153-1186), tọa lạc tại thành phố Polonnaruwa, phía Bắc Sri Lanka, nên được gọi là "Bốn Tượng Phật đá phương Bắc."

131 Chùa đá Gal Vihara. https://lakpura.com/gal-vihara

Ni sư Giới Hương, Sư cô Viên Bảo và Viên Đào đi viếng Phật đá Galviharaya, ngày 12/7/2023

Trong bốn tượng, có tượng Phật đứng cao 7m trên tòa sen Padmasana, được cho là độc đáo nhất với nét mặt trầm tư, hai cánh tay khoanh lại, nên có nhà khảo cổ đoán có thể đây là tôn giả Anan, chứ không phải Đức Thế Tôn.

Tượng Phật nhập niết bàn dài 14m (46 feet) với nét mặt thiền vị, toàn thân đoan nghiêm toát ra một vẻ đẹp nhẹ nhàng siêu việt thanh thoát nhất. Hai tượng Phật ngồi thiền bên ngoài hang và trong hang đá cũng được tạc từ phiến đá granit màu nguyên khối, có tòa kim cang, phướng lộng che, văn hoa, sư tử, chư thiên và hào quang phía sau nền rất đầy đủ, sống động tự nhiên.

Đây là một kỳ công của nghệ thuật thời trung đại. Không thể phủ nhận rằng các nhà điêu khắc của hang đá Galviharaya có những kỹ năng tinh xảo và chuyên môn cao hơn các nghệ thuật điêu khắc đá ở nơi khác. Những tuyệt tác tại Gal Vihara này rất sống động như truyền đạt được nét giác ngộ của Đức Phật cho bất cứ ai được hữu duyên đến đây chiêm bái tượng. Đó là lý do nơi đây được UNESCO công nhận là Di sản Văn hóa Thế giới.

Ni sư Giới Hương, Sư cô Đức Trí, Sư cô Viên Bảo, Ni cô Viên Lành và Viên Đào kính viếng hang Phật đá Gal Viharaya, ngày 12/7/2023

Thông tin cần thiết để đến Gal Viharaya

Từ thành phố Polonnaruwa đến tượng Phật Gal Viharaya là khoảng 4,8 cây số. Đi về phía Tây bắc trên đường A11 (đường Colombo) về phía Janapada Mawatha. Chạy dọc theo con đường cho đến khi gặp đường Gallambawa thì sẽ thấy Gal Viharaya. Có bảng hướng dẫn bên ngoài nên rất tiện lợi.

CHƯƠNG VI

CÁC NGÔI ĐẠI GIÀ LAM CỔ TỰ

Mái chùa che chở hồn dân tộc
Nếp sống muôn đời của tổ tông.
(Nhớ Chùa – Huyền Không)

Ceylon, một đất nước có truyền thống Phật giáo lâu đời, gắn liền với nhiều công trình kiến trúc Sinhalese thiêng liêng. Nói đến Chùa tháp, ai cũng hiểu đó là nơi an trí thờ các tượng Phật, nơi tu tập giải thoát, trưởng dưỡng giới-định- tuệ, và là nơi nương tựa tinh thần của chư tôn đức Tăng Ni, Phật tử. Phật giáo có nhiều hệ phái như Nguyên Thủy, Đại Thừa và Mật Tông, vv...

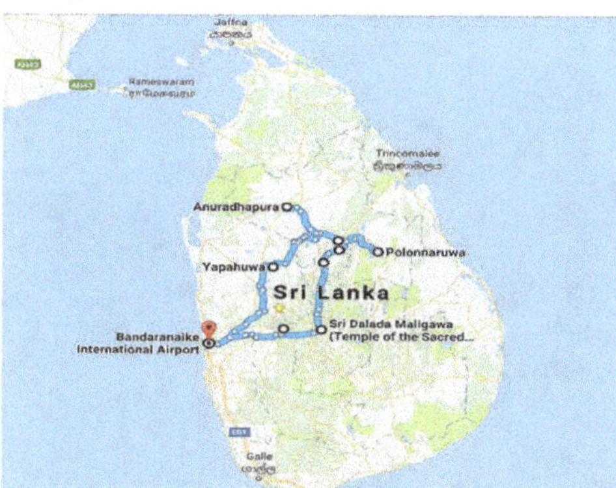

Bản đồ Sri Lanka (Google)

Chùa tháp Sinhalese chủ yếu theo kiến trúc truyền thống Nam Tông, đặc biệt có nhiều ảnh hưởng cách xây dựng của miền Bắc Ấn Độ cổ đại (từ thế kỷ thứ 3 trước Công nguyên khi Phật giáo du nhập vào Sri Lanka) mang nhiều giá trị tâm linh, lịch sử, giáo dục, mỹ thuật, và tôn giáo.

Chương 6 xin giới thiệu vài ngôi đại già lam cổ tự điển hình như:

1. Ngôi đại già lam cổ tự Kelaniya Raja Maha Vihara
2. Chùa Muhudu Maha Vihara
3. Tháp tròn Medirigiriya
4. Chùa cổ Nalanda Gedige
5. Đền Răng Sri Dalada Maligawa (the Tooth Relic of Lord Buddha) thờ Xá Lợi Răng của Phật.

1. NGÔI ĐẠI GIÀ LAM CỔ TỰ KELANIYA RAJA MAHA VIHARA

Chùa Kelaniya Raja Maha Vihara (කැලණිය රජමහා විහාරය, còn gọi là Kalaniya hay Kelaniya Temple) là nơi Đức Thích Ca Mâu Ni (sau khi giác ngộ dưới gốc cây Bồ Đề, Ấn độ), đã qua Sri Lanka để truyền bá thông điệp hạnh phúc, giáo pháp Phật đà cho dân trên đảo Sinhalese, Ngài đã từng dừng chân viếng thăm nơi đây.

Toàn cảnh Chùa Kelaniya Raja Maha Vihara, Colombo

1.1. Lịch sử cổ đại và truyền thuyết của Kelaniya

Trong thời cổ đại, Kelaniya có tên là vương quốc Kalyani Pattanam, là một thành phố độc lập, là tiền thân của Colombo cổ đại. Đây là một cảng trung chuyển lớn, là nơi gặp gỡ của các thương nhân từ các nước Nam Á và Đông nam Á đến. Nhiều thuyền tàu hải ngoại nhập cảng Sri Lanka từ cửa sông Kelaniya, hàng hóa từ cảng Kelaniya này được chuyển đến mọi nơi trên đảo quốc Sinhalese.

Lịch sử của Chùa Kelaniya Vihara có từ năm 500 trước Công nguyên, bắt đầu gắn liền từ chuyến hoằng pháp Sri Lanka lần đầu tiên và lần thứ ba của Đức Phật Thích Ca, khi Ngài dừng chân ở phố Kelaniya này.

Trong chuyến hoằng pháp thứ nhất, Đức Phật cùng Tăng đoàn gồm các vị La hán, được vua quan và dân chúng Ceylon tiếp đón vô cùng long trọng. Đức Phật đã đứng trung gian giải hòa một cuộc tranh chấp giành ngôi giữa hai bộ tộc "Naga" (rồng) là vua Chulodara và Mahodata. Với sự tri ân, họ đã cúng dường Đức Phật một pháp tọa đá nạm ngọc rất đẹp và thỉnh Ngài an tọa khi chuyển pháp luân.

Pháp tòa cẩm thạch nạm ngọc kính dâng lên Đức Bổn Sư Thích Ca Mâu Ni Phật

Cuốn Biên niên sử Mahavamsa[132] đã ghi nhận rằng vào năm thứ tám sau khi chứng ngộ, Đức Phật đã đến thăm vương quốc Kelaniya theo lời mời của Vua Maniakkhika thuộc bộ tộc "Naga", nhân dịp này Đức Phật đã đứng ra giảng hòa trận chiến giữa hai vị vua "Naga", Culodara và Mahodara. Vua Maniakkhika, anh trai của mẹ Naga Mahodara đã có mặt tại trận chiến Nagadeepa này.

Đức Phật đã đến thăm Kelaniya cùng với 500 vị Tỳ kheo và thuyết giảng giáo pháp cho Vua và dân chúng nghe. Từ Kelaniya, Đức Phật đi đến đạo tràng của Thần Sumana Saman trên núi Samanthakuta và Ngài đã lưu lại dấu chân ấn tích của mình trên núi, ngày nay nơi này được gọi là Sri Pada.[133]

132 Kelaniya. https://amazinglanka.com/wp/en/kelaniya/

133 Mời xem chương 4 trong cuốn sách này: Dấu Chân thiêng của Đức Phật

(On the eighth year after attaining enlightenment, The Buddha visited the kingdom in Kelaniya on the invitation of the King Maniakkhika of the "Naga" (Cobra) tribe. The king had extended this invitation at the Buddha's second visit to country which was to settle a battle between the two "Naga" kings, Culodara and Mahodara over a gem studded throne at Nagadeepa. King Maniakkhika who was the mother's brother to the naga Mahodara has been present at Nagadeepa for the battle.

According the chronicles the Buddha visited the Kelaniya with 500 bhikkhus and preached dharma to King and his people on the spot where the temple stands today. From Kalaniya the Buddha proceeded to the domain of the Deity Sumana Saman at the mountain to of Samanthakuta now known as Sri Pada.)

Trong chuyến viếng thăm Sri Lanka lần thứ ba, Đức Phật đã từng tắm ở sông Kelani, chính tại nơi đó, một ngôi già lam cổ tự được xây lên, tức là chùa Kelaniya hiện nay. Từ đó, sông Kelani trở thành vô cùng linh thiêng và quan trọng đối với người dân địa phương. Sau đó, Đức Phật đã thuyết pháp cho nhà vua và dân chúng địa phương trong khuôn viên chùa này. Để tưởng nhớ sự kiện hy hữu có một không hai này, nhà vua đã cho xây dựng một bảo tháp trên chính nơi Đức Phật đã ngồi và giảng dạy Phật pháp. Yatthalaya Tissa, một người cháu của vua Devananpiya Tissa được cho là thí chủ đã cúng dường xây dựng một bảo tháp tại Kelaniya này để cất giữ pháp tòa nạm đá quý mà Đức Phật, bậc thầy của người và trời đã từng cất tiếng rống sư tử ban mưa pháp như trong bộ Đại sử Mahavamsa Sinhalese đã viết:

"Vào ngày thứ hai đẹp trời của trăng tròn Vesak, Đức Phật đắp Y trì bình khất thực và đã đi đến đất nước Kalyani, vương quốc Maniakkhika. Dưới tán cây, ngồi trên pháp tòa nạm ngọc (nơi này sau đó được xây dựng thành tháp Kalyani Cetiya), cùng với chúng đệ tử Tỳ kheo, Đức Phật đã ban pháp thoại. Vua Naga và đoàn tùy tùng cung kính cúng dường Đức Phật và Tăng đoàn những thực phẩm mỹ vị cứng và mềm từ thiên nhiên…" (The Great Chronicle of Sri Lanka, Mahavamsa describes the

---

trên núi Sri Pāda còn gọi là đỉnh Adam (Sabaragamuwa).

Buddha's visit to Kelaniya)

Bảo tháp và chánh điện Kelaniya

"The Vanquisher, prince of the wise, forthwith putting on his robe and taking his alms-bowl went to the Kalyani country, the habitation of Maniakkhika. Under a canopy decked with gems, raised upon the spot where (afterwards) the Kalyani cetiya was built, he took his place, together with the brotherhood of bhikkhus, upon a precious throne-seat. And, greatly rejoicing, the naga-king with his following served celestial food, both hard and soft, to the king of truth, the Conqueror, with his followers…)

Trong chuyến hoằng pháp từ Ấn Độ qua Ceylon lần thứ ba này, Đức Phật cũng đã đến thăm đỉnh núi thiêng Adam's Peak (một ngọn núi ở miền trung Sri Lanka, cao 2,243m), đã để lại dấu chân của Ngài trên đỉnh núi.[134] Hiện nay thánh địa này cũng nằm trong danh sách địa linh, rất được người Sinhalese và hải ngoại tôn kính thường đến chiêm bái.

134 Mời xem chương 4: Núi đá thiêng của tập sách này.

Mặt trước của kiến trúc đại hùng bảo điện Kelaniya

1.2. Lịch sử cận hiện đại của Kelaniya

Thật khó truy nguồn lịch sử để biết được vị khai sơn, có công đầu tiên thành lập Chùa Kelaniya Vihara (thế kỷ thứ 5 trước Công nguyên) vì sử sách bị thất lạc theo năm tháng của thời gian. Tuy nhiên, theo biên niên sử Mahavamsa, sau khi Thánh Tăng Arahat Mahinda (con trai hoàng đế A Dục) đến đảo Ceylon vào năm 307 trước Công nguyên, hoàng tử Uttiya (anh trai của Vua Devanampiyatissa) đã đứng ra trùng tu Chùa Kelaniya Vihara, xây thêm khu tăng xá (Sanghawasa) cho Tăng đoàn Phật giáo. Như vậy, Kelaniya Vihara này có thể đã hiện diện trước thời điểm đó.

Sau đó, nhiều vị vua và nhà hảo tâm Sinhalese khác đã tái trùng tu nhiều lần, như vào thế kỷ 14 dưới triều đại Kotte, là thời hoàng kim của Chùa Kelaniya, Chùa Kelaniya đã trở thành một nơi tu tập tâm linh rất phát triển, đến nỗi các vị vua của đế chế Kotte đã cúng dường vào công trình xây dựng trùng tu cũng như cho xây cung điện mùa hè của họ tại thành phố Kelaniya này. Vào thời Dutthagamani, có khoảng hơn 500 nhà Sư đã tu tập tại Chùa Kelaniya này.

Sự phát triển của Phật giáo ở Kelaniya dường như đã diễn ra độc lập với những gì đang xảy ra ở những địa phương khác của hòn đảo, có lẽ Phật giáo đã được đưa đến đây trực tiếp từ Ấn Độ chứ không phải truyền bá từ cố đô Anuradhapura.

Trong thế kỷ 16 (từ năm 1505), một cuộc nội chiến xảy ra, chính điều này đã tạo thời cơ khiến cho ngoại xâm Bồ Đào Nha can thiệp vào nội chính của Vương quốc Kotte. Đây là kỷ nguyên đen tối nhất cho giới Phật giáo tại đảo quốc Ceylon. Người Bồ Đào Nha muốn Ki-tô hóa đức tin tại hải đảo có truyền thống Phật giáo lâu đời này, nên phá hủy hầu hết các ngôi đền Sinhalese và dẹp hết tất cả pháp khí Phật giáo có giá trị lịch sử. Họ đô hộ quá hà khắc đến nỗi, Vua xứ Kotte phải chạy lánh nạn ẩn cư.

Năm 1557, vị Vua bù nhìn Dharmapala của Vương quốc Kotte buộc phải giao lại Chùa Kelaniya và bảo tháp ba tầng Daladage, nơi thờ Xá lợi Răng của Đức Phật cho người Bồ Đào Nha như một khoản tiền hỗ trợ quân sự. Quân Bồ Đào Nha cướp bóc và phá hủy bất cứ thứ gì họ có thể có được; tháp Daladage và Kithsirimevanpaya bảy tầng ở Kelaniya đã bị san bằng và biến mất.

Cung điện năm tầng Hoàng gia ở Kelaniya được chuyển thành nhà thờ. Chùa Kelaniya cũng bị thuyền trưởng Deyasen de Melo đốt cháy phá hủy vào năm 1575. Tất cả các Tăng sĩ Phật giáo và quần chúng chống lại người Bồ Đào Nha đều bị giết một cách dã man. Phật tử bị cấm đến chùa và Tu viện Kelaniya Vihara cùng chung số phận với lịch sử, đã dần biến thành một đống hoang tàn đổ nát theo thời gian.

Vào thế kỷ 18, Vua Kirthi Sri Rajasinghe, vị cai trị vương

quốc Kandy, đã đứng lên phản công và phá hủy nhiều pháo đài của Hà Lan để gầy dựng lại giá trị lịch sử và truyền thống văn hóa Phật giáo Sri Lanka, vốn là một Phật tử thuần thành và là một mạnh thường quân, vua Kirthi đã bảo trợ cho các công trình trùng tu các Chùa và đền tháp Sinhalese như Chùa Kelaniya Raja Maha Vihara từ những năm 1750.

Ánh sáng Phật pháp đã trở lại. Triều đại lâu dài của nhà vua đã chứng kiến sự phục hưng Phật giáo và tự do tôn giáo ở Sri Lanka.

Vào năm 1767, chánh quyền Hà Lan cho phép Vua Kirthi Sri Rajasingha xuất ngân khố của triều đình ra, để phục hồi ngôi chùa Kelaniya, dưới sự điều hành của Trưởng lão Hòa thượng Mapitigama Buddharakkhita Thero. Vào năm 1780, nhà vua chính thức trao quyền sở hữu ngôi bảo tháp lịch sử cùng với tất cả đất đai của Chùa Kelaniya cho Hòa thượng trụ trì Mapitigama Buddharakkhita Thero quản lý.

Rồi vào thế kỷ 19, khi Sri Lanka trở thành một phần của Đế quốc Anh và vì thiếu sự bảo trợ của hoàng gia, Chùa Kelaniya lại trải qua một thời kỳ suy tàn nữa. Nhưng may mắn thay, suy lại thịnh theo quy luật "cùng tất biến", vào năm 1888, Chùa Kelaniya lại một lần nữa được khôi phục và tái thiết với sự ủng hộ của mạnh thường quân Helena Wijewardana. Bà Helena vốn xuất thân trong gia đình giàu có, là một trong những người tiên phong hoạt động tích cực trong phong trào đòi độc lập tự do cho Sri Lanka. Những bức bích họa trong bảo tháp Kelaniya đã bị xuống cấp theo thời gian và được Solius Mendis, một trong những họa sĩ vĩ đại nhất thời bấy giờ, khôi phục lại. Công việc trùng tu mất 20 năm để hoàn thành.

Tóm lại, ngôi đại già lam cổ tự Kelaniya thời cổ đại đã bị phá hủy hết lần này đến lần khác bởi quân xâm lăng Dravidian từ miền Nam Ấn Độ tràn sang. Thời Trung cổ, Kelaniya cũng bị phá hủy bởi người Bồ Đào Nha vào thế kỷ 16 (năm 1510) nhưng được Vua Kirthi Sri Rajasingha xây dựng lại vào năm 1967. Và thế kỷ 20 hiện đại, Kelaniya mới được khởi xướng trùng tu vào năm 1927, hoàn thành vào năm 1946 dưới sự bảo trợ của mạnh thường quân là bà Helena Wijewardene.

Năm 2008, Chùa Kelaniya đã được công nhận là Di tích Khảo cổ học, là trung tâm của đại lễ Phật giáo quan trọng Duruthu Maha Perahera. Hàng năm, hàng ngàn, hàng trăm người dân địa phương và khách chiêm bái thế giới đến tham dự lễ rước Duruthu, rất hoành tráng tại ngôi chùa linh thiêng này.

1.3. Kiến trúc của quần thể Chùa Kelaniya

a. Chánh điện

Chánh điện dài 50 mét (150 feet) và rộng 27 mét (90 feet) do Vua Parakramabahu IX xây cúng dường vào năm 1527. Mái chùa lợp theo phong cách kiến trúc Kandyan.

Chánh điện Chùa Kelaniya Raja Maha Vihara

Có một bia ký của niên đại năm 1767 ghi rằng Sa di Mapitigama đã tu bổ và dựng thêm một số tượng Phật. Cũng có một bia ký khác có xuất xứ từ năm 1779.

Chư Tăng thiền hành

Tượng Đức Phật Thích Ca thiền tọa tại chánh điện

b. Bảo tháp Kelaniya hình bán cầu màu trắng

Bảo tháp Kelaniya màu trắng, hình dáng như đống lúa, cao khoảng 27 mét (90 feet) và đường kính ở chân là 30 mét (98 feet). Bên ngoài tháp có các khung vòm âm bên trong tường để thờ Phật, nên Phật tử thường đi vòng chiêm bái đảnh lễ. Có lối đi vào trong tháp, có hai con sư tử và voi (gajasinha) đứng hầu hai bên với mái vòm makhara của thời Anuradhapura.

Bảo tháp Kelaniya màu trắng và cổng Tam quan

Vòm thờ Phật bên ngoài

c. Tượng Phật nhập Niết bàn

Đại già lam lịch sử Kelaniya có một tượng Phật nằm (nhập niết bàn) mạ vàng rất đẹp. Tượng dài khoảng 2 mét và nhiều bức bích họa tuyệt đẹp trên tường Murals thuộc niên đại từ cuối thế kỷ 18 đến đầu thế kỷ 19.

Cậu bé Sri Lanka chấp tay chiêm ngưỡng Phật

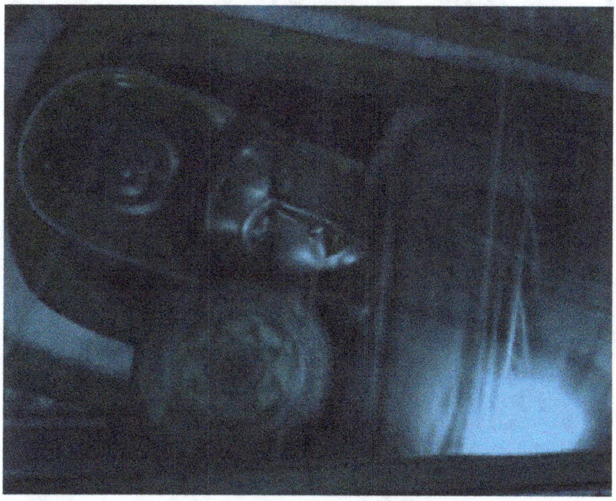

Nét thánh thoát của Đức Thế Tôn

Đôi bàn chân của Đức Thế Tôn được thấy từ cửa ra vào

Tranh tượng Phật Thích Ca nhập Niết bàn

d. Tranh nghệ thuật Murals

Chùa Kelaniya Raja Maha Vihara nổi tiếng về những bức bích họa (murals and frescoes) thuộc niên đại từ thế kỷ 17 - 20 với gam màu cam xám chủ đạo do họa sĩ lừng danh Soliyas Mendis thực hiện trong thời gian 1927-1946. Các màu được chiết xuất từ nguyên liệu tự nhiên của cây cối, hoa lá và rau quả. Đây là một trong các tác phẩm nghệ thuật đẹp nhất ở Ceylon đã mô tả thành công các đức tính từ bi hỉ xả cao thượng và cuộc nội chiến chuyển hóa ma vương tham sân si của Bồ tát Cồ Đàm. Tranh có các chủ đề rất đa dạng như:

1. Cuộc đời hiện tại và chuyện kiếp trước (Jatakas) của Đức Phật Thế Tôn, như Đức Phật đản sanh, xuất gia, giác ngộ, nhập niết bàn, và vv…
2. Cuộc kết tập Tam tạng Kinh điển Phật giáo (Tripitaka) ở Ceylon
3. Các vị vua và hoàng hậu thời đại Kandyan (đế chế cuối cùng của Sri Lanka)
4. Lịch sử Phật giáo và tình hình chính trị của Sri Lanka từ năm 1927-1946 như hoàng đế Devanmpiyatissa tặng công viên Mahamegha cho Thánh đức Arahat Mahinda, các kỳ kiết tập Tam tạng kinh điển Phật giáo Sri Lanka, vị Tăng học giả Ấn Độ thuyết trình về Thanh Tịnh Đạo (Visuddhimagga), sớ luận Phật giáo cho Sangharaja của Maha Vihara, Thánh Tổ Tỳ-kheo-Ni Sangamitta Theri mang nhánh Bồ Đề đến hải đảo Sinhalese, Hoàng tử Danta và Công chúa Hemamala từ miền Bắc Ấn Độ mang xá lợi Răng thiêng đến Sri Lanka, vv…

Bích họa tích truyện Tiền thân (Jatakas) về Đức Phật Thích Ca

Tranh Thái tử Sĩ Đạt Đa vào thăm công nương Gia-du và hài nhi La-hầu-la

Tranh Kính lạy Đức Thế Tôn, bậc thầy của trời người

Tranh chuyện Hoàng tử Dantha và Công nương Hemamala từ Kalinga, nước Ấn Độ cổ đại, trong triều Vua Keerthi Sri Meghavarna (Kithsirimevan 301 -328) đã mang xá lợi Răng Phật từ Ấn Độ qua Sri Lanka[135]

Phòng bích họa vẽ tranh trên tường và trần nhà

135 Chuyện Hoàng tử Dantha và Công nương Hemamala sẽ được nói kỹ ở cuối chương 6 này.

Riêng những bức bích họa hiện đại trên trần nhà mô tả những nét độc đáo về chiêm tinh học phương Đông như có chín hành tinh xoay quanh mặt trời cùng với 12 con giáp hay 12 cung hoàng đạo (Rashis). Mỗi ký hiệu hoàng đạo được vẽ dựa trên vị trí của nó với mặt trăng, nhằm mô tả tầm quan trọng của chiêm tinh học và cách tính ngày tháng trong thời cổ đại liên quan đến vị trí của các hành tinh và mặt trăng.

e. Tượng Phật khổ hạnh và tượng Quan Âm lộ thiên

Tượng Bồ tát Cồ Đàm khổ hạnh cao khoảng 2 mét

Phật tử kính lễ tượng Bồ tát Quan Âm

Đài Quan Âm cao 5.5. mét (18 feet)

f. Cổng tam quan, hồ nước, cây Bồ Đề và các kiến trúc khác

Hai cổng tam quan và bậc thềm thang lên chùa

Kiến trúc bậc thang nghệ thuật
của Chùa Kelaniya Raja Maha Vihara

Khuôn viên Cây Bồ Đề[136]

136 Cây Bồ Đề này vốn là con cháu của nhánh cây Bồ Đề chiết từ cây Bồ Đề gốc ở thành phố Anurādhapura do Tỳ kheo Ni Saṅghamittā Theri (con gái hoàng đế A Dục) đem từ Ấn Độ qua vào thế kỷ thứ 3 trước Công nguyên.

Nhánh lá Bồ Đề bên hiên Chùa Kelaniya Raja Maha Vihara

Hồ nước trước cổng tam quan

Hồ nước trước chánh điện Kelaniya

Tháp Phật

Bình chứa nước bằng đá

Một vị Sư Sri Lanka đang chuẩn bị hoa tươi và nước tinh khiết cúng Phật

Đá hoa khắc hình rắn bảy đầu

Bậc thang rồng lên chánh điện

1.4. Lễ hội Duruthu Perahera

Duruthu Perahera là lễ rước Kelani, được thành lập đầu tiên vào dịp khánh thành Chùa Kelaniya vào năm 1927, kể từ đó nó được tổ chức vào trước ngày rằm tháng giêng hàng năm.

Lễ diễn hành bao gồm rước xá lợi Phật với hàng trăm con voi, đuốc, cờ, vũ công, kèn trống... thật long trọng, hoành tráng và trang nghiêm, đặc biệt hoa đăng ban đêm với ngàn ngọn đuốc và đèn treo khắp nơi, khách chiêm bái có thể chiêm ngưỡng Chùa Kelani sáng rực trong đêm, những bức bích họa tuyệt đẹp lung linh dưới ánh hoa đăng vàng rực. Mỗi năm, hàng trăm nghìn người dân địa phương và khách du lịch nước ngoài tập trung tại Kelaniya để tham dư lễ rước này.

1.5. Trung tâm văn hóa giáo dục tôn giáo

Dưới sự lãnh đạo của Hòa thượng Giáo sư Kollupitiye Mahinda Sangharakkhitha Thera cùng chư Tăng bổn tự, đại già lam Kelaniya có nhiều chương trình tu học và lịch thuyết giảng phong phú cho Tăng đoàn và nam nữ cư sĩ Phật tử, đặc biệt là dành cho các học sinh và sinh viên của các trường học, cao đẳng và đại học địa phương.

Với các công trình kiến trúc đặc thù, tranh bích họa mỹ thuật cùng chiều dài lịch sử từ thời cổ, trung và hiện đại, Kelaniya Raja Maha Vihara nghiễm nhiên đã trở thành một trung tâm tu học uy tín, điểm du lịch tâm linh nổi tiếng, nơi thực hiện các nghi lễ văn hóa Phật giáo, là một cơ sở giáo dục cho các sinh viên môn lịch sử, tôn giáo, hội họa, nghệ thuật và kiến trúc, vv… Các trường đại học và cao đẳng thường tổ chức các chuyến field trips thực địa cho sinh viên nghiên cứu và thực nghiệm.

Phật tử cùng về lắng nghe pháp thoại tu tập

1.6. Làm sao đến Kelaniya Raja Maha Vihara

Trải qua hơn 26 thế kỷ, hiện nay Kelaniya Raja Maha Vihara là một trong những ngôi chùa linh thiêng uy nghi cổ kính nhất, là trung tâm Phật giáo quan trọng của vương quốc Sri Lanka. Chùa Kelaniya đã phát triển mạnh mẽ, trở thành một trung tâm hành hương lớn cho dân chúng Sinhalese và trên thế giới. Khách chiêm bái có thể đến thăm Kelaniya Raja Maha Vihara bất cứ lúc nào trong năm, tuy nhiên tốt nhất là vào tháng Giêng để được đích thân tham dự trải nghiệm lễ hội Duruthu Perahera hoành tráng kỳ vĩ.

Chùa Kelaniya tọa lạc tại thành phố Kelaniya, bên bờ sông Kelani, cách trung tâm Colombo 7 cây số, cách phi trường Colombo 39 cây số. Vị trụ trì hiện nay là Hòa thượng Giáo sư Kollupitiye Mahinda Sangharakkhitha Thera.

Có nhiều phương tiện khác nhau để đến Chùa Kelaniya như sau:

1. Máy bay: có chuyến bay từ sân bay Colombo đến Diyawanna Oya khoảng 15 phút, sau đó đi taxi để đến Kelaniya Raja Maha Vihara khoảng 12 phút.
2. Taxi: đi taxi từ Sân bay Colombo đến thẳng Chùa

Kelaniya khoảng 1 tiếng đồng hồ lái xe.

Phật tử viếng Chùa

1.7. Những điểm tham quan lân cận

Tại thành phố Kelaniya, ngoài Chùa Kelaniya Raja Maha Vihara trang nghiêm cổ kính, có rất nhiều điểm du lịch lân cận mà khách chiêm bái có thể viếng thăm như đền Hindu Gangaramaya với cách kiến trúc đặc thù, khu vui chơi trượt nước Lanka (Water world Lanka), công viên Viharamahadevi với tượng Phật Thích Ca tĩnh tọa giữa vườn hoa, có hồ nước, du thuyền, voi, thú, cây cảnh thiên nhiên xanh mát, vv…

Tượng Đức Phật ngồi thiền giữa công viên Viharamahadevi

2. CHÙA MUHUDU MAHA VIHARA

Chùa Muhudu Maha Vihara (Sinhala: මුහුදු මහා විහාරය , còn gọi Magul Maha Viharaya) tọa lạc ở phía bắc của công viên quốc gia Lahugala, gần biển Pottuvil, quận Ampara, miền Đông Sri Lanka, do Vua Kavan Tissa của Ruhuna xây cách đây hơn 2000 năm, cho nên cũng có khi nơi đây được gọi là Chùa Pottuvil Muhudu Maha Vihara. Lahugala là một phần Kinh đô Ruhuna Ceylon cổ đại.

Toàn cảnh tàn tích chánh điện Muhudu Maha Vihara

2.1. Lịch sử của Muhudu Maha Vihara

Chùa Muhudu Viharaya được cho là nơi đánh dấu công chúa Viharamahadevi (con gái của vua Kelani Tissa) trở thành hoàng hậu của Vua Kavan Tissa, vương quốc Rohana. Theo biên niên sử cổ đại Rajavaliya kể rằng vào thế kỷ thứ hai trước Công nguyên, sau khi thành phố Kelaniya bị nhấn chìm dưới biển do một thảm họa thiên nhiên, Devi, con gái của Vua Kelaniya đã được đưa ra biển trong một chiếc du thuyền bằng vàng để xoa dịu các vị Thần biển, nên công chúa bị trôi dạt vào bờ biển gần Muhudu Maha Vihara ở Pottuwil. Sau đó, cô trở thành phối ngẫu chính (vợ chính) của vua Kavan Tissa, Vương quốc Ruhuna, với tên gọi Viharamahadevi.[137]

Một ngôi tháp mới được xây trong thời hiện tại đánh dấu Công chúa Viharamahadevi trở thành hoàng hậu của Vua Kavan Tissa[138]

2.2. Kiến trúc Muhudu Maha Vihara

Theo thời gian và nắng mưa tàn phá, hiện nay chùa không còn nguyên vẹn, chỉ còn thấy nền chánh điện hình vuông, gần 20 trụ cột, tượng Phật đá, hai vị Thánh đệ tử, tháp Seema Malaka và Avasa Geya tại khu vực này.[139]

137 Muhudu Maha Vihara. Sacred Island – A Buddhist Pilgrim's Guide to Sri Lanka. Ven. S. Dhammika 2008. Champika Printers. Trang 145-6.
138 https://en.wikipedia.org/wiki/Muhudu_Maha_Vihara
139 https://www.tripadvisor.com/Attraction_Review

Tượng Phật và hai vị Thánh đệ tử

Chánh điện Muhudu Maha Vihara được xây dựng trên nền cao có cầu thang ở ba phía dẫn vào bên trong điện Phật. Có tượng sư tử đứng hầu hai bên cầu thang ở tầng thấp nhất chính giữa có bậc thang bán nguyệt (nửa mặt trăng) rất tinh xảo.

Photo: Bậc thang tròn bán nguyệt bước lên chánh điện

Có bức tường thành đá xung quanh của một khu di tích Muhudu Maha Vihara được trang trí đàn voi lớn xen kẻ hoa văn rất nghệ thuật.

Bờ thành đá kiên cố khắc hình đàn voi

2.3. Làm sao để đến Muhudu Maha Vihara

Chùa Muhudu Maha Vihara cách đường lộ Monoragala – Pottuvil 2 cây số, cách thị trấn Siyambalanduwa 22 cây số và cách phố Potuvil khoảng 11 cây số. Du khách có thể đi taxi hay xe buýt đến đây. Nơi đây gần biển công viên quốc gia Lahugala và gần biển Pottuvil, nên gió mát suốt năm, rừng cây xanh tươi, có hồ sen lớn gần khu di tích khiến tăng thêm mỹ quan cho khu tàn tích Muhudu Maha Vihara. Điều này khiến chuyến thăm nơi này trở thành một trải nghiệm rất thiên nhiên và tâm linh.

3. NGÔI ĐẠI GIÀ LAM CỔ TỰ MEDIRIGIRIYA VATADAGEYA

Chùa cổ Medirigiriya Vatadageya (Sinhalese: මැදිරිගිරිය වටදාගේ, Round Vatadageya in Medirigiriya) hay còn gọi là giảng đường tụng giới Uposathaghara tọa lạc tại quận Medirigiriya, miền Đông Sri Lanka, phía Bắc của thành phố Polonnaruwa. Chùa ở nơi trung tâm khu phức hợp Medirigiriya, do vua Kanittha Tissa xây vào thời đại Anuradhapura, cách đây hơn 2000 năm.

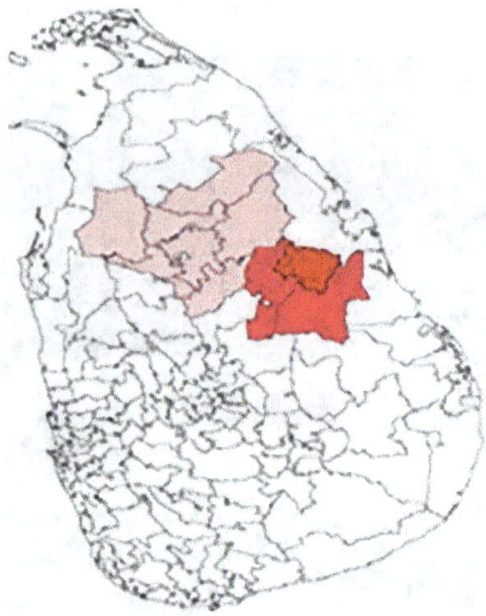

Vị trí của bảo tháp Medirigiriya Vatadageya trên bản đồ Sri Lanka (Google map)

3.1. Kiến trúc Đại già lam Medirigiriya Vatadageya

Bảo tháp rộng với đường kính 28 mét (91 feet) nổi trội xinh xắn với những hàng trụ đá hoa tinh xảo đứng để nâng đỡ trần nhà. Có 32 trụ ở vòng ngoài, 20 trụ ở vòng giữa và 16 trụ ở vòng trong tạo thành ba vòng trụ tròn rất đẹp và có cầu thang dẫn lên tầng cao. Tầng cao nhất là nơi thờ bốn vị Phật tĩnh tọa thần thái thánh thoát ở bốn hướng, có cổng ở bốn hướng để khách chiêm bái có thể chiêm ngưỡng trực diện tượng Phật từ xa.

Công trình kiến trúc tháp tròn Medirigiriya Vatadageya này là một ví dụ điển hình về nghề thủ công bằng đá được hiện hữu ở Ceylon cổ đại. May mắn thay! Hiện nay kiệt tác này vẫn bảo tồn gần như còn nguyên vẹn như trong hình đã minh họa.

3.2. Lịch sử của Đại già lam Medirigiriya Vatadageya

Theo bộ Biên Niên Sử Mahavamsa, Kanittha Tissa (166-184) đã xây dựng một hội trường tụng giới Bố tát Uposatha tại đây. Người Malayaraja đã cúng dường mái vòm cho bảo tháp tròn này dưới thời trị vì của Aggabodhi. Vào thế kỷ thứ 9, một bệnh viện đã được xây dựng ở đây và nơi này sau đó đã được vua Vijayabahu I cho khởi công tu bổ khôi phục.

Tác giả TN Giới Hương viếng thăm Medirigiriya Vatadageya hai lần vào năm 2016 và 2023

Khoảng thế kỷ 12, chư Tăng của Chùa Medirigiriya cùng với một số nhân vật lịch sử khác đã đóng một vai trò quan trọng trong việc giải quyết một cuộc khủng hoảng chính trị lớn đang xảy ra tại Sri Lanka.

Vua Gajabahu II và Parakramabahu đang đấu tranh để giành ngai vàng. Cả hai bên đều ngang tài ngang sức; xung đột kéo dài này đã gây nhiều tổn thất về nhân mạng cho cả hai bên và làm suy yếu cả đất nước. Cuối cùng, vì lòng từ bi, các nhà Sư đứng ra làm cánh chim hòa bình phân tích phải trái, thương lượng và giảng hòa để hai bên chấm dứt thù địch và sau đó đưa ra một thỏa thuận hiệu quả giữa họ.

Sư Sumedha và phái đoàn Hương Sen tại bảo tháp tròn Medirigiriya Vatadageya ngày 12/7/2023

Vua Gajabahu đã lớn tuổi, mà không có người thừa kế, đồng ý chỉ định Pabakramabahu, người vẫn còn trẻ, làm người nối dõi cho mình nếu Pabakramabahu ngừng không chống đối nổi loạn nữa. Điều này có nghĩa là người trước có thể sống những ngày còn lại trên cương vị vua; trong khi người sau sẽ không phải đợi quá lâu trước khi tự mình trở thành vua. Từ đó, hòa bình được lập lại và sự thỏa thuận hiệp ước này được khắc trên hai cột đá, một được lưu giữ tại bảo tháp Medirigiriya, bản còn lại ở Samgamuva.

Tượng Phật ngồi xoay bốn hướng và phái đoàn Hương Sen tại chân tháp Medirigiriya ngày 12/7/2023

3.3. Làm Sao để đến Tháp Tròn Medirigiriya Vatadageya

Từ Polonnaruwa đi dọc theo đường Polonnaruwa-Hingurakgoda đến Hingurakgoda. Sau đó đi khoảng 14km dọc theo đường Medirigiriya cho đến Medirigiriya. Tại Medirigiriya, đi khoảng 3,2km dọc theo đường Vatadage sẽ thấy Medirigiriya Vatadage.

Tháp Medirigiriya và tác giả ngày 12/7/2023

4. CHÙA CỔ NALANDA GEDIGE

Nalanda Gedige (Tamil: நாலந்த கடிகே) là một ngôi chùa cổ bằng đá gần Matale, Ceylon cổ đại, được xây vào giữa thế kỷ thứ 8 và thứ 10 với kiến trúc Dravidian đặc thù (một nỗ lực sáng tạo, kết hợp các nền văn hóa Tamil và Sinhalese) do các vua chúa thời cổ đại thành lập.

Nalanda Gedige trong ánh nắng mai tươi đẹp

4.1. Thuật từ Nalanda Gedige

Về thuật từ Nalanda Gedige, "Gedige" trong tiếng Sinhalese, xuất phát từ tiếng Phạn "ghatika" có nghĩa là trường cao đẳng, cụ thể là trường cao đẳng tôn giáo. "Nalanda" là tên một trường đại học Phật giáo nổi tiếng về Đại thừa và Mật thừa ở miền Bắc Ấn độ. Như vậy, cùng tên ở Ấn Độ, Nalanda Gedige ở Sri Lanka cũng có nghĩa là một trung tâm tu học Đại thừa và Mật thừa. Đây là trường tu tập Mật tông lớn duy nhất còn tồn tại ở Sri Lanka.

Một đại tùng lâm trung tâm tu học Nalanda Gedige

4.2. Lịch sử Nalanda Gedige

Mật thừa (Tantra) cùng với Nguyên Thủy và Đại thừa là ba hệ phái chính trong Phật giáo. Mật thừa dường như đã đến Sri Lanka ngay sau khi nó xuất hiện ở Ấn Độ vào khoảng thế kỷ thứ 7. Bằng chứng sớm nhất về sự hiện diện của Mật thừa trên đảo Sinhalese này là trong Ký sự của đại sư Ấn Độ Vajirabodhi, có ghi Ngài đã giới thiệu Mật tông vào Trung Quốc. Trước khi qua đời vào năm 733, đại sư Vajirabodhi đã hướng dẫn đệ tử của mình là Amoghavajira, người Sri Lanka về lại Sri Lanka để thu thập các văn bản Mật tông đem về Trung Quốc. Điều này cho thấy Mật tông đã hiện hành và phổ biến ở Ceylon cổ đại.

Khu khảo cổ Trung tâm tu học Nalanda Gedige

Chùa cổ Nalanda Gedige là một tác phẩm nghệ thuật tuyệt vời; một địa điểm lịch sử, khảo cổ, kiến trúc và điêu khắc rất đặc thù với nhiều hoa văn trang trí chi tiết thiện xảo, nên nhiều du khách, sinh viên và Phật tử từ các nơi thường đến viếng thăm chiêm bái và nghiên cứu học hỏi.

4.3. Làm Sao để đến chiêm bái Tháp Nalanda Gedige

Nalanda Gedige nằm trên đại lộ chính đi từ Kandy về phía Bắc và cách Matale 20km. Một tấm biển trên đường đánh dấu rõ ràng lối rẽ vào trung tâm tu học Nalanda này.

5. ĐỀN RĂNG PHẬT SRI DALADA MALIGAVA (THE TEMPLE OF THE BUDDHA TOOTH)

Kandy là một thành phố cao nguyên sương mù lớn ở miền Trung Sri Lanka. Nó được bao quanh bởi các ngọn núi, các đồn điền chè và rừng nhiệt đới đa dạng sinh học, giống như cao nguyên Đà Lạt của Việt Nam. Trung tâm của thành phố Kandy là Hồ Kandy (còn gọi là Bogambara) nước trong xanh hiền hòa, là địa điểm nổi tiếng để du khách thanh thản thiền hành yên bình hưởng làn gió mát từ mặt hồ thổi lên.

Kandy nổi tiếng với các địa điểm Phật giáo linh thiêng, đặc biệt Chùa Sri Dalada Maligawa (Sinhalese: ශ්‍රී දළදා මාළිගාව), một ngôi chùa nằm trong khu phức hợp cung điện hoàng gia của cựu Vương quốc Kandy, nơi thờ xá lợi Răng thiêng của Đức Phật Thích Ca, Quốc bảo của Vương quốc Phật giáo Sri Lanka, đã được UNESCO công nhận là Di sản Văn hóa Thế giới vào năm 1988.

Đây là một địa điểm hành hương nổi tiếng, đến Sri Lanka thì không thể không đến Kandy, cho nên mỗi ngày hàng ngàn khách trong nước và nước ngoài đến viếng thăm chiêm bái vào tháng 7 và 8 hàng năm tổ chức với lễ hội rước Xá Lợi Răng Phật (Esala Perahera) rất lớn, hoàng tráng và trang nghiêm tại đây.

Mặt trước chùa thiêng Sri Dalada Maligawa, Kandy

Địa điểm Phật giáo linh thiêng này, thường được biết đến với tên gọi thành phố Senkadagalapura, là thủ đô cuối cùng của các vị vua Sinhala, những người đã giúp nền văn hóa Dinahala phát triển mạnh mẽ trong hơn 2.500 năm cho đến khi người Anh chiếm đóng Sri Lanka vào năm 1815.

Theo sách Phật Nha Sử chép: "Phật nhập Niết Bàn sau khi trà tỳ xong, còn lưu lại xương đầu xá lợi, hai xương cổ xá lợi và bốn chiếc răng xá lợi, trong đó một chiếc răng xá lợi được Thánh giả Cách Mã gìn giữ. Sau đó, Thánh giả Cách Mã đem chiếc răng Xá Lợi cúng dường vua nước Ca Tuấn Già. Vào năm 371 Tây lịch, nước lân bang của Ca Tuấn Già muốn cướp Xá Lợi, gây chiến tranh với nước Ca Tuấn Già. Vì sợ nước lân bang cướp mất, nên Vua đã ra lệnh cho con gái là Hách Mạn Mạn Lệ đem răng Phật Xá Lợi đến Sri Lanka."

5.1. Lịch sử Công chúa Hemamali (Ấn Độ) mang Xá-Lợi Răng Phật sang Ceylon

Kinh Công Đức Tắm Phật có nói về cách phân chia xá-lợi Phật làm hai loại:

1. Sanh thân xá-lợi, còn gọi là thân cốt xá-lợi, tức là di cốt của Phật và các Thánh Tăng, gồm toàn thân xá-lợi và toái thân xá-lợi.
2. Pháp thân xá-lợi, còn gọi là pháp tụng xá-lợi, tức là giáo pháp, giới luật do Phật giảng dạy vẫn còn mãi ở thế gian.

Sau khi nhập diệt vào trạng thái Niết-bàn, kim thân của Đức Phật được hỏa táng tại Câu-thi-na (Kushinagar, bang Uttar Pradesh, Ấn Độ) và sanh thân xá lợi chia ra tám phần cho tám nơi thờ như thành Vương Xá, Vesali, thành Ca-tì-la-vệ, Allakappa, Ramagama, Vethadipa, Pava, and Câu-thi-na. Riêng Bà-la-môn Dona đến trễ nên lấy tro tàn từ gỗ và tro dính trong bình đem về xây tháp thờ.

Toàn cảnh Chùa Răng bên sông Kandy rất yên bình

Trong Dathuvamsa, kể rằng chính A-la-hán Khema đã lấy chiếc Răng khểnh bên trái của Đức Phật từ giàn thiêu khi không có ai nhìn và dâng cho vua Brahmadatte. Từ đó, xá lợi Răng Phật trở thành tài sản của hoàng gia. Vua đã cho thờ tại thành phố Dantapuri (ngày nay là Orissa).

Từ khi Xá lợi răng Phật được phổ biến, người ta tin rằng bất cứ ai sở hữu được Răng thiêng đều có quyền năng cai trị vùng đất đó. Cho nên, nhiều cuộc chiến đã xảy ra để chiếm hữu xá lợi Răng. Khoảng 800 năm sau khi Đức Phật nhập diệt, vào thế kỷ thứ 4, chiếc Răng quý này đã thuộc quyền sở hữu của Vua

Guhaseeva, nước Kalinga.

Vua Kalinga đã trở thành một Phật tử, bắt đầu tôn thờ xá lợi Răng. Điều này gây ra sự bất bình trong một số người dân vốn không phải đạo Phật, họ đã đến gặp Vua Pandu và nói rằng Vua Guhaseeva đã không còn tin vào thần thánh bởi lẽ vua đã cải đạo và bắt đầu tôn thờ Răng Phật.

Vua Pandu quyết định phá hủy xá lợi và ra lệnh chuyển Răng về thành phố. Người ta kể rằng, khi chiếc Răng đến thành phố, một điều kỳ diệu đã xảy ra là vua Pandu đã được cảm hóa và cũng chuyển đạo sang đạo Phật.

Khi vua Ksheeradara nghe tin, ông đã dẫn quân tấn công Pandu ở thành phố Palalus. Những kẻ xâm lược đã bị đánh bại trước khi đến được thành phố và Vua Ksheeradara qua đời.

Một hoàng tử ở thành phố Udeni đã trở thành một Phật tử và đến kính lễ chiếc Răng thiêng. Vua Guhaseeva hài lòng với hoàng tử và gả con gái mình là công chúa Hemamala cho hoàng tử, từ đó hoàng tử được gọi là phò mã Dantha.

Khi nghe tin vua Ksheeradara đã chết trong chiến tranh, các con trai của ông đã huy động một đội quân lớn tấn công vua Guhaseeva và phá hủy thánh tích. Họ tiến vào thành phố, nhưng vua Guhasiva đã bí mật sắp xếp công chúa Hemamala giấu xá lợi Răng Phật trong búi tóc xanh óng ả của mình và cùng phò mã Dantha cải trang thành dân thường ra khỏi Ấn Độ đến hải đảo Ceylon. Họ khởi hành từ Tamralipti, một cảng ở cửa sông Hằng, và cập bến Ceylon tại cảng Lankapattana (nay là Ilankeiturei) dưới thời trị vì của Vua Keerthi Sri Meghavarna (Kithsirimevan 301 -328).[140]

Nước Orissa và Ceylon vốn có mối quan hệ chính trị, văn hóa chặt chẽ thân tình với nhau nên các thành viên của gia đình hoàng gia Orissaian, đôi khi được mời trở thành vị vua của hòn đảo Ceylon khi một quốc vương thăng hà mà thiếu người kế vị. Vì vậy, khi có biến động, vua Ấn Độ Guhaseeva đã nghĩ đến

140 Sacred Island – A Buddhist Pilgrim's Guide to Sri Lanka. Ven. S. Dhammika 2008. Champika Printers, trang 154-155.

tặng xá lợi Răng Phật cho vương quốc Ceylon thanh bình này.

Đỉnh đầu Công chúa Hemamali tỏa hào quang
vì có xá lợi Răng Phật trong búi tóc
và cạnh bên là lái buôn tức hoàng tử Dantha

Sau khi nhận được Xá lợi Răng Phật, vua Kirti Sri Megavanna và thần dân Ceylon vô cùng hoan hỉ làm lễ tiếp rước xá lợi Răng Phật rất trọng thể cùng bày tỏ lòng biết ơn Vua Ấn Độ Guhasinha (Orissa), công chúa Hemamali và hoàng tử Dantha đã dâng tặng pháp bảo thiêng liêng của Đức Thế Tôn. Vua Ceylon cho xây tháp thờ và hàng năm làm lễ tôn vinh Xá Lợi rất long trọng với hàng ngàn người tham dự.

Thời gian trôi qua, để thuận lợi trong chính sự và đề phòng giặc ngoại xâm, thủ đô Ceylon đã di dời từ cố đô Anuradhapura đến thành phố Polonnaruwa, rồi Dambadeniya và nhiều nơi khác. Mỗi lần di dời, thì bảo tháp Răng cũng được di chuyển và xây lại mới. Hiện nay, Đại bảo tháp Sri Dalada Maligawa tại Kandy là nơi đang thờ Xá Lợi Răng Phật dưới sự điều hành của các Trưởng lão Hòa thượng Mahanayake Theros (Malwatte, Asgiriya Chapters) và Hòa thượng Diyawadana Nilame (Maligawa), vv…

5.2. Kiến trúc Chùa Răng thiêng Sri Dalada Maligawa (Royal Palace of Kandy)

Theo Biên Niên Sử Mahavamsa và Culavamsa, vào thời cổ đại, xá lợi Răng của Đức Phật được trao cho chế độ quân chủ Ceylon, và trở thành tài sản cất riêng giấu kín của nhiều vị hoàng đế. Nhiều người đã giấu, di chuyển và di dời chiếc Răng nhiều lần trong nhiều thế kỷ. Tuy nhiên, cho đến năm 1545, Răng thiêng được đưa đến Kandy và được thờ tại chùa Sri Dalada Maligawa cho đến hôm nay.

Chùa Răng hiện nay do vua Rajasinghe II xây dựng lại vào thế kỷ 17, trên chính nền của ngôi chùa trước đó đã bị người Bồ Đào Nha phá hủy. Vào thế kỷ 18, Narendrasinha đã cho sơn và xây chùa lại rộng rãi hơn.[141]

141 http://www.ottsworld.com/blogs/kandy-and-a-sweet-tooth/

Theo tiếng Sinhalese, the Temple of the Tooth (Chùa Răng) gọi là Sri Dalada Maligawa, là một trong những ngôi chùa thiêng trên thế giới bởi vì đang lưu giữ chiếc Răng khểnh bên trái của Đức Từ phụ Thích Ca, là địa điểm cuối cùng thờ Xá lợi Răng thiêng của bậc Thánh.

Chùa Sri Dalada Maligawa mang kiến trúc độc đáo của phong cách Kandyan phương Đông. Vì quý kính pháp bảo linh thiêng của Đức Phật, nên chùa đính chạm nhiều vàng, bạc, đồng, trang trí nhiều ngà voi quý hiếm để cúng dường Răng. Chùa tọa lạc tại thành phố Kandy ở phía Nam có hồ Bogambara (Kiri Muhuda) xanh mát hiền hòa, ở phía Bắc có Cung điện Hoàng gia cổ kính, phía Đông là khu rừng nước Udawaththa Kelaya và phía Tây là hội trường Natha & Paththini Devala uy nghiêm.

Chùa Răng bao gồm một tòa nhà hình chữ nhật hai tầng bằng đá màu xám và một tháp hình bát giác màu trắng ngà, mái đỏ nổi bật. Chùa có ba lối vào, lối vào chính đối diện với Hội trường và một lối vào ở hai phía Bắc và Nam. Bậc thang mặt trăng và thành cầu thang khắc đoàn voi dẫn đến hiên ở lối vào chính. Qua cầu là đến ngôi chùa là phòng thờ xá lợi Răng.

Hai bên cầu thang là hai con sư tử đá lớn do khách hành hương Trung Quốc cúng dường vào cuối thế kỷ 19. Có nhiều chiếc ngà voi lớn trang trí hai bên chánh điện.

Khách hành hương thường yên lặng chấp tay thiền hành từ trái sang phải và xung quanh ngôi chùa. Tầng dưới có hai mươi sáu cây cột được vẽ với nhiều hình tượng như sư tử, chim, thú và hoa rất sắc nét. Mỗi tối lúc 5g có nghi lễ cúng dường hoa nước cho Răng Phật, nhiều nghệ nhân Phật tử múa hát trống kèn theo truyền thống Phật giáo Sri Lanka. Ở phía cuối của ngôi chùa là lối vào Viện Bảo Tàng Sri Dalda ở tầng trên, nơi trưng bày các tượng Phật và pháp khí; có một bộ sưu tập các tài liệu, hình ảnh liên quan đến lịch sử của xá lợi Răng.

Ni sư Giới Hương cùng phái đoàn Hương Sen viếng thăm Chùa Sri Dalada Maligawa, Kandy, vào ngày 21 tháng 08 năm 2016

Nếu muốn chiêm bái Răng, khách hành hương nên đến đây vào khoảng 5 giờ chiều đứng xếp hàng. Khi cánh cửa mở ra, dòng người sẽ đi qua hai căn phòng nhỏ để lên lầu, đến căn phòng thứ ba, nơi thờ Răng. Răng được thờ trong bảo tháp lớn bằng vàng, nơi lưu giữ Răng. Khi rời khỏi điện thờ, rẽ phải và đi cầu thang lên tầng trệt. Dưới chân cầu thang là một cánh cửa dẫn ra bên ngoài. Mỗi đêm đèn điện vàng quanh tháp sáng rực, khách chiêm bái có thể chiêm ngưỡng kính lễ tháp từ xa.

Đền Răng sáng rực về đêm

Kandy Esala Perahera (Lễ rước Răng Sri Dalada Perahara của Kandy) là một lễ hội Răng được tổ chức vào tháng 7 và tháng 8 mỗi năm tại Kandy, Sri Lanka. Ngày đó, Xá lợi Răng đưa ra khỏi tháp và được đoàn voi hoành tráng cung nghinh rước Răng thiêng nhiễu quanh thành phố với sự tham dự của hàng ngàn khách thập phương tại Sri Lanka và các nơi trên thế giới đến tham dự.

Lễ Hội Răng Kandy Esala Perahera hàng năm

Tương truyền rằng Đức Phật còn lưu lại bốn Răng Cấm[142] trên thế gian này:

1. Một Răng đang được tôn thờ tại cõi trời Tứ Thiên Vương
2. Long Cung
3. Trung Hoa
4. Kandy, Sri Lanka

Mỗi năm chỉ được mở tháp ra một lần, để đem Răng ra diễu

142 Sacred Island – A Buddhist Pilgrim's Guide to Sri Lanka. Ven. S. Dhammika. 2008. Champika Printers. Trang 178.

hành, có đoàn voi hộ tống, có nhạc công, thổi sáo, đờn, trống, chiêng... trang nghiêm nghinh tiếp. Đây là một biểu tượng văn hóa dân tộc của Sri Lanka.

Bốn nhân vật lớn giữ chìa khóa Chùa Răng, phải mở cùng một lần bốn chìa, tháp mới mở. Bốn nhân vật đó là: Tổng thống, Thủ Tướng, Tăng Thống (đại diện Tăng Già) và Vị trụ trì chùa Răng.

5.3. Làm Sao Để Tới Chùa Răng

Đền Răng Sri Dalada Maligawa nằm ngay trung tâm thị trấn Kandy.Thành phố cao nguyên Kandy cách cổ đô Anuradhapura khoảng 115km và cách thủ đô Colombo 73 miles hoặc 117km. Đây là thành phố lớn thứ hai ở Sri Lanka, có thể dễ dàng đến bằng xe buýt, taxi, xe hơi và xe lửa thường xuyên. Từ Colombo, lái xe hơi khoảng 3-4 tiếng đồng hồ đến Kandy.

Phái đoàn Hương Sen thăm gia đình của Hòa thượng K. Siri Sumedha Thero ở làng Gampola, Kandy, ngày 22 tháng 08 năm 2016

CHƯƠNG VII

CÁC HANG ĐỘNG PHẬT GIÁO SRI LANKA

Ceylon là một hải đảo được thiên nhiên ưu đãi ban cho nhiều bãi biển, núi đồi và cây xanh rừng nhiệt đới.

Dựa vào địa hình các hang đá lẫn trong rừng xanh, nhiều chùa tháp và tượng Phật được khắc sâu trong lòng núi tạo thành các Chùa Hang và tượng Phật tọa thiền hay nhập Niết bàn bằng đá tự nhiên nhiều màu rất sống động.

Chương 7 xin giới thiệu các đền thờ Phật trong các hang động như: Chùa Hang Aluvihar, Hang động Arankele, Núi đá Dimbulagala, Hang động Hatthikucchi, Hang động Rajagala, Hang động Ritigala, Hang động Situlpahuwa, Đền thờ động (Đền Vàng) Dambulla Royal Rock, vv...

1. CHÙA HANG ALUVIHARE ROCK TEMPLE

Chùa Hang Aluvihare/ Aluvihara Rock Temple (Sinhala: අලුවිහාරය Tamil: அலுவிஹாரா) còn gọi là Aloka Vihara hay Alulena là một ngôi chùa Phật giáo linh thiêng nằm ở làng Aluvihare, tỉnh Matale, miền trung Sri Lanka. Được bao quanh bởi những ngọn đồi và vườn cây xanh lá, Chùa Hang Aluvihara nằm cách Kandy 30km về phía Bắc trên đường cao tốc chính

Matale-Dambulla.

Cổng chính vào di tích lịch sử Chùa Hang Aluvihare

Phái đoàn Chùa Hương Sen viếng Chùa Hang Aluvihara ngày 13 tháng 07 năm 2023

Mặc dù có kích thước khiêm tốn, nhưng Chùa Hang Aluvihara có ý nghĩa to lớn trong lịch sử Phật giáo tại Sri Lanka và trên toàn thế giới, bởi lẽ chính nơi đây, Tam tạng kinh điển (Tripitaka: kinh, luật và luận) là pháp bảo quan trọng nhất của Phật giáo Nguyên thủy bằng tiếng Pali lần đầu tiên được viết ra trên lá cọ (palm hoặc ola) tại Chùa Hang Aluvihara này và được lưu giữ trưng bày tại đây cho đến ngày nay đã hơn 2000 năm.

Pháp bảo Tam tạng kinh điển (Tripitaka)
được viết trên lá cọ Ola

1.1. Định nghĩa thuật từ Aluvihare

Có rất nhiều văn hóa dân gian và tín ngưỡng liên quan đến thuật từ Alu Vihara. Ban đầu Chùa Hang được gọi là "Alu Lena" hoặc "Aloka Lena" (hang phát ánh sáng), sau này chuyển thành 'Aluvihare' bởi vì thuật ngữ Pali 'Aloka' là đồng nghĩa tiếng Sinhala 'Alu' (ánh sáng) và bởi vì đây là nơi ẩn tu của các nhà sư Phật giáo nên được gọi là "Viharaya" (chùa). Có một quan điểm khác cho rằng, dù ngôi chùa nằm trong núi đá, có một tảng đá thật lớn chắn ở phía Đông, nhưng ánh sáng mặt trời không bị che khuất và ánh sáng vẫn chói sáng, do đó được gọi là Hang Động Ánh Sáng "Aloka lena." Nhìn chung, tên của Chùa Hang này có liên quan đến ánh sáng và chính sự kết hợp của hai từ này đã tạo nên thuật ngữ 'Aluvihare'.[143]

Chư Ni Hương Sen quỳ trước các tượng Phật được chạm khắc tuyệt đẹp trong hang núi đá

1.2. Lịch sử di tích Chùa Hang Aluvihare và bộ Tam Tạng Pali đã tồn tại hơn hai nghìn năm

Lịch sử của Chùa Hang Aluvihare bắt nguồn từ thế kỷ thứ 3 trước Công nguyên dưới thời trị vì của Vua Devanampiyatissa.[144] Người ta tin rằng nhà vua đã xây dựng hang (dagoba) thờ Phật, trồng cây Bồ Đề (Bodhi tree) và thành lập Chùa Hang sau khi Phật giáo từ Ấn Độ du nhập vào Ceylon trong thời gian trị vì của vua.

Vách đá Chùa Hang Aluvihare

143 https://en.wikipedia.org/wiki/Aluvihare_Rock_Temple
144 https://en.wikipedia.org/wiki/Aluvihare_Rock_Temple

Dưới thời trị vì của Vua Walagamba vào thế kỷ thứ 1 trước Công nguyên, đất nước này đã trải qua nạn đói khủng khiếp trong gần 12 năm, đồng thời cũng xảy ra các cuộc xâm lược của Nam Ấn Độ.

Các Tu sĩ Phật giáo thời đó nghĩ rằng cuộc ngoại xâm này sẽ ảnh hưởng đến sự tồn tại của Phật pháp trong nước. Gìn giữ pháp bảo thường còn là một nhiệm vụ khó khăn trong tình hình bất ổn này. Vì vậy, Tăng đoàn Ceylon tin rằng việc ghi chép lại Tam Tạng Kinh Điển Pali để Pháp bảo được thường trụ thế gian chắc chắn là một điều nên làm lúc này.

Cùng gióng tiếng chuông Chùa Hang Aluvihare ngày 16 tháng 07 năm 2023

Thiên tai, nạn đói đã xảy ra. Do khó nhận được sự cúng dường của đàn na tín thí, nên các nhà Sư phải rời vùng đồi núi Malaya Rata, đến cư trú bên bờ sông Mahaweli trong điều kiện khắc nghiệt, sống nhờ vào đất liền để sinh tồn cho đến khi nạn đói chấm dứt. Trong khi đó, Vua Walagamba, người bị lật đổ trong cuộc xâm lược Nam Ấn Độ, đã đánh đuổi được quân xâm lược Nam Ấn Độ ra khỏi Ceylon, giữ lại vương quyền cai trị đất nước.

Khi chiến sự chấm dứt, vào khoảng năm 80 trước Công nguyên, lo ngại rằng Tam tạng kinh điển sẽ bị thất lạc trong cuộc biến động do các cuộc xâm lược của quân Nam Ấn Độ, đã thúc đẩy vua Vattagamani Abhaya đứng ra xây dựng hang động Phật giáo Dambulla, thành lập Tu viện Abhayagiri vĩ đại ở cố đô Anuradhapura và Chùa Hang Aluvihara.

Đặc biệt tại ngôi chùa đá Aluvihare Rock Temple này, các nhà sư Ceylon quyết định cùng nhau chép lại Tam Tạng kinh điển Pali, những lời dạy của Đức Phật về Kinh-Luật-Luận để bảo tồn và truyền bá Phật pháp cho các thế hệ tương lai. Sự kiện lịch sử quan trọng này được diễn ra tại khuôn viên Chùa Hang Aluvihara, làng Aluvihare, tỉnh Matale, miền Trung Sri Lanka bởi lẽ đây là nơi thích hợp và an toàn nhất trong thời điểm đó.

Có khoảng 500 vị sư Ceylon uyên thâm Phật pháp được mời đến Chùa Hang Aluvihara để thực hiện sứ mệnh trọng đại này. Các Ngài trong ba năm liên tiếp đã phiên âm kinh điển Phật giáo bằng tiếng Pali viết trên các bản thảo bằng lá cọ (ola, palmyra hoặc talipot)[145] và dùng các cây bút kim loại để khắc ký tự trên lá ola. Cách đây hơn 2000 năm, khi chưa có kỹ thuật in ấn, giấy mực; hoằng pháp chủ yếu chỉ đơn giản truyền bá qua hình thức truyền miệng để ghi nhớ và chuyển từ thế hệ này sang thế hệ khác, cho nên, việc viết khắc ký tự trên lá cọ là một bước tiến bộ lớn trong lịch sử Phật giáo và nhân loại.

145 Sacred Island – A Buddhist Pilgrim's Guide to Sri Lanka. Ven. S. Dhammika 2008. Champika Printers, trang 168-9.

Ns TN Giới Hương viếng thăm bộ Tam tạng được viết bằng lá Ole tại chùa Aluvihara vào tháng 8 năm 2016

Ns TN Giới Hương viếng thăm lần thứ hai bộ Tam tạng kinh điển bằng lá cọ tại Chùa Hang Aluvihara tháng 7 năm 2023

Lịch sử Ceylon thăng trầm thay đổi theo quy luật vô thường, nhiều văn bản Phật giáo tại Chùa Hang Aluvihare đã bị phá hủy bởi giặc xâm lược nước ngoài như quân Hà Lan. Khi quân đội Anh xâm chiếm khu vực này vào năm 1848, thư viện lịch sử này đã bị quân đội Anh phá hủy phần lớn khi họ tấn công ngôi đền để dập tắt các cuộc nổi dậy ở địa phương. Tuy nhiên, sau đó chính phủ Anh đã cho khôi phục ngôi chùa trong thời kỳ thuộc địa của họ. Hiện tại, bản Tam Tạng Pali và một số di vật khảo cổ học khác được các nhà khảo cổ đào thấy ở đây, đã được trưng bày phía bên trái của bộ Tripitaka.

Hòa thượng K. S. Sumedha Thero và chư Ni Hương Sen chụp trước Bản kinh Tam Tạng Pali viết trên lá cọ Ola tại Chùa Hang Aluvihare, Matale, miền trung Sri Lanka, ngày 13/07/2023

Người ta nói rằng, các vị vua Nissanka Malla và Sri Wijaya Rajasinghe đã ưu tiên hàng đầu cho việc bảo tồn và trùng tu Chùa Hang này. Vua Walagamba ra lệnh cho tất cả các Chùa (Viharaya) trên đảo tổ chức lễ hoa đăng (Pahan Puja) để đánh dấu sự kiện viết chép kinh điển đã hoàn thành sau hơn ba năm.

Riêng Tổng thống Sri Lanka Maithripala Sirisena đã tuyên bố với toàn dân rằng bộ Tam Tạng trên lá Ola này là Di sản Quốc gia và được biết kể từ năm 1973 cho đến nay, mỗi năm vào ngày trăng tròn Poya của tháng 6 tại Chùa Hang Aluvihare có tổ chức đại lễ rước Tam Tạng kinh điển Pali với đông đảo Phật tử trong và ngoài nước tham dự.

Phái đoàn Chùa Hương Sen tặng sách và tịnh tài cho vị sư đại diện Chùa Hang Aluvihare

Đại sư Phật Âm (Buddhagosha), người Ấn Độ, tác giả nổi tiếng của Bộ Thanh Tịnh Đạo Luận (Visuddhi-magga) gồm 3 quyển, trước tác khoảng giữa thế kỷ thứ 5. Tương truyền rằng từ Ấn Độ, Đại sư Phật Âm đã đến thăm và cư trú Chùa Hang Aluvihare vào thế kỷ thứ 5 cũng như đã viết sớ giải của bộ Tam Tạng này. Tuy nhiên, sử liệu này đã bị thất lạc, hiện nay, trong khuôn viên chùa có một hang động được mang tên Phật Âm (Buddhagosha) để tưởng nhớ sự kiện lịch sử này.

Ni sư Giới Hương cùng Phật tử Sri Lanka dâng hoa cúng Phật

1.3. Kiến trúc Chùa Hang Aluvihara

Hiện nay, một số công trình kiến trúc hiện đại đã được xây dựng để tăng mỹ quan cho điểm di tích lịch sử này như ở lối vào có đặt tượng Hộ pháp Makara Thorana (Doratupala), tượng sư tử, lá cờ, hình mặt trời, mặt trăng và tường thành voi Athpawura, vv…

Đường lên Chùa Hang Aluvihara nhìn từ trên cao xuống

Chùa Aluvihare là một khu phức hợp với các dãy hang động ẩn mình giữa các mõm đá và cây xanh. Trong hang có khắc nhiều bức tượng Phật đá thếp vàng, có các bức bích họa tuyệt đẹp trên trần tường với những dòng chữ cổ (cổ ngữ) bí ẩn. Hang nhỏ và bậc thang hẹp, nhưng toàn khu Chùa Hang vẫn toát lên nét linh thiêng cổ kính giữa núi đồi thu hút khách thập phương. Hang chính trong số này, nằm phía bên trái ngay chân bậc thang, bên trong có một bức tượng Đức Phật nhập Niết Bàn dài 10 mét, một tượng Phật ngồi an nhiên tĩnh tọa, một tượng đứng hiền từ và một vị Thần hộ pháp Kim Cang xanh. Kiến trúc Chùa Hang là một điểm hấp dẫn bên cạnh bộ Tam Tạng lịch sử, đã khiến nhiều Phật tử, sinh viên và khách chiêm bái trong và ngoài nước đến thăm viếng.

Các tượng Phật và bích họa nhiều màu Aluvihara rất tinh xảo

Cũng có một hang khắc cảnh địa ngục đang hành xử những phạm nhân làm ác trên dương thế để răn nhắc Phật tử tránh ác làm lành. Có một hang động dành riêng cho Đại sư Ấn Độ Phật Âm (Buddhagosa) đáng kính, nhà chú giải Phật giáo vĩ đại nhất. Đại sư đã cư trú tại cố đô Anuradhapura trong thế kỷ 4 - 5 và được cho là đã dành vài năm trú tại Chùa Hang Aluvihara, tỉnh Matale, để tham gia vào việc sớ giải bộ Tam Tạng Pali. Có một bức tượng của Vattagamani Abhaya đứng trong góc của hang động, kính dâng bản thảo Kinh bằng lá ola lên Đại sư Phật Âm, trong khi bức tượng Ngài Phật Âm bằng vàng rực rỡ (do Thái Lan cúng dường). Từ đây, theo các bậc thang dẫn lên qua một cây Bồ Đề thiêng xum xuê lá (dường như mọc ra từ đá rắn) và dưới chân cây Bồ Đề thiêng có các khung tháp thờ các vị Phật quá khứ và hàng dưới là khắc lời Phật dạy.

Cây Bồ Đề thiêng, tháp và hang Aluvihara

Lên đến đỉnh của khu phức hợp này có một hành lang sân hiên chìa ra ngoài, để khách chiêm bái có thể phóng tầm nhìn ra các ngọn đồi nhấp nhô cao thấp và đặc biệt sẽ thấy một tượng Phật vàng rất lớn (cũng do Thái Lan tài trợ) từ một sườn đồi phía trên xa đối diện, khiến khách chiêm bái rất hoan hỉ.

Phật Thích Ca an tọa giữa rừng nhiệt đới phía sau Chùa Hang Aluvihara, Matale

1.4. Làm sao đến Chùa Hang Aluvihare

Vì đây là điểm di tích lịch sử Phật giáo của bộ Tam Tạng Pali, cùng kiến trúc hang đá, các tượng Phật với các bức bích họa đặc thù, nên hầu như ngày nào khách thập phương trong và ngoài nước cũng đến viếng thăm và chiêm ngưỡng. Tại bàn tiếp khách, bao giờ cũng có vị tri khách trình diễn nghệ thuật viết chữ cổ xưa trên lá cọ để khách chiêm bái có thể trải nghiệm viết thử và có cho thỉnh bộ tam tạng bằng gỗ giá khoảng 7000 Sri Lanka Rupees (hơn 2 triệu đồng Việt Nam).

Chùa Hang cách thị trấn Matale 3,5km (2,2mi), cách cao nguyên Kandy khoảng 30km về phía Bắc và cách thủ đô Colombo 150km (93mi) về phía Đông bắc. Vì Chùa Hang nằm trên đường cao tốc Matale-Dambulla, nên có nhiều phương tiện giao thông thuận tiện như xe buýt, taxi và xe hơi để đến nơi đây.

Ni sư TN Giới Hương chấp tay trước Bia ký di tích Chùa Hang Aluvihara, Matale, ngày 13/7/2023

2. HANG ĐỘNG ARANKALE

අරන්නකැලේ මලියදේව අරහන්ත Arankale (**සේනාසනය**) là dãy hang động của bộ phái Phật giáo Pansakulika. Tên Arankale có lẽ bắt nguồn từ Arahan Maliadeva, một bậc Thánh thoát vòng sinh tử luân hồi.

2.1. Nguồn gốc Hang động Arankale

Trong đại sử Mahavamsa đã từng nhắc đến Arankale bởi vì nơi đây đã từng là căn cứ của Silameghavanna ngay trước khi ông bị vua Moggallana III đánh bại. Các sử cũng nói về Vua Kirti Sri Rajasingha đã tham dự một buổi lễ đền thờ tại một ngôi đền gần Dolukanda có thể là Arankale, nhưng thật ra vào thời điểm đó hang đá Arankal đã hoàn toàn bị rừng bao phủ.

Mặt trước của Chùa Hang Arankale

2.2. Hang động của Arahat Maliadeva

Muốn đến khu di tích dãy Chùa Hang Arankale, khách hành hương phải đi qua một Tu viện hiện đại mới xây sau này và hãy hỏi hang động của thánh Arahat Maliadeva, dân làng sẽ chỉ đường đến đây. Chứng tỏ Chùa Hang đã hiện diện từ rất lâu, nên dân làng biết rõ địa điểm. Khi đến nơi, khách hành hương sẽ thấy một tảng đá thật lớn và Chùa Hang xinh xắn yên tĩnh hiện diện bên dưới, phía trước có vài cây cao thanh mãnh thiền vị.

Hang đá tịch lặng và mộc mạc của Arahat Maliadeva

Truyền thuyết địa phương kể rằng đây là nơi ẩn tu của bậc thánh A-la-hán Maliadeva. Bên trái của hang động, có một con đường gồ ghề dài (1/4km) xuyên qua khu rừng rậm dẫn đến con đường chính của Chùa Hang. Con đường dài được nâng lên tới 5 feet so với mặt đất và thật yên tĩnh đi thiền hành giữa rừng cây. Khoảng một phần ba con đường là dọc theo một bùng binh và xa hơn vẫn là một con đường nối liền với cầu thang dẫn đến một số sân ga. Arankale, tổng cộng có khoảng 20 hang động, đều nằm trên sườn đồi bên trái con đường.

Tàn tích của Chùa Arankale

Ở bên phải của con đường có tàn tích nền của một Tu viện. Bên ngoài, có một hồ chứa nước hình chữ nhật với các bậc thang ở bốn phía, để dẫn xuống mặt nước. Người dân địa phương hiện nay vẫn đến đây để bơi lội tắm giải nhiệt. Trực tiếp đối mặt với cuối con đường là giảng đường, có một con đường thiền hành uốn lượn (có mái che) dẫn đến giảng đường. Có một nhà bếp lát gạch và đá mài, nơi để thọ trai. Chưa có sử liệu về tàn tích này.

Nền chùa Arankale giữa rừng cây nhìn từ trên cao

2.3. Làm sao để tới Chùa Hang Arankale

Arankale cách Kurunagala 25km qua làng Ibbagamuva. Đi xe taxi, xe đò và sau đó đi bộ vào rừng cây theo đường thiền hành sẽ đến.

3. NÚI ĐÁ DIMBULAGALA

Dimbulagala (දිඹුලාගල රජමහා විහාරය) là một rặng núi đá khổng lồ cao 518m (1700 feet) biệt lập nằm cách Polonnaruwa 15km về phía Đông nam, nổi bật giữa vùng đồng bằng thuộc hạ lưu sông Mahaweli Ganga (một con sông dài nhất Sri Lanka).

Hang động Dimbuagala được nhìn từ chân núi

3.1. Định nghĩa Dimbulagala

Dimbulagala có tên cổ là Udumbaragiri hay Dola Pabbatha. Theo tiếng Pali 'Udumbara' nghĩa là rừng táo (wood apples) và 'giri' là đồi núi (mountain/hill). Như vậy, Dimbulagala nghĩa là hang động của rừng táo.[146] Người Anh từng gọi nơi đây là 'Quoin (hang động) của những xạ thủ.'[147]

---

146 https://us.lakpura.com/pages/dimbulagala-raja-maha-vihara

147 https://www.angelfire.com/in4/pollonnaruwa/dimbulagala2.htm

Đỉnh Dimbulagala[148]

3.2. Lịch sử Hang động Dimbulagala

Quá khứ lâu xa hang động Dimbulagala từng được biết đến là vương quốc của các vị Thần Vakshas linh thiêng. Do khí thiêng của sông núi, nên từ thời Polonnaruwa trở đi, đặc biệt từ thế kỷ 12 và 13, Dimbulagala trở thành một trung tâm tu học tâm linh của Phật Giáo, có tầm quan trọng cả trong và ngoài nước, nhất là thu hút các quốc gia Đông Nam Á.

Ngược dòng lịch sử cách đây nhiều thế kỷ trước, tương truyền rằng Hoàng tử Pandukabahaya,[149] con trai của Vua Unmadachitra và Hoàng Hậu Deegagamini, đã sống trong hang đá ở đây cùng với công chúa Swarnapali và được hai con quỷ Senadhipathies Chitra Raja và Kala Vela, hóa thân dưới hình dạng như con người, để thân cận giúp đỡ hoàng gia. Sau đó một thời gian, cũng trong hang đá Dimbulagala này, Công chúa Swarnapali hạ sinh một hoàng nam, đặt tên là Mutasiva, theo tên phụ thân của công nương. Người ta cũng đề cập rằng một Hoàng tử khác cũng được sinh ra tại hang Dimbulagala này và đặt tên là Ganatissa.

Hoàng tử Pandukabhaya lên ngôi, đặt kinh đô tại thủ đô Anuradhapura và trị vì ở đây nhiều năm. Sau khi vua thăng hà,

148 Amazinglanka.com
149 https://en.wikipedia.org/wiki/Dimbulagala_Raja_Maha_Vihara

hoàng tử Mutasiva lên kế vị. Sách sử Ceylon nói rằng Thánh Tăng Arahat Mahinda đã đến Đảo Ceylon trong thời trị vì của vua Mutasiva vào năm 247 trước Công nguyên. Ngai vàng lại tiếp tục truyền cho con trai của hoàng đế Mutasiva là vị vua nổi tiếng Devanampiyatissa. Điều này cho thấy hang động Dimbulagala đóng vai quan trọng như thế nào trong việc truy tìm lịch sử và cuộc đời của các vị vua cổ đại và sự sống còn của họ, nhất là trong những hoàn cảnh đất nước biến động.[150]

Dewanampiyatissa là vị hoàng đế đầu tiên của thủ đô Anuradhapura được tôn vinh, một vương quốc đầu tiên có nhiều cống hiến trong xây dựng chùa tháp Ceylon và một trong những chùa tháp đầu tiên đó là hang động Phật giáo Dimbulagala.

Một điều quan trọng nữa về mặt lịch sử là từ thời Thánh Tăng Arahat Mahinda cho đến thời kỳ của vị Arahat cuối cùng, vào thời trị vì của Maliyadeva, nhiều vị Thánh Alahán vĩ đại đã từng tu tập ở hang động Dimbulagala như tác phẩm văn học vĩ đại 'Saddharmalankaraya' đã ghi nhận sự kiện rằng từ khi vua Vijayabahu I lên ngôi, vua cho trùng tu nhiều chùa tháp, nên Phật giáo Ceylon được hồi sinh và phát triển. Vào ngày lễ đăng quang với sự chứng minh của Tăng đoàn, vua phát nguyện sẽ bảo vệ và phát triển Phật giáo, cụ thể là cho trùng tu hang động Dimbulagala Viharaya đã bị tàn phá dưới tay quân xâm lược và kẻ thù.[151]

Hang động Dimbulagala cũng được giới Phật giáo tôn trọng kính ngưỡng vì Kuththagaththatissa, một vị Thánh Tăng A-la-hán đã đến tạm trú nơi đây, để tham dự việc viết Tam Tạng Pali tại Tu viện Aluvihare Matale cùng với năm trăm Tỳ-kheo. Khi nghe tin này, Vua Valagamba đã bảo trợ cuộc thơ tả kinh tạng bằng cách cho tu bổ hang động Dimbulagala, đào hồ hoa sen, trồng vườn trái cây, xây tịnh xá cho các Tu sĩ, cúng dường đất đai, ruộng đồng và làng mạc cho các Tỳ kheo.

Hoàng hậu Sundara Devi của vua Vijayabahu I, mặc dù là

150 Dimbulagala Rajamaha Viharaya, Neetha S. Ratnapala
Daily News 2 August 2003. https://amazinglanka.com/wp/dimbulagala/
151 Như trên.

người Ấn Độ nhưng cũng đã cống hiến nhiều công sức khi tiên phong trong việc bảo trợ xây dựng Phật giáo Dimbulagala. Có một bia ký ở cố đô Polonnaruwa đã tán dương công đức hộ pháp của Hoàng hậu. Hoàng Hậu cũng đã cho xây và trùng tu nhiều hang động thiền định (kuti) quanh ao hồ Oushada Pokuna, đắp lại các con đường giữa dãy hang Great Moon và Great Sun, nơi có cả 500 hang động của các nhà sư Ceylon ẩn tu. Hoàng hậu cũng cúng dường xây bảo tháp thờ Xá lợi Phật và trồng cây Bồ Đề tại hang động Kalinga. Vào năm Poson thứ hai mươi bảy, dưới triều đại của Jayabahu, Hoàng Hậu cho đào các hồ chứa nước; hiện nay, chỉ còn thấy những nền móng mờ mờ của bờ hồ.

Năm 1153, khi thời cai trị của vua Vijayabahu I kết thúc, nhiều cuộc tranh giành ngai vàng xảy ra, Phật giáo do vậy cũng bị suy giảm do thiếu sự bảo trợ của Hoàng gia. Đạo đức xuống cấp trong xã hội và chùa chiền suy tàn, Tăng đoàn bị chia rẽ. Tuy nhiên, tại hang động Dimbuagala, quý sư Ceylon vẫn nghiêm túc tu tập và duy trì giới-định-tuệ. Khi xã hội biến động, Ngài Prabakramabahu đã cưỡi ngựa đến thủ đô Polonnarua xưng vương. Sau đó, dưới sự cai trị mạnh mẽ và tài tình của vua Parakramabahu, phần lớn hải đảo Ceylon được thống nhất. Vua Prabakramabahu ngay lập tức đưa ra một dự án nhằm xây dựng lại nền chính trị, kinh tế và củng cố sự thống nhất vốn vẫn còn mong manh. Vua Parakramabahu trước tiên muốn thanh lọc các vị sư giả mạo trà trộn trong chốn thiền môn và đoàn kết Tăng già thanh tịnh.

Vốn là một người có rất nhiều kinh nghiệm về ngoại giao, chính trị và chiến sự nhưng Vua Prakramabahu có thể chưa có kinh nghiệm về tôn giáo và vì vậy, vua khéo léo thỉnh giáo vị Hòa Thượng cao nhất tại hang động Dimbuagala. Vua hướng đến Ngài Maha Kassapa, vị trụ trì khắc khổ và hiền lành của vùng Dimbuagala và là vị sa môn đang được kính trọng bậc nhất trong vương quốc Ceylon.

Hòa thượng Maha Kassapa và các đệ tử của Ngài rất vui khi nghe vua trình bày nguyện vọng thanh lọc Tăng đoàn và Ngài hy vọng sẽ cứu lại tình hình đạo đức đang xuống cấp trong Phật giáo. Hòa thượng Maha Kassapa đã cố vấn cho nhà vua và yêu cầu vua nên làm những gì. Một cuộc triệu tập lớn đã được thực hiện để mời các vị Tăng sĩ đến và sau khi được kiểm tra cẩn thận, hàng ngàn nhà sư tu giả đã bị hoàn tục, những vị khác có chí hướng tu được khuyến khích sửa đổi và các vị thật tu có chí nguyện xuất thế được cho thọ giới nâng cao. Sau cuộc thanh lọc và khôi phục lại kỷ luật trong Tăng đoàn, hòa thượng Maha Kassapa cũng đã soạn ra một bộ Quy tắc Tu tập (kathikavata) để bổ sung vào bộ Luật tạng truyền thống và sau đó bộ quy tắc này được khắc trên đá tại Gal Vihara ở cố đô Polonnaruva cho tất cả mọi người được đọc. Qua cuốn Quy tắc kỹ cương này cho thấy Hòa thượng Kassapa đưa ra các tiêu chuẩn đạo hạnh mẫu mực của Tăng sĩ và nhấn mạnh rằng sự đơn độc, giản dị và khổ hạnh là lý tưởng tu tập.

Một ban giám luật lo về giới luật, oai nghi, kỷ luật trong Tăng đoàn được thành lập. Nhờ đó, Tu viện Dimbulagala đã trở thành một trung tâm tu học kỹ cương, nghiêm minh với sự hướng dẫn của trưởng lão Hòa thượng Tuyên Luật sư Maha Kassapa. Tiếng thơm vang xa, nhiều Tu sĩ đến từ Miến Điện, Ấn Độ, Thái Lan v.v., đã đến tu học ở đây và Phật pháp được giảng dạy bằng nhiều ngôn ngữ.

Các vị vua vĩ đại như Vua Viajayabahu I, hoàng đế Parakramabahu I và các nhà văn vĩ đại như Gurulugomi và Vidyachakravarthi cũng tìm sự cố vấn và hướng dẫn tinh thần từ các vị Sư đạo hạnh ở Dimbulagala. Ngay cả đạo hạnh và sự thông thái của các nhà Sư ở Dimbulagala, Sri Lanka, đã vang xa đến nhiều nước, đã cố vấn khiến một chiến sự ở Thái Lan được chấm dứt như một hoàng tử Thái Lan đã ghi trong sách sử nạm vàng, hiện sử sách đó được lưu giữ tại Thái Lan. Như vậy, cho thấy, trung tâm Dimbulagala đã trở thành nơi cố vấn tâm linh cho các vị vua đương thời trong và ngoài hải đảo Ceylon..

Giới luật và kỷ cương Viharadhipathi được duy trì, nghiêm giữ với sự hộ trì của Hòa thượng Tuyên Luật sư Maha Kassapa và vua Parakramabahu I. Do công đức này, nên vua được biết đến với danh hiệu Parakramabahu vĩ đại và Hòa thượng như vị Tăng thống Quốc sư của hải đảo Ceylon.

3.3. Kiến trúc Hang động

Với ưu thế, tọa lạc đối diện sông Mahaweli Ganga dài nhất Ceylon, quần thể hang đá Dimbulagala với cảnh quan thiên nhiên thiền vị đã trở thành một nơi tu tập lý tưởng.

Hang có kiến trúc theo phong cách Pabbata Vihara được khoét vào đá vào cuối thời kỳ Anuradhapura (và) từng là nơi ẩn tu của 500 nhà Sư đạo hạnh.

Hang đá ẩn tu này có từ thời trung cổ, bị bỏ hoang sau thời Vương quốc Polonnaruwa và hiện nay đang dần dần được khôi phục lại.

3.4. Làm sao để đến hang động Dimbuagala

Dimbuagala là một núi đá to lớn ở miền Trung, Sri Lanka, gần cố đô Polonnaruwa, cách Colombo khoảng 130km về phía Đông, cách Kandy 16km về phía Nam và cách Nuwara Eliya 35km về phía tây.

Đây là những hang động sớm nhất có niên đại từ những thế kỷ đầu của Phật giáo, cách phía Đông của vương quốc cổ Polonnaruwa khoảng 12 dặm (16km) và tọa lạc trên dãy đồi xinh đẹp phía Đông của dòng sông Mahaweli dài nhất Sri Lanka.

Khoảng cách từ thủ đô Colombo đến thành phố Polonnaruwa là 230km. Lái xe khoảng 5 tiếng đồng hồ và sẽ đi qua Central Highway – Kurunegala – Dambulla.

Khoảng cách từ Kandy đến thành phố Polonnaruwa là 140km. Lái xe khoảng 4 tiếng đồng hồ và sẽ đi qua Matale – Dambulla – Habarana.

Khoảng cách từ cố đô Anuradhapura đến thành phố Polonnaruwa là 103km. Lái xe khoảng 2 tiếng đồng hồ và sẽ đi qua Maradankadawala – Habarana.

Khoảng cách từ Batticaloa đến thành phố Polonnaruwa là 97km. Lái xe khoảng 2 tiếng đồng hồ và sẽ đi qua Chenkaladi – Valachchena.

Khoảng cách từ Polonnaruwa đến Dimbulagala là 25km.

Lái xe khoảng 40 phút và sẽ đi qua Manampitiya.

Khoảng cách từ Kandy đến Dimbulagala là 150km. Lái xe khoảng 4 tiếng đồng hồ và sẽ đi qua Mahiyanganaya.

4. HANG ĐỘNG HATTHIKUCCHI

Hatthikucchi (හත්ථිකුච්ඡි in Sinhalese) nghĩa là bụng của con voi. Đại Sư Phật Âm (Buddhaghosa) đến viếng hang động này và ghi rằng Hatthikucchi là một trong những Tu viện nổi tiếng nhất ở Sri Lanka cùng với Mihintale, Situlpava và Dakkhinagiri. Nhưng trên thực tế, nơi này rất hiếm khi được nhắc đến trong các Biên Niên Sử Ceylon.

4.1. Kiến trúc Hatthikucchi

Dù đã hư sụp, chỉ còn nền sót lại, nhưng cũng đủ cho thấy kiến trúc của hang động Hatthikucchi rất đẹp như tranh vẽ và nằm giữa vô số tảng đá có hình dáng đặc thù xen lẫn trong khu rừng xanh và nhiều ngọn đồi phía sau hang. Vì thế, Đại sư Phật Âm nói nơi đây là một trong những hang động thiền định tốt nhất ở Sri Lanka.

Có một bảo tàng nhỏ gần lối vào hàng Hatthikucchi trưng bày một số đồ vật và pháp khí do các nhà khảo cổ (được) tìm thấy tại địa điểm này. Có nhiều dấu chân voi hoang đến hang động này trú tránh nắng nhất là vào mùa hè.

Các nét khắc rất tinh xảo
trên bờ tường một Tu viện Hatthikucchi

4.2. Làm sao đến Hatthikucchi

Hatthikucchi nằm ngay gần đường chính Kurunagala - Anuradhapura, cách Galgamuva khoảng 26km về phía Bắc.

5. THẠCH ĐỘNG RAJAGALA

5.1. Lịch Sử Thạch động Rajagala

Rajagala (Sinhalese: රජගල, Monarch's Rock) là một ngọn núi đá hiểm trở, tọa lạc giữa rừng cây rậm rạp bí ẩn, trong vùng dân cư thưa thớt và hiếm khi thấy du khách ghé thăm.

Lịch sử của nơi này không được biết rõ nhưng các nhà Sư chắc hẳn đã sinh sống ở đây trước thế kỷ 1 trước Công nguyên. Trên khắp đỉnh phía Bắc của ngọn núi là những tàn tích rộng lớn vẫn đang chờ khai quật, phục hồi và khám phá.

Nơi đây vẫn còn những di tích có giá trị mỹ thuật như các hình ảnh sau đây:

Chiếc bát đá lớn dùng để dựng trái cây cúng Phật

Một khối đá khổng lồ dài khoảng 16 feet với một bức tượng Phật được chạm khắc thẳng và vuông góc với nhau

Một vại nước bị bể

5.2. Làm Sao Để Tới Rajagal

Rajagala gần Bakkiella, trên đường giữa Ampara và Maha Oya cách Ampara khoảng 25km về phía Bắc. Hiện giờ phương tiện giao thông đến đây chưa phổ biến, khách chiêm bái phải tự đi.

6. HANG NÚI RITIGALA

Núi Ritigala (Singalese: රිටිගල) cao 2.513 feet so với mực nước biển, dài 3 dặm và nằm theo hướng Bắc nam. Đây là ngọn núi cao nhất ở phía Bắc Sri Lanka, vào mùa mưa, đỉnh núi thường bị bao phủ bởi sương mù và mây.

6.1. Nguồn gốc của Hang Núi Ritigala và các nhà Sư khổ hạnh Pansakulikas

Trong Biên Niên Sử Mahavamsa ghi Ritigala vốn có nhiều tên cổ như Arittha Pabbata. Pabbata có nghĩa là một ngọn núi và Arittha có nghĩa là hùng vĩ, an toàn. Sử thi vĩ đại của đạo Hindu nói rằng chính từ đây, thần Khỉ Hanuman đã quay trở lại Ấn Độ để nói với Thần Rama rằng người vợ bị bắt cóc của Thần là Sita, đã được tìm thấy.

Trên núi Ritigala có ít nhất 70 hang động từng là nơi ẩn tu các nhà Sư từ thế kỷ 1 trước Công nguyên đến đầu thế kỷ sau Công nguyên.

Trước một hang động, có bia ký với dòng chữ ghi rằng Vua Lanjatissa, anh trai của Duttagamini đã thành lập hang động Phật Giáo đầu tiên tại Ritigala. Trong bộ Sử Cūḷavaṃsa cho biết rằng Vua Sena I đã xây dựng một Tu viện ở đây cho các Tu sĩ Pansakulika và cung cấp rất nhiều Phật tử phục vụ công quả. Bên dưới là tàn tích của Tu viện trên núi đá này.

Vào khoảng thế kỷ thứ 8, có một nhóm các nhà Sư bá nạp Pansakulikas giữ mười ba phép khổ hạnh đã ẩn tu tại hang Ritigala này. Pansakulikas nghĩa là bá (trăm) nạp (kết), là Y được kết từ trăm miếng vải vụn, thường là vải liệm (dùng để bao bọc tử thi) nhặt được nghĩa trang.

Các nhà Sư Pansakulikas nhận được sự tôn trọng và cúng dường của cả vua quan và thường dân. Nhưng qua nhiều thế kỷ, việc khổ hạnh trở nên mang tính biểu tượng hơn là thực tế và các nhà sư bắt đầu dần dần tích lũy những điền trang rộng lớn và của cải. Vào thế kỷ 12, họ chia thành hai giáo phái đối địch (khổ hạnh hay không khổ hạnh) và dưới thời trị vì của Vijayabahu I, nhiều Pansakulikas rời hang Ritigala, Polonnaruva, khi tài sản của họ bị tịch thu do một phần của các nhà vua cố gắng cải cách và thống nhất Tăng đoàn. Sau đó, các Sư bá nạp khổ hạnh Pansakulikas dần biến mất khỏi lịch sử.

6.2. Kiến trúc của các Hang Núi Ritigala

Tất cả hang núi Ritigala của các nhà Sư khổ hạnh bá nạp Pansakulikas ẩn tu này đều có những kiến trúc độc đáo trong lịch sử mỹ thuật Phật giáo Sri Lanka như những con đường dài lát đá thường có bùng binh vòng tròn, hồ chứa nước lát đá, bậc thang xếp, cầu nối đoạn lạ mắt, nhất là nhiều sân đôi trang trí rất thiền vị mộc mạc. Những cấu trúc này được làm từ những phiến đá khổng lồ, cắt đá nhỏ từng đoạn xếp chồng cạnh nhau. Các đá nhỏ xếp thành các tiểu cảnh rất khéo léo công phu.

Nơi đây không còn bảo tháp hay đền đài gì, ngoài nền móng và các bờ tường núi hang của từng đoạn đá to vững chắc tự nhiên như hình trên đã minh họa.

Nơi đây hiện còn khoảng 50 nền móng sân đôi và tàn tích các tòa nhà có diện tích rộng khoảng 120 mẫu Anh. Bên trái khu vực đậu xe tại Ritigala có một con đường gồ ghề dẫn xuyên qua khu rừng rậm, đến một số hang động mà hiện có khoảng tám nhà Sư đang sinh sống. Đây là một thiền viện vẫn đang sinh hoạt bình thường và khách thập phương vẫn đến chiêm bái cúng dường.

Có một hồ chứa nước nhân tạo khổng lồ để chứa nước của hai dòng suối từ đỉnh núi chảy xuống, chứa khoảng 2 triệu gallon nước. Chu vi của hồ rộng khoảng 1.200 feet, bên trong lót đá và có các bậc thang để các vị Sư và người dân tắm giặt.

Con đường bậc thang đá dài khoảng 1000 feet dẫn đến khu di tích hang núi Ritigala chạy dọc theo bờ Nam của hồ chứa này, băng qua một cây cầu, sẽ đến những tàn tích đầu tiên của hang núi Ritigala.

Vì không có dân cư sinh sống gần đó, nên các nhà Sư không thể đi khất thực mỗi ngày để kiếm thức ăn. Những Phật tử sùng đạo quyên góp gạo rồi đưa cho vài người công quả của Tu viện nấu để cúng dường cho các nhà Sư.

6.3. Thông tin để đến Ritigala

Đường rẽ đến Ritigala nằm trên con đường chính Anuradhapura-Polonnaruva cách Ganawalpola khoảng 7km và cách Habarana khoảng 16 dặm. Khu di tích cách chỗ rẽ khoảng 3 dặm.

7. HANG ĐỘNG SITHULPAWWA RAJAMAHA VIHARAYA

Chùa Hang núi Sithulpawwa Rajamaha Viharaya (Sinhalese: සිතුල්පව්ව) tọa lạc phía Đông nam của Sri Lanka là một trong những vùng khô hạn, hoang vắng xa xôi nhất trong cả nước và phần lớn diện tích hiện nay tạo thành Vườn quốc gia Yala.

Chính tại nơi không có gì nổi bật này, lại có một trong những cộng đồng Tu viện nổi tiếng, phát triển mạnh mẽ và có ảnh hưởng nhất với Phật giáo thế giới. Đó là Thiền viện hang núi Sithulpawwa.

7.1. Lịch Sử Của Hang Núi Sithulpawwa

Sithulpawwa có tên cổ xưa là Cittalapabbata, nghĩa là Hang Núi của Tâm Yên Tĩnh (The Hill of the Quiet Mind), nơi ở của các bậc Thánh vì chỉ có bậc Thánh mới chịu sống đơn độc, ẩn tu nơi hoang vu, thâm sâu trong rừng núi, xa lánh chốn phồn hoa đô hội.

Theo tương truyền, vào thế kỷ thứ 2 trước Công nguyên, vua Kakavanna Tissa của xứ Rohana, đã thành lập Tu viện đầu tiên ở đây. Không giống như các Tu viện lớn ở cố đô Anuradhapura và các thị trấn khác, cuộc sống ở núi Sithulpawwa rất khó khăn về thực phẩm, nhưng các nhà Sư hoặc Nữ tu chỉ quan tâm đến sự tĩnh lặng của hang núi giúp cho các Ngài dễ vào thiền quán. Nên từ rất sớm, Sithulpavuva đã nổi tiếng là nơi ở của các vị Thánh.

7.2. Núi Sithulpawwa Giác Ngộ

Chuyện kể rằng có một nhà sư tên là Tissa muốn xin sư phụ xuống núi vì trên núi điều kiện sinh sống khó khăn. Người thầy rất trí tuệ biết rằng nếu đệ tử ở vài đêm nữa trên núi Sithulpawwa sẽ giác ngộ. Bèn nhờ đệ tử Tissa giúp sư phụ dựng một cái lều rồi hãy xuống núi.

Thầy nói như sau: "Thầy già rồi nên hãy giúp Thầy dựng một túp lều mới trước khi con đi và đừng quên là dựng lều trong chánh niệm."

Dựng xong lều, mệt quá. Thầy khuyên ngủ đêm lại trong lều rồi mai hãy xuống núi. Người đệ tử đồng ý và đến túp lều chuẩn bị giường nghỉ. Vị đệ tử chánh niệm khi đi đứng nằm ngồi, tâm trí rỗng rang và vào buổi sáng vị ấy đã bừng giác ngộ thấy tâm mình thanh tịnh bao la. Do câu chuyện này, núi cũng trở nên linh thiêng và nhiều vị Tu sĩ về núi tu tập. Đến nỗi vào một thời điểm có đến 12.000 Tu sĩ tại Sithulphavuva.

Hiện nay, tại đây có hơn 160 hang động trên núi. Một số hang động khá lớn, đã từng tồn tại một cách xác thực.

7.3. Kiến Trúc của Hang Núi Sithulpawwa

Khi leo lên đỉnh núi, đầu tiên sẽ thấy có cầu thang cổ đại dẫn đến một bảo tháp trắng với kiến trúc hình bán cầu và hai lăng mộ của Vua Gajabahuka Gamini và Vua Karillha. Có bia ký thuộc niên đại sớm nhất từ thế kỷ 1 Công nguyên. Đây chắc là hai vị vua có công thành lập và ủng hộ Thiền viện Sithulpawwa này.

Phía Bắc là những tàn tích nền móng của Tu viện. Trên đỉnh là bảo tháp Maha Sithulpahavuva Stupa thuộc niên đại thế kỷ thứ 3 nhưng đã được tu bổ vào những năm 1950. Ở phía Đông là hang động lớn nhất trong vô số hang động Sithulpawwa. Trên tường, vẫn còn vài nét vẽ bích họa trên nóc hang động chính. Phía trước hang là một tổ đường nhỏ mới xây có tượng Bồ tát Quán Thế Âm, một trong những tác phẩm nghệ thuật nổi bật nhất của Sri Lanka cổ đại. Mặc dù thiếu cánh tay nhưng tác phẩm điêu khắc này vẫn truyền tải năng lực từ bi, tình thương ấm áp đến người chiêm ngưỡng. Tượng thuộc niên đại thế kỷ thứ 4 và cho thấy rằng ít nhất có một số Tu sĩ Bắc Tông (Đại thừa) đến núi tu tập vào thời điểm đó.

Trước khi có hình tượng Phật vào thế kỷ thứ 3, Phật giáo cổ đại đã dùng những tảng đá lớn hình chữ nhật, xem như là ngai vàng (asana), hoặc chánh điện, hay bàn thờ Phật, tiêu biểu cho đấng giác ngộ, được sử dụng như một tâm điểm cho Phật tử đến lễ lạy và cầu nguyện.

Trong Thanh Tịnh Đạo Luận (Visuddhimagga) có một câu chuyện về một ngai vàng ở Sithulpawwa tọa lạc phía Nam của hang động. Vì mỗi Tu viện chỉ có một tòa sen chánh điện nên gần như xác nhận, chính là ngôi chánh điện của hang động Sithulpawwa đã được đề cập trong Visuddhimagga.

7.4. Thông Tin đế đến Sithulpawwa

Cách Kataragama 17km, cách Yala 22km và cách Tissamaharama 28km, Sithulpawwa là một Tu viện Phật giáo cổ đại nằm sâu trong môi trường sống tự nhiên của Vườn Quốc gia Yala, Sri Lanka.

8. ĐỀN THỜ TRONG HANG ĐỘNG DAMBULLA (Dambulla Royal Cave Temple)

Chùa hang Dambulla (*Sinhala*: දඹුල්ල) nằm tại trung tâm của Sri Lanka. Dambulla cách 148km về phía Đông của Colombo và 72km về phía Bắc của Kandy và 43km về phía Bắc của Matale.

Chư Ni Hương Sen tại mặt trước Chùa Hang Dambulla

Người Sinhalese gọi hang đá là 'Dambulu Gala' (Đá Dambulla) và Đền được gọi là 'Rangiri Dambulu Viharaya' (Đền Dambulla Đá Vàng).

Chư Phật tọa thiền bên trong một Chùa Hang

Đây là ngôi chùa Hang Đá lớn nhất Sri Lanka được xây dựng trên tảng đá cao 150m (600 feet) vào thời Anuradhapura (thế kỷ 1 trước Công nguyên đến năm 993 sau Công nguyên) và thời Polonnaruwa (năm 1073 đến 1250). Đây là quần thể hang động ấn tượng nhất được tìm thấy ở Sri Lanka, được UNESCO công nhận là một Di sản thế giới.

8.1. Lịch Sử Quần Thể Hang Động Dambulla

Đền Thờ trong Hang Động Dambulla lần đầu tiên được xây dựng dưới thời vua Vattagamini Abhaya (103 trước Công Nguyên và 89-77 trước Công Nguyên). Người Sinhalese thường gọi là vua Valagamba. Trong một cuộc xâm lược Nam Ấn, nhà vua đã phải từ bỏ Vương quốc Anuradhapura của mình. Trong 12 năm, Vua Valagamba đã ở ẩn và thường xuyên lui tới những hang động này, để lánh nạn và đảm bảo an toàn. Sau khi giành lại vương quốc Anuradhapura và ngôi vị, để thể hiện lòng biết ơn về hang động an toàn của mình, vua đã chuyển những hang động đó thành Đền thờ Phật giáo Dambulla.

Tượng Phật đá màu trong hang động Dambulla

Vua cho xây dựng các vách ngăn có tường bao quanh, tạo các gờ nhỏ giọt dọc theo hang động lớn này để chống chọi với những cơn mưa và tránh nước thấm vào bên trong các hang động. Ba ngôi đền trong quần thể hang động này do vua lập ra có tên là Devarajalena, Maharajalena và Paccimalena.

Tượng Phật nằm nghiêng trong hang đá Dambulla Cave

Sau thời trị vì của Vua Vattagamini Abaya, trong nhiều thế kỷ, chùa hang Dambulla không nhận được sự bảo trợ của bất kỳ vị vua nào khác, cho đến khi Vijayabahu I (1055-1110 SCN) lên ngôi. Vua đã biến Polonnaruwa trở thành vương quốc của mình đã tiến hành tu bổ các ngôi đền trong Hang động, bảo trợ Tăng đoàn tu tập trong hang động Dambulla và các hang động lân cận. Vua Keerthi Sri Nissankamalla (1187-1196) đã cho trùng tu nhiều tượng Phật, dựng nhiều tượng mới cũng như cho dát vàng khoảng 73 tượng Phật trong Chùa Hang Dambulla này.

Chư Ni Hương Sen ngồi thiền trong Hang Dambulla

Vua Buwanekabahu (1372-1408), Vua Vickramabahu III (1360-1374), Vua Rajasinha I (1581-1591) và Vua Vimaladharmasuriya I (1592-1604) là các vị Vua khác thuộc thế kỷ 14, 15, 16 được công nhận là đã có công trong việc trùng tu Chùa Hang, khiến chùa Hang Dambulla trở thành một trong những trung tâm Phật Giáo quan trọng trên thế giới với những tác phẩm Phật giáo cổ đại tuyệt mỹ.

Phái đoàn Chùa Hương Sen bên hồ sen Dambulla

8.2. Kiến Trúc Hang Động Dambulla

Dambulla tọa lạc trên một tảng đá khổng lồ cao 600 feet và dài hơn 2000 feet, ở độ cao 1118 feet so với mực nước biển, cao 160 mét so với đồng bằng. Đây là quần thể 80 hang động với 157 bức tượng Phật; trong đó có 5 hang với các tranh bích họa nhiều màu sắc sống động nổi tiếng thế giới, mô tả về cuộc đời của đức Phật. Đặc biệt bức tranh tường tuyệt đẹp với diện tích 2.100 mét vuông mô tả sự quấy nhiễu của quỷ Mara được sơn khoảng thế kỷ thứ 2 trước Công nguyên (thời đại Anuradhapura) và nhiều tranh tường khác thuộc nhiều thế kỷ cho đến thời đại Kandyan của thế kỷ 18. Có nhiều kiệt tác tượng Phật ở tư thế đứng, ngồi thiền, giảng pháp và nhập niết bàn kích cở to hơn người thường; có 3 bức tượng của các vị vua Sri Lanka và 4 bức tượng của các vị Thần và Nữ thần... Chùa Hang Dambulla là một trong những minh họa tiêu biểu nhất của nghệ thuật khắc chạm và điêu khắc Sinhalese cổ đại.

Một điều thú vị khác, từ những bằng chứng pháp khí Phật giáo do các nhà Khảo Cổ Học tìm được ở đây, khiến họ tuyên bố rằng hang động Dambulla này và nhiều hang động khác xung quanh tảng đá chính cao 150 mét này, cũng đã từng được sử dụng trong thời kỳ tiền lịch sử. Như vậy, hang Dambulla đã tồn tại từ rất lâu xa trước khi lịch sử Sri Lanka thành lập.

Ni sư Giới Hương trước Chùa Tượng Phật Vàng Rangiri Dambulla

8.3. Chùa Tượng Phật Vàng ở Thị Trấn Dambulla

Tượng Phật vàng tọa lạc trên đường của thị trấn Dambulla, nằm giữa cố đô Anuradhapura và Chùa Hang Aloka

Chùa Tượng Phật Vàng Golden Temple (Rangiri Dambulla Temple) này có một kênh truyền hình truyền thông, có tiệm đồ chay, chùa rất lớn rộng, có nhiều tượng Chư Tăng đi khất thực.

Ni sư TN Giới Hương trước văn phòng Chùa Tượng Phật Vàng Golden (Rangiri Dambulla Temple)

8.4. Thông Tin để đến Dambulla

Chùa Hang Dambulla được UNESCO công nhận là Di sản Văn Hóa Thế giới ở Sri Lanka, tọa lạc ở miền Trung của Sri Lanka, cách Colombo 64km về phía Đông nam và cách Kandy 72km về phía bắc.

Từ đường lộ chính, đi bộ khoảng 150m là các bậc thang đá rộng và dài dẫn lên hang động nằm trên đỉnh đồi rộng bao la. Từ trên chùa hang có thể ngắm nhìn thành phố và đồi núi bao la chập chùng xa xa dưới đất.

Nằm ở trung tâm của Tam giác Văn hóa Anuradhapura, Polonnaruwa và Kandy, khách chiêm bái có thể đến được Đền Hang đá Dambulla bằng cách đi từ Kandy theo đường A9 chạy lên qua Dambulla và Anuradhapura. Nằm bên đường chính, cách Kandy 68km và từ lối vào Đền Đá bằng đường chính, cách thị trấn Dambulla 2km.

Tượng Phật Nhập Niết Bàn tại Chùa Hang Dambulla

CHƯƠNG VIII

CÁC BẢO THÁP TRẮNG VỚI KIẾN TRÚC HÌNH BÁN CẦU

Nói về kiến trúc chùa Sri Lanka, thường phải có ba yêu tố như:

1. Trong chùa phải trồng Bồ Đề chiết từ cây Bồ Đề thiêng ở cố đô Anuradhapura hay Bồ Đề Đạo Tràng, Ấn Độ
2. Chánh điện vừa phải (không cần lớn), đơn giản
3. Tháp trắng (stupa, chetiya) với kiến trúc hình bán cầu để thờ xá lợi, pháp khí, kinh sách... Tháp có thể xây ở bất cứ vị trí nào thuận tiện trong không gian của chùa.

Thời xa xưa, trước công truyên, người dân Tích Lan theo đạo Hindu và truyền thống dân gian là thờ Thần núi và Thần cây. Dựa vào yếu tố này, các bảo tháp cao chót vót có mái vòm hình bán cầu tượng trưng cho núi Bồ Đề hay cây giác ngộ. Sau khi đạo Phật được truyền vào Sri Lanka, thì dân chúng mới bắt đầu phát tâm theo lời dạy của Đức Phật Thích Ca, tu tập giới-định- tuệ và giải thoát.

Bảo tháp trắng với kiến trúc hình bán cầu tính từ trên xuống dưới có bốn phần:

1. Đỉnh tháp nhọn phía trên có 9 phần tượng trưng cho 9 phần giáo lý của bậc Đạo sư.

2. Tứ Diệu Đế[152]
3. Phần bầu tròn của tháp: chứa xá lợi, pháp khí
4. Ba vòng tròn tượng trưng: Phật bảo, Pháp bảo và Tăng bảo.

Trong chương 8 này xin được giới thiệu về một số bảo tháp hình bán cầu nằm trong danh sách 16 thánh địa chính (Solosmasthanas)[153] của Sri Lanka và đặc biệt vài nơi tương truyền Đức Phật đã đến viếng thăm.

1. Đại già lam cổ tự Ampara Dighavapi (chuyến thăm lần thứ ba của Đức Thế Tôn)
2. Quần thể các bảo tháp Kantarodai

152 Tứ diệu đế là Hán dịch từ chữ Phạn Catvary Aryasatyani. Arya là Diệu, cao quý, mầu nhiệm; Satya là Đế, là sự thật, là chân lý. Tứ diệu đế còn được gọi là Tứ chân đế, Tứ thánh đế, Bốn chân lý mầu nhiệm.

1. Khổ đế (Dukkha): là thực trạng đau khổ của con người.
2. Tập đế (Samudaya): là nguồn gốc hay nguyên nhân dẫn đến thực trạng đau khổ.
3. Diệt đế (Nirodha): là sự kết thúc hay sự chấm dứt khổ đau.
4. Đạo đế (Magga): là con đường hay phương pháp thực hành dẫn đến chấm dứt khổ đau.

https://thuvienhoasen.org/a11636/bai-1-bon-chan-ly-tu-dieu-de

153 Xin xem https://www.nekhor.org/sites-of-sri-lanka Bảo tháp Mahiyangana Raja Maha Vihara

1. Tịnh xá Nagadeepa Purana
2. Tu viện Kelaniya Raja Maha Vihara
3. Núi chân Phật Sri Pada
4. Động đá Diva Guhava (Hang Batatotalena)
5. Đại tháp Deegavapi Raja Maha Vihara
6. Tinh xá Muthiyangana Raja Maha Vihara
7. Bảo tháp Tissamaharama Raja Maha Vihara
8. Cây Bồ Đề thiêng Sri Maha Bodhi
9. Tháp Mirisawetiya
10. Tháp Ruwaneli
11. Bảo Tháp Thuparamaya
12. Tháp Abhayagiriya
13. Bảo Tháp Jetavanarama
14. Tháp Sela Cetiya
15. Tháp trắng Kiri vehera

3. Bảo tháp Polonnaruwa Kiri Vehera
4. Bảo tháp Kataragama Kiri Vehera
5. Tu viện Panama Kudumbigala
6. Bảo tháp Mahiyangana
7. Đại già lam cổ tự Nagadeepa Purana Viharaya Dighavapi (chuyến thăm lần thứ hai của Đức Thế Tôn)
8. Bảo tháp Tissamaharama

1. ĐẠI GIÀ LAM CỔ TỰ DIGHAVAPI

Dighavapi còn gọi là Deegavapi, Deeghawapi (Sinhalese: **දීඝවාපිය**, Pali, "long reservoir" nghĩa là hồ nước lớn) là một bảo tháp cổ đại được xây vào khoảng thế kỷ thứ 3 trước công nguyên, tọa lạc miền Đông Sri Lanka, cách thị trấn Ampara 18km (13 dặm) về phía Đông.

Đây là một trong 16 (Solosmasthana) thánh địa linh thiêng của Sri Lanka bởi vì theo Sử Dipavamsa, Dighavapi được Đức Phật đã đến đây trong chuyến viếng thăm lần thứ ba đến Ceylon. Mặc dù, Dighavapi dường như chưa phổ biến như một số thánh tích khác và thậm chí ngày nay du khách cũng hiếm khi đến đây.

1.1. Lịch sử của Dighavapi

Đức Thế Tôn trong chuyến viếng thăm hải đảo Ceylon lần thứ hai, Mani Akkika vị trưởng bộ lạc Naga và người cai trị Kelaniya đã trân trọng kính mời Đức Phật chuyến sau đến Kelaniya. Vào năm thứ 8 trước nhập niết bàn, Đức Phật quyết định đến thăm Sri Lanka lần thứ ba, đặc biệt là Kelaniya. Trong chuyến thăm lần thứ ba này, Ngài với 500 vị A-la-hán đã đến Dighavapi và dành thời gian hành thiền tại đây.

Theo Mahavamsa, cuốn biên niên sử vĩ đại của Sri Lanka ghi rằng bảo tháp Dighavapi này do vua Saddhatissa (137-119 trước công nguyên) xây dựng và nhà vua cũng cúng dường lưới màn, hoa sen vàng cùng nhiều loại đá quý khác nhau để trang trí bảo tháp.

"Hơn nữa, Vua Saddhatissa đã thành lập Dighavapi-vihara cùng với mái vòm cetiya. Đối với cetiya này, vua cho làm một tấm mạng lưới che phủ. Trên mỗi mắt lưới đều nạm đá quý và trang trí một bông hoa vàng lớn như một bánh xe ngựa rất đẹp với mục đích để vua cúng dường tám mươi bốn ngàn pháp môn của Đức Thế Tôn. Vua cũng ra lệnh dâng tám mươi bốn ngàn phẩm vật cúng dường cho Tăng đoàn. Với công đức vô lượng này, sau khi chết, vua tái sinh lên cõi trời, giữa các vị trời Đâu Suất Thiên (Tusita)..»..

Người dân tin rằng, chính tại nơi bảo tháp này, Đức Phật đã thân hành đến hành thiền và ban phước lành. Nhà sử học Ellawela Medananda Thero cũng tin rằng trong bảo tháp này đã lưu giữ xá lợi móng tay của Đức Phật.

Các nhà khảo học trong quá trình khai quật, đã tìm thấy dòng chữ trên lá vàng ghi rằng Vua Kawanthissa (164-192) đã tiến hành trùng tu bảo tháp.

Theo thời gian, bảo tháp Dighavapi bị bỏ quên vì những xung đột nội bộ của đất nước. Vua Keerthi Sri Rajasinghe (1747 - 1781) nhận thấy tình trạng hư sụp của tháp Dighavapi, nên đã tiến hành đại trùng tu và giao nó cho Hòa thượng Bandigide Negrodha Thero cùng cúng dường với 1000 'amunu' (2000-

2500 mẫu Anh) đất vào năm 1756.[154]

Có hai bia đá của Vua Saddhasissa và Vua Keerthi Sri Rajasinghe và một bia ký dòng chữ Rajasinghe được làm vào năm 1845 vẫn còn tồn tại ở Deegavapi cho đến ngày nay.

Bảo tháp Dighavapi này được cho rất linh thiêng vì tương truyền rằng trong quá khứ, có một nhà sư trẻ khi đang sơn sửa công trình bảo tháp Dighavapi, bị trợt té, trẹo chân. Sau đó, sư thành tâm tụng kinh Dhajagga Sutta tại đây. Thật kỳ diệu! đôi chân bỗng nhiên bình thường, như chưa có chuyện trợt té. Từ đó nhiều mạnh thường quân phát tâm tu bổ ngôi tháp thiêng liêng này.

Vào những năm 1920, Phật tử và chánh quyền đã cố gắng hồi phục tháp, mái vòm của tháp chỉ làm được một nửa nhưng ngân quỹ đã hết. Xung quanh bảo tháp có những tảng đá lớn từ các công trình kiến trúc cổ.

1.2. Thông tin cần thiết để đến chiêm bái bảo tháp Dighavapi

Ampara là thị trấn chính gần nhất với bảo tháp Dighavapi. Từ Ampara đi đường bộ đến Irakkamam rồi đi tiếp 5km nữa,

154 https://www.lanka-excursions-holidays.com/dighavapi.html

tổng quãng đường khoảng 17km. Ngoài Irakkamam, đường xá còn hoang sơ, chưa có xe buýt đến vùng này.

Chánh điện thờ Phật gần tháp Digavapi

2. QUẦN THỂ CÁC BẢO THÁP KANTARODAI

Vào đầu thế kỷ 20, vẫn còn rất nhiều di tích Phật giáo ở Bán đảo Jaffna nhưng hiện nay chúng gần như đã biến mất do bị bỏ quên, ăn cắp vặt hoặc cố ý phá hủy. Một nơi mà khách chiêm bái vẫn có thể nhìn thấy là quần thể các bảo tháp Kantarodai (කන්තොරදයි චේතිය), ở phía Bắc của thị trấn Jaffna.

Bên một lùm cây cọ xinh xắn là một tập hợp các bảo tháp và gò đất, phần nền móng còn lại của các tòa nhà cổ. Hiện có 20 bảo tháp nhỏ hoàn chỉnh, nhưng thật ra nơi đây từng có nhiều tháp khác, vì vẫn còn thấy nền móng.

2.1. Kiến trúc quần thể các bảo tháp Kantarodai

Bảo tháp lớn nhất có đường kính khoảng 23 feet và nhỏ nhất khoảng 6 feet. Phần đế của mỗi bảo tháp được làm bằng đá san hô đúc thành bốn dãy, các mái vòm hình bán cầu được làm bằng đá vụn san hô được phủ một lớp thạch cao trông giống như những khối đá.

Các đỉnh chóp nhọn (hamika) được làm bằng đá nguyên khối, đôi khi là hai mảnh nối lại.

Các cuộc khảo cổ được thực hiện tại Kantarodai vào năm 1966-7, cho thấy rằng tại địa điểm này từng có người sinh sống từ khoảng thế kỷ thứ 2 trước Công nguyên đến khoảng thế kỷ thứ 13 sau Công nguyên.

Khi đến đây vào năm 1917, ông P. E. Pieries đã tìm thấy còn một số tượng Phật và người dân địa phương thường lấy đá để sử dụng cho mục đích xây dựng riêng của mình.

Kantarodai có lẽ là một Tu viện dành cho các Tu sĩ Tamil mặc dù có một số người đã phản đối điều này. Tuy nhiên, Phật giáo đã phổ biến rộng rãi ở miền Nam Ấn Độ vào thời cổ đại và không có lý do gì để nghi ngờ rằng một số người Tamil sống ở Sri Lanka cũng là Phật tử.[155]

2.2. Thông tin cần thiết để đến chiêm bái quần thể các bảo tháp Kantarodai

Từ thị trấn Jaffna đi theo đường Chunnakam chạy thẳng về phía Bắc đến ngã rẽ đường Kantarodai Upathiyayor, cách Chunnakam khoảng 2km. Từ đó, đi bộ khoảng 1km là đến khu di tích Kantarodai. Tổng khoảng cách từ Jaffna bảo tháp

155 https://www.buddhanet.net/sacred-island/kantarodai.html

Kantarodai là khoảng 10km.

3. POLONNARUWA KIRI VEHERA - BẢO THÁP SỮA

Kiri Vehera/Vihara (කිරි වෙහෙර) ban đầu được gọi là Rupavati Chetiya (món quà thiêng liêng - Gift of God) và cũng được gọi là Magulmahasaya, nghĩa là một công trình kiến trúc hình vòm/bán cầu bên ngoài có màu trắng đục như sữa rất đặc trưng nên gọi là "Bảo Tháp Sữa" (Kiri Vehera's Milk White Stupa). Tháp tọa lạc tại cố đô Polonnaruwa.[156]

Bảo Tháp Kiri Vehera trang nghiêm nổi bật giữa không gian

156 https://www.historyhit.com/locations/kiri-vihara/

3.1. Lịch sử của Tháp tròn Kiri Vehera

Sau khi đánh bại quân xâm lược Chola vào năm 1070, thống nhất toàn hải đảo Ceylon, Vua Vijayabahu I (1153-1186) đã cho dời đô từ Anuradhapura đến Polonnaruwa và thành lập thủ đô cổ đại (thứ hai) tại Polonnaruwa bởi vì Anuradhapura đã bị tàn phá vào năm 993. Tháp Kiri Vehera do hoàng hậu Subhadra, vợ của Vua Parakramabahu xây dựng.

3.2. Kiến trúc của Kiri Vehera

Kiri Vehera được xây dựng vào thế kỷ 11 thuộc thời trung cổ và theo tên "Bảo tháp sữa', do có lớp thạch cao trắng như màu sữa, được sơn xung quanh. Thiết kế của Kiri Vehera khá đơn giản, chỉ là một công trình màu trắng bên ngoài, không có chi tiết cực kỳ hoa mỹ nào. Vài bệ trang trí (vahalkada) có hình dạng và kích thước lớn nhỏ khác nhau, dùng làm bàn thờ để dâng hoa, hương hay thờ tượng Phật nhỏ.

Dagoba là tháp hình vòm với những khung vahalkada là kiến trúc đặc biệt của mỹ thuật Phật giáo Sri Lanka. Kiri Vehera là bảo tháp duy nhất vẫn bền bỉ tồn tại với thời gian hơn 1200 năm, dù bị tác động của nắng mưa và thời gian xói mòn, nhưng vẫn giữ được tình trạng nguyên vẹn ban đầu.

Cố đô Polonnaruwa có "Rankoth Vehera" là đại bảo tháp lớn nhất và Kiri Vehera này được xem là bảo tháp lớn thứ hai tính đến ngày nay. Kiri Vehera này là một phần của địa điểm khảo cổ "Alahana Pirivena."[157]

3.3. Thông tin để đến chiêm bái Polonnaruwa Kiri Vehera

Kiri Vehera cách thị trấn Tissamaharama khoảng 22km, cách Polonnaruwa khoảng 5.8km (9 minutes). Đường xá rất tốt và phương tiện đi lại thuận tiện dễ dàng.

Để đến Polonnaruwa từ các thành phố lớn như Colombo, khách chiêm bái có thể di chuyển bằng xe buýt, tàu hỏa, taxi

157 https://www.historyhit.com/locations/kiri-vihara/

hoặc đi các dịch vụ gọi xe như uber.

Polonnaruwa cách Colombo 216km (đi xe buýt mất 6 giờ) và cách Anuradhapura 104km (đi xe buýt mất 3 giờ). Thật đơn giản khi chúng ta dùng xe tuk tuk để di chuyển trong thành phố.

4. BẢO THÁP KATARAGAMA KIRI VEHERA

Bảo tháp Kiri Vehera (Sinhalese: කතරගම කිරි වෙහෙර Kataragama Kiri Vehera) tọa lạc ở Kataragama, Tissamaharama, phía Đông nam Sri Lanka, có giá trị lịch sử và linh thiêng, bởi lẽ nơi đây đánh dấu chuyến viếng thăm lần thứ ba của Đức Phật đến hải đảo Ceylon.

Ngày lễ tại Kataragama Kiri Vehera

Kataragama Kiri Vehera cũng là một trong những địa điểm hành hương Solosmasthana (Sinhala: 16 địa điểm hành hương chính của Phật giáo),[158] nổi tiếng linh thiêng nhất của Sri Lanka. Giống như Đỉnh Adam, tháp thu hút những người Sinhalese theo đạo Phật cũng như người Tamil theo đạo Hindu, ngay cả người Hồi giáo và Cơ đốc giáo cũng viếng thăm.

158 Solosmasthana: Xin xem https://www.nekhor.org/sites-of-sri-lanka

4.1. Lịch sử Kataragama Kiri Vehera

Theo Dhatuvamsa, bảo tháp Kataragama Kiri Vehera đã có từ năm 580 trước Công nguyên khi Đức Phật Gautama sau khi đạt được giác ngộ đã viếng thăm vương quốc Mahagama do Vua Mahasena cai trị trước khi đến Tissamaharama. Sau khi lắng nghe Đức Phật giảng pháp, Vua Mahasena đã chứng được sơ quả Tu đà hoàn[159] (quả đầu tiên của sự xuất chúng về mặt tâm linh), xin quy y Tam bảo. Sau đó, Đức Phật đã tặng nhà vua một lọn tóc của Ngài và một thanh kiếm (mà Đức Phật đã dùng để cắt tóc khi Ngài còn là Thái tử Sĩ Đạt Đa vượt thành xuất gia).

Sau cuộc gặp gỡ này, vua Mahasena đã xây dựng bảo tháp Kiri Vehera tại Kataragama, nơi Đức Phật đã từng an tọa để giảng pháp, kỷ niệm chuyến viếng thăm của Ngài, cũng để bảo tồn và tôn thờ lọn tóc, cùng thanh kiếm. Sau đó, vua Mahasena đã phát nguyện sẽ bảo vệ Phật pháp.

Có một truyền thuyết nói rằng, vào thế kỷ thứ 6 trước Công nguyên, Vua Mahasena, vốn là một hóa thân trước đây của Thần chiến tranh nổi tiếng trong đền thờ Hindu, thần Murugan, đã gặp Đức Phật Thích Ca Mâu Ni và quy y Tam Bảo.

Sau cuộc gặp gỡ này, vua Mahasena đã cho xây dựng Kiri Vehera ở Kataragama để kỷ niệm chuyến viếng thăm của Đức Phật Thích Ca Mâu Ni. Mối quan hệ được hình thành giữa Đức Phật Thích Ca Mâu Ni và Thần Murugan đã tạo điều kiện cho sự chung sống hòa bình, gần gũi giữa các tín đồ Phật giáo và Ấn

159 Bốn thánh quả: là bốn quả vị của hàng Thanh văn thừa, gồm có:

1. Tu-đà-hoàn (Phạn ngữ: śrotanni) dịch nghĩa: Nhập lưu, Dự lưu, là bậc bắt đầu dự vào hàng Thánh quả.
2. Tư-đà-hàm (Phạn ngữ: sakṛḍgmin), dịch nghĩa: Nhất lai. Đây là quả vị chỉ còn tái sinh một lần nữa trước khi đạt giải thoát rốt ráo.
3. A-na-hàm (Phạn ngữ: angmin), dịch nghĩa: Bất lai, Bất hoàn, là bậc không còn phải trở lại vòng sanh tử vì nghiệp quả.
4. A-la-hán (Phạn ngữ: arhat), dịch nghĩa là Bất sanh, là bậc đã diệt trừ hết các phiền não, đoạn diệt nghiệp sanh tử. A-la-hán là quả vị cao nhất, cũng gọi là Hữu dư Niết-bàn hay Niết-bàn của Tiểu thừa.

https://phatgiao.org.vn/tu-dien-phat-hoc-online/bon-qua-thanh-k27591.html
https://mysltravel.com/tour-destination/sri-lanka/kataragama/kiri-vehera/

Độ giáo trong khu vực, đồng thời truyền cảm hứng cho sự hòa bình lòng khoan dung giữa những người thuộc các nền văn hóa và tín ngưỡng khác nhau.

Như vậy, bảo tháp Kataragama Kiri Vehera có giá trị lịch sử, biểu hiện tình bằng hữu giữa các liên tôn giáo (Phật giáo và Ấn Độ giáo), giữa các nước hàng xóm của Ấn Độ và Sri Lanka.

Kiri Vehera nghĩa là 'bảo tháp sữa', tọa lạc tại Kataragama. Bảo tháp nằm trong khu vườn cây Kihir, được gọi là Kihir Vehara. Tuy nhiên, sau này để thuận tiện và dễ phát âm, tên này được đổi thành Kiri Vehara.

Theo sách cổ xưa, Kiri Vehera từng được gọi là Magulmahasaya và ngày nay gọi là 'bảo tháp sữa' vì toàn ngôi tháp to lớn sừng sững được sơn phết một màu trắng thanh khiết như sữa bò.

Tương tự như Anuradhapura, Kataragama cũng là một trong những khu định cư, ngôi làng đầu tiên được các quan đại thần của Vua Vijaya thành lập. Phía sau Bảo tháp Kiri Vehera có một cây Bồ Đề linh thiêng, là một trong tám cây con của cây Bồ Đề gốc Sri Maha Bodhi ở Anuradhapura do Thánh tổ Ni *Saṅghamittā* đem từ Ấn độ qua.

4.2. Kiến trúc Kataragama Kiri Vehera

Bảo tháp Ghatakara (hình cái chậu, bán cầu, hình vòm, đống

lúa) cao 95ft và có chu vi 800m, tọa lạc trên nền rộng 130 feet vuông và cao 10 feet được trùng tu vào năm 1912. Đây là nơi thanh tịnh yên bình được nhiều Phật tử, du khách trong và ngoài nước đến chiêm bái, ngồi thiền và cầu nguyện.[160]

4

Kataragama Kiri Vehera sáng rực về đêm

4.3. Thông tin cần thiết để đến chiêm bái Kataragama Kiri Vehera

Kataragama là một thị trấn hành hương rất linh thiêng đối với người theo đạo Phật, đạo Hindu và người Vedda bản địa ở Sri Lanka. Người dân từ miền Nam Ấn Độ cũng đến thăm thành phố này để thờ cúng. Hơn nữa, khách chiêm bái có thể dễ dàng khám phá thị trấn sôi động này và các địa điểm linh thiêng như Kataragama Kiri Vehera trên chiếc tuktuk của riêng mình.

Mặc dù Kataragama là một ngôi làng nhỏ vào thời Trung cổ nhưng ngày nay, nó là một thị trấn phát triển nhanh chóng được bao quanh bởi rừng nhiệt đới màu mỡ ở khu vực phía Đông nam Sri Lanka, cách Colombo khoảng 228km.

160 https://www.holidify.com/places/kataragama/-kiri-vehera-sightseeing-1255911.html

Toàn cảnh Kataragama Kiri Vehera vào ban đêm

5. CHÙA HANG PANAMA KUDUMBIGALA

Chùa Hang Kudumbigala (කුඩුම්බිගල වන සෙණසුන nằm cách làng Panama 11 dặm và cách thị trấn Kumana 17 dặm.

Chùa Hang Kudumbigala ẩn mình trong khu rừng rậm rạp trên con đường Panama-Kumana, nằm trên đỉnh một tảng đá khổng lồ. Bên trong nhiều tảng đá là những hang đá được quân đội của vua Dutugaimunu hiến tặng.

5.1. Lịch sử của Chùa Hang Kudumbigala

Theo ghi chép lịch sử, Chùa Hang Kudumbigala được vua Devanampiyatissa xây dựng vào thế kỷ thứ 2 trước Công nguyên. Đây là nơi ẩn tu cho các Tu sĩ Phật giáo, những người muốn yên tĩnh hành thiền chứng ngộ, thoát khỏi sự rộn ràng của phố xá thành thị.

Vì đây là nơi rừng sâu núi thẳm, cách xa làng mạc dân cư, nên đời sống của các Sư nơi đây rất khó khăn, chỉ có những tiện nghi căn bản để duy trì sự tu tập hàng ngày.[161]

Chùa Hang đã bị quên lãng trong nhiều thế kỷ. Cây lá rừng bao phủ mất dấu tích. Năm 1954, Maithird Upasaka đã phát hiện Chùa Hang. Từ đó, di tích lịch sử cổ đại được đưa ra ánh sáng.

5.2. Kiến trúc Chùa Hang Kudumbigala

Chùa Hang Kudumbigala trải rộng trên diện tích 600 mẫu Anh với núi rừng xanh mướt đẹp như tranh vẽ. Khu phức hợp còn nguyên vẹn, có hơn 200 hang động, các bức tường được lót bằng thạch cao, có nhiều bức bích họa tuyệt đẹp trên tường.

Các nhà khảo cổ đã khám phá thấy hơn 200 hang đá Phật giáo đã bị thời gian xói mòn và đang dần dần phục hồi. Như vậy, nơi đây đã từng một có thời gian rất hưng thịnh có rất nhiều nhà Sư ẩn tu sinh sống.

161 https://www.themiracleisland.com/kudumbigala.php

Trước một hang động, có một bia ký bằng văn tự Brahmi và các bằng chứng khác trong hang động được phát hiện gần đây, cho thấy Kudumbigala như một quần thể Chùa Hang Aranya Senansanaya trong thời kỳ tiền Thiên chúa giáo.

Một dòng chữ trên đá ghi rằng Vua Dutugemunu và các chiến binh Nandimitra đã xây dựng Hang Maha Sudharshana Lena để cúng dường cho các vị A-la-hán.

Có một khối đá Dagaba hình trụ của người xưa, công trình kiến trúc được xây dựng từ thời vua Devanam piyatissa, còn nằm yên tĩnh trên đỉnh Tu viện Kudumbigala này.

5.3. Thông tin để đến chiêm bái Chùa Hang Kudumbigala

Chùa Hang Kudumbigala cách làng Panama, nơi có dân cư sinh sống 11 dặm, khoảng 18km; khi đến nơi, khách chiêm bái phải đi bộ xuyên rừng rậm để đến chân núi đá. Chưa có đường cho xe chạy.

Sau khi thong thả leo núi, lên đến đỉnh, khách chiêm bái được chào đón với một tháp hình trụ dagoba và một bức tượng Phật được thờ cạnh bên, có cây Bồ Đề linh thiêng được các Phật tử trồng tại đó. Đặc biệt có các hang đá âm trong núi và có vài nhà Sư đang ẩn tu, sống đơn giản hành thiền, vui với thiên nhiên.

6. BẢO THÁP MAHIYANGANA

Bảo tháp Mahiyangana (මහියංගනය චේතිය) tọa lạc bên bờ sông Mahavali, huyện Badulla, tỉnh Uva của Sri Lanka. Truyền thuyết nói rằng Đức Phật Gautama đã đến thăm Mahiyanganaya vào khoảng thời gian sau khi Ngài giác ngộ chín tháng, ngày trăng tròn Duruthu (tháng 12 - tháng 1), để giải quyết tranh chấp nảy sinh giữa Dạ xoa Yakkas và Rồng Nagas và đây là chuyến thăm đầu tiên của Đức Phật đến Sri Lanka.

Bảo tháp Mahiyangana sừng sững giữa hai hàng cờ

Đây là một trong 16 địa điểm tôn giáo linh thiêng (Solosmasthana)[162] ở Sri Lanka. Hiện tại ngôi đền này là một

162 16 Thánh địa Sri Lanka linh thiêng (Solosmasthana):
1. Ngôi già lam cổ tự Mahiyangana Raja Maha Vihara
2. Tịnh xá Nagadeepa Purana
3. Tu viện Kelaniya Raja Maha Vihara
4. Núi chân Phật Sri Pada
5. Động đá Diva Guhava (Hang Batatotalena)
6. Đại tháp Deegavapi Raja Maha Vihara
7. Tinh xá Muthiyangana Raja Maha Vihara
8. Đại già lam Tissamaharama Raja Maha Vihara
9. Cây Bồ Đề thiêng Sri Maha Bodhi

trong những địa điểm khảo cổ ở Sri Lanka.

6.1. Lịch sử Bảo tháp Mahiyangana

Theo Đại sử Mahavamsa,[163] Sri Lanka vào thời điểm đó có nhiều Dạ xoa sinh sống. Đức Phật từ Ấn Độ đã đến để điều phục các Dạ xoa (Yakka) ở đó và thuyết pháp để cảm hóa chúng. Sau đó, chúng Dạ xoa chuyển đến sống ở hòn đảo tên là Giri và hải đảo Ceylon được thanh bình lại. Nên vua quan, dân chúng rất hoan nghênh Đức Phật, lắng tâm nghe pháp, rồi quy y Tam bảo.

Một thủ lĩnh Dạ xoa tên là Saman đã chứng đạt được quả Tu-đà-hoàn (Sotāpanna)[164] sau khi nghe Đức Phật thuyết pháp, và xin Đức Phật một biểu tượng để họ có thể thờ cúng khi Ngài vắng mặt. Đức Phật đã ban cho Dạ xoa một nắm tóc trên đầu. Sau này thần Dạ xoa Saman đã thờ xá lợi tóc Phật trong một bảo tháp nhỏ cao 10 feet (3m). Đây là bảo tháp đầu tiên được xây dựng ở Sri Lanka, có thể chính là tháp Mahiyangana này.

Đại sử Mahavamsa cũng kể rằng sau khi Đức Phật nhập Niết Bàn, lễ hỏa táng của Đức Phật vừa xong, một nhà sư tên là Sarabhu đã lấy một ít tro từ giàn thiêu đem đến Sri Lanka, và thờ ở đền ngọc. Đó chính là tháp Mahiyangana mà chúng ta thấy ngày nay.

---

10. Tháp Mirisawetiya
11. Tháp Ruwaneli
12. Bảo Tháp Thuparamaya
13. Tháp Abhayagiriya
14. Già lam Jetavanarama
15. Tháp Sela Cetiya
16. Tháp trắng Kiri vehera

Xin xem https://www.nekhor.org/sites-of-sri-lanka

163 https://en.wikipedia.org/wiki/Mahiyangana_Raja_Maha_Vihara

164 Bốn thánh quả: như trên.

Có một dòng chữ thuộc niên đại thế kỷ 10 nói về những lợi ích của việc hành hương Mahiyangana. Khi Vua Udaya IV và quan quân của vua cũng đã từng hành hương đến Mahiyangana. Một số vị vua của Kandy đã hành hương đến Mahiyangana. Vua Narendrasinghe đã đi hai lần và Vua Virawickrama thực hiện toàn bộ cuộc hành hương bằng cách đi bộ. Như vậy, nơi đây trong quá khứ đã rất nổi tiếng linh thiêng, khiến các vị vua chúa cũng thường đến hanh hương lễ lạy, cầu nguyện.[165]

6.2. Kiến trúc Bảo tháp Mahiyangana

Biên Niên Sử Mahavamsa cũng kể rằng vào thời Devananpiyatissa, Hoàng tử Uddhaya Culabhaya đã cho trùng tu bảo tháp đắp cao thêm 30 cubit.

Một số vị vua kế tiếp cũng cho cải thiện và mở rộng bảo tháp này, trong đó có Dutthagamani, người đã nâng tháp lên độ cao 120 feet (37m).

165 https://www.tourslanka.com/excursions/mahiyangana-raja-maha-vihara/

Bảo tháp Mahiyangana sau khi trùng tu lại hoàn toàn mới

Những người cai trị khác như Voharika Tissa, Sena II, Vijayabahu I và Kirti Sri Rajasinha đã tiến hành công việc sửa chữa và bảo trì tại ngôi chùa. Năm 1942, một hiệp hội được thành lập để trùng tu ngôi chùa dưới sự chỉ đạo của D. S. Senanayake. Công việc tái thiết bắt đầu vào năm 1953 và kết thúc vào năm 1980 với việc hoàn thành đỉnh cao mới cho bảo tháp.

Cục Khảo cổ học đã được mời đến để tìm hiểu kỹ lưỡng về bảo tháp trước khi trùng tu và sửa chữa. Phòng triển lãm được mở ra và các bức tường của nó được bao phủ bởi những bức tranh, màu sắc của chúng tươi như thể chúng vừa được làm xong. Các bức tranh cho thấy Đức Phật bị quấy nhiễu bởi Mara khi Ngài ngồi dưới cội Bồ Đề. Các bức tranh khác cho thấy Brahma, Siva, Vishnu và các vị thần khác. Phòng di tích được cho là có niên đại từ thời Vijayabahu vào thế kỷ 11 và hiện được trưng bày trong bảo tàng Anuradhapura.

6.3. Thông tin cần thiết để đến chiêm bái Bảo tháp Mahiyangana

Bảo tháp Mahiyangana cách Kandy khoảng 42km. Có nhiều phương tiện giao thông như xe buýt, taxi, tuk tuk có thể đến thẳng Bảo tháp.

Bảo tháp Mahiyangana lúc hoàng hôn

7. ĐẠI GIÀ LAM CỔ TỰ NAGADEEPA PURANA VIHARAYA

Đại già lam cổ tự Nagadeepa Purana Viharaya (Sinhala: නාගදීප පුරාණ විහාරය) nói gọn là Nagadipa Vihara, tọa lạc trên đảo Nainativu (còn gọi là đảo Rồng), thuộc miền Bắc Sri Lanka, cách Ấn Độ khoảng 57km.

Nagadeepa Purana Viharaya là một trong mười sáu (solosmasthanas)[166] địa điểm linh thiêng của đất nước Sri Lanka, bởi lẽ người ta tin rằng đây chính là nơi Đức Phật đã đến trong chuyến thăm thứ hai tới Sri Lanka của Đức thế Tôn, vào khoảng thời gian năm năm sau khi Ngài đạt được giác ngộ.

166 Mười sáu (solosmasthanas) thánh địa thiêng liêng của Sri Lanka: Như trên

Một dấu chân khổng lồ tương tự như những dấu chân được tìm thấy trên đỉnh Siri Pada (Đỉnh Adam) và trên đảo Delft được cho là do Đức Phật để lại trên đảo Nainativu. Câu chuyện về chuyến viếng thăm của Đức Phật được kể trong Đại sử Mahavamsa.

Đảo Nainativu chẳng những có chùa Nagadeepa Purana Viharaya là địa điểm thu hút hành hương Phật giáo mà còn là nơi có đền thờ thiêng liêng Hindu và Tamil. Vì thế đảo thường tấp nập khách hành hương của các tín đồ vì có phà cập bến đến ba nơi tôn nghiêm này.

7.1. Lịch sử Đại già lam cổ tự Nagadeepa Purana Viharaya

Đảo thiêng Nainativu là một trong những điểm thu hút chính của miền Bắc Sri Lanka. Một trong những hòn đảo ít người sinh sống nhất trong Vịnh Mannar, chỉ cách Ấn Độ khoảng 35 dặm. Từ thời cổ xưa, các thương gia đã đến đây và các đảo xung quanh để mua vỏ ốc xà cừ được thu hoạch ở vùng nước nông ấm trong Vịnh. Vỏ ốc xà cừ cũng thường dùng cho một số nghi lễ Phật giáo và Ấn Độ giáo.

Từ thời cổ đại tại đây đã có các nơi tâm linh của nhiều tôn giáo để dân chúng và thương thuyền dân đi biển đến cầu nguyện. Những khách hành hương cũng đã đến đảo Nainativu từ khoảng thế kỷ 1 Công nguyên để chiêm bái. Vì lẽ này, trong Đại sử Mahavamsa nói rằng có một ngai vàng nạm đá quý và một viên đá có dấu chân của Đức Phật tại đảo Nagadipa mà những người hành hương từ Ấn Độ thường đến để chiêm bái.[167]

Đại sử Mahavamsa mô tả rằng khi thuyền đến gần cầu tàu chính, khách hành hương sẽ nhìn thấy những bức tường sọc đỏ và trắng đặc biệt của ngôi đền Hindu.

Ở bên trái, có một tảng đá lớn với dòng chữ Parakramabahu I trên đó. Trong phần đầu của dòng chữ này, nhà vua nói rằng người nước ngoài đến hải đảo này và được vua quan dân chúng giúp đỡ. Điều này chắc chắn đề cập đến các thương gia và những người hành hương từ Ấn Độ đến thăm hải đảo. Phần thứ hai cho biết những cách giải quyết thế nào nếu tàu chở voi hoặc ngựa và tàu buôn bị đắm. Bên phải lối vào là một tảng đá lớn hình chiếc phao cứu sinh, một chiếc mỏ neo cổ xưa như của các tàu Ả Rập từng mang những chiếc neo như vậy.

Đức Phật ngồi trên ngai báu thuyết pháp cho các vị Rồng (Naga)

Theo biên niên sử Mahavamsa, Đức Phật đã đến Nagadeepa,

167 https://amazinglanka.com/wp/nagadeepa/

nghĩa đen là 'Đảo Rồng', trong chuyến thăm thứ hai tới Sri Lanka, năm năm sau khi đạt được giác ngộ. Mục đích của cuộc hành trình này là để giải quyết tranh chấp bạo lực giữa hai bộ lạc rồng Chulodara và Mahodara, những hoàng tử của bộ tộc rồng Naga địa phương. Cả hai đều tuyên bố mình là chủ sở hữu hợp pháp của một chiếc ngai được trang trí lộng lẫy bằng đá quý. Đức Phật thuyết giảng và thuyết phục họ. Cuối cùng đã hòa giải được, vua rồng quyết định tặng chiếc ngai nạm đá quý cho Đức Phật và Đức Phật ngự trên tòa để thuyết pháp.

Một câu chuyện khác[168] tương ứng cũng đề cập đến chuyến viếng thăm của Đức Phật, dấu chân Phật và tòa ngồi vàng này được kể trong sử thi cổ điển Tamil có tên Manimekhalai.

Sách kể rằng một nữ vũ công Ấn độ trong đền thờ, người được đưa đến đảo Nainativu một cách thần kỳ và trở thành Nữ thần Đại dương. Ở đó, Nữ thần tìm thấy ngai vàng bằng đá quý từng bị tranh chấp. Khi tôn thờ nó, Nữ thần chợt nhớ được kiếp trước của mình. Và cô đã nhận lời khuyên từ vị thần hộ mệnh của tòa ngồi, sau khi trở về Ấn Độ, cô đã quy y Tam bảo và xuất gia thành một Nữ Tu sĩ Phật giáo.

Chiếc ngai nạm đá quý từng gây tranh cãi bởi vì cho là được cất giữ trong bảo tháp dagoba của chùa Nagadeepa Purana Viharaya hay tại ngôi đền Kelaniya gần Colombo.

Nagadeepa, là nơi Đức Phật đã viếng thăm, nên được Phật tử trong và ngoài nước đánh giá cao. Năm 1956, kỷ niệm 2500 năm ngày Đức Phật nhập Niết bàn theo lịch của các tín đồ Phật giáo Nguyên thủy, một bức tượng Phật bằng đồng đã được các nhà Sư đến từ Burma (Myanmar ngày nay) tặng cho chùa.

7.2. Kiến trúc của Đại già lam cổ tự Nagadeepa Purana Viharaya

Từ đền Hindu đi xuống con đường chưa đầy 0,5km là bảo tháp Nagadipa đánh dấu nơi Đức Phật được đặt chân trong chuyến viếng thăm lần thứ hai đến hòn đảo nhỏ. Một bên đường

168 https://www.lanka-excursions-holidays.com/nainativu.html

là cây Bồ Đề và một bên là bảo tháp sơn bạc. Ngoài ra, còn có hai ngôi bảo tháp, một chánh điện thờ tượng Phật bằng đồng do chính phủ Miến Điện tặng vào năm 1956. Chùa mới xây dựng vào những năm 1950, nên trông rất khang trang, có hồ hình chữ nhật, chính giữa là Đức Phật tọa thiền có rồng chín đầu làm lộng che mát cho Đức Phật.

Đại già lam cổ tự Nagadipa Vihara

7.3. Chánh văn Đại sử Mahavamsa nói về Đại già lam cổ tự Nagadeepa Purana Viharaya[169]

Bây giờ, vị Thầy từ bi nhất (Đức Phật), Đấng Chiến thắng, vui mừng vì sự cứu rỗi của toàn thế giới, khi trú tại Jetavana (ở Vương quốc Kosala của Ấn Độ) vào năm thứ năm của Phật quả, thấy rằng có một cuộc chiến tranh gây ra bởi một chiếc ngai nạm đá quý, giống như đi ngang qua giữa các loài rồng Mahodara và Culodara, là: chú và cháu trai, và những dòng tộc. Nên Đức Đẳng Chánh Giác (Đức Phật), vào ngày Bố Tát (Uposatha) của trăng khuyết tháng Citta, vào buổi sáng sớm, (Đức thế Tôn) đã cầm lấy bát khất thực và Y của mình, vì lòng bi mẫn đối với loài rồng, đã tìm đến đảo Nagadipa, Ceylon.

169 Trích trong: Mahananam. The Mahāvaṃsa or the Great Chronicle of Ceylon. Mahāvaṃsa <engl.>. Translation Series / Pali Text Society, [3]. Translated into English by Wilhelm Geiger. London: Pali Text Society, 1912

Cũng chính vị naga Mahodara đó lúc đó là một vị vua, được ban cho sức mạnh kỳ diệu, trong một vương quốc rồng trong đại dương, bao phủ nửa ngàn yojanas.

[dài ít nhất 4000km, lớn hơn nhiều so với đảo Nainativu]...

Khi Đức Thế Tôn bằng lòng bằng sự im lặng để đến đó, Ngài đã trồng cây rajayatana ngay tại chỗ đó như một nơi tưởng niệm thiêng liêng, và ngồi trên tòa vàng thuyết pháp.

'Hãy tưởng nhớ rằng ta đã sử dụng tòa ngồi vàng và trồng cây rajayatana này, hãy tỏ lòng kính trọng tới chúng, hỡi các vị vua rồng!

Này các loài rồng thân mến, điều này sẽ mang lại phước lành và hạnh phúc cho tất cả.'

Sau khi thốt lời tán thán công đức và khuyến tu cho loài rồng rồi, Đức Thế Tôn, vị cứu tinh từ bi của toàn thế giới, đã trở về Jetavana [ở Ấn Độ)."

Già lam

Mahavamsa, Chapter 1, Verses 44-70[170]

"Now the most compassionate Teacher [Buddha], the Conqueror, rejoicing in the salvation of the whole world, when dwelling at Jetavana [in India's Kosala Kingdom] in the fifth year of his buddhahood, saw that a war, caused by a gem-set throne, was like to come to pass between the nagas Mahodara and Culodara, uncle and nephew, and their followers; and he, the Sambuddha, on the uposatha-day of the dark half of the month Citta, in the early morning, took his sacred alms-bowl and his robes, and, from compassion for the nagas, sought the Nagadipa.

That same naga Mahodara was then a king, gifted with miraculous power, in a naga-kingdom in the ocean, that covered half a thousand yojanas.

[which is at least 4000 kilometers, much larger than Nainativu Island]...

When the Lord had consented by his silence to come thither, he planted the rajayatana-tree on that very spot as a sacred memorial, and the Lord of the Worlds gave over the rajayatana-tree and the precious throne-seat to the naga-kings to do homage thereto.

'In remembrance that 1 have used these do homage to them, ye naga-kings! This, well beloved, will bring to pass blessing-and happiness for you.'

When the Blessed One had uttered this and other exhortation to the nagas, he, the compassionate saviour of all the world, returned to Jetavana [in India)."

170 Cited from: Mahananam. The Mahāvaṃsa or the Great Chronicle of Ceylon. Mahāvaṃsa <engl.>. Translation Series / Pali Text Society, [3]. Translated into English by Wilhelm Geiger. London: Pali Text Society, 1912

Đức Phật ngồi trên ngai vàng và giảng hòa

7.4. Thông tin cần thiết để đến chiêm bái Đại già lam cổ tự Nagadeepa Purana Viharaya

Nainativu là một hòn đảo chỉ cách Ấn Độ khoảng 35 dặm. Vì là một hải đảo nên phải dùng phương tiện đi phà hay thuyền để đến Nainativu.

Đến Nainativu có hai cầu cảng, một là đền thờ Hindu và một là cảng chùa Phật giáo Nagadipa Vihara.

Nếu hầu hết hành khách là người theo đạo Hindu, con thuyền sẽ dừng ở bến Hindu trước và nếu hầu hết là người theo đạo Phật, thuyền sẽ dừng ở bến chùa Phật trước.

Có xe buýt công cộng và xe taxi tư nhân chạy thường xuyên từ Jaffna đến Punkudutivu, Nainativu và thuyền được hẹn giờ khởi hành ngay sau khi xe buýt đến. Tổng khoảng cách từ Jaffna đến Nainativu là khoảng 30km.

Chùa Nagadeepa Purana Viharaya nằm cách địa điểm hành hương của đạo Hindu chỉ 300m. Chỉ mất năm đến mười phút đi bộ từ Nagapooshani Amman Kovil về phía Nam. Xe tuktuks cũng có sẵn cho quãng đường ngắn.

Bến phà rộn rịp khách hành hương đến viếng Chùa Nainativu

8. ĐẠI GIÀ LAM CỔ TỰ TISSAMAHARAMA

Bảo tháp Tissamaharama (Sinhala: තිස්සමහාරාමය) tọa lạc trong thị trấn Hambantota, phía Nam của Sri Lanka. Bảo tháp hùng vĩ màu trắng tinh khôi với hình đỉnh chóp nón trang nghiêm, thanh bình và yên tĩnh nổi bật giữa nền trời xanh.

8.1. Lịch sử Đại già lam cổ tự Tissamaharama

Thị trấn Tissa (viết gọn của Tissamaharama) là thủ đô của Vương quốc Ruhunu cổ đại vào thế kỷ thứ 2 trước Công nguyên.

Tissa, được đặt theo tên của Vua Kavantissa, người đã có nhiều đóng góp để phát triển thị trấn linh thiêng này cũng đã xây dựng hồ Tissawewa rộng lớn cũng như hồ Debarawewa nằm gần đó.

Các cuộc khai quật khảo cổ vào năm 2010 tại khu vực bảo tháp Tissamaharama đã phát hiện có sự hiện diện của người Tamil thời kỳ đầu ở Tissamaharama, bởi vì có một dòng chữ Tissamaharama Tamil Brahmi, một mảnh đĩa phẳng bằng đồ gốm màu đen đỏ được khắc bằng tiếng Tamil theo hệ thống chữ Tamil Brahmi.

Có một hồ nhân tạo lớn Tissa Wewa, là một phần của hệ thống thủy lợi, có từ thời đầu ở Tissamaharama. Tại đây có năm hồ lớn là Tissa Wewa, Yoda Wewa, Weerawila Wewa, Pannegamuwa Wewa, và Debarawewa Wewa.

Các cuộc khai quật khảo cổ cũng đưa ra ánh sáng về giai đoạn đô thị xuất hiện sớm nhất vào thế kỷ thứ 4 trước Công nguyên. Gạch nung, yên ngựa, một mảnh gốm có cánh buồm hình tam giác (thế kỷ thứ 1-3 trước Công Nguyên), một bệnh viện (thuộc thế kỷ thứ 1 - 2 sau Công nguyên là bịnh viện có sớm nhất ở Nam Á). Có những con đường lát đá với hệ thống thoát nước và kênh dẫn nước (có từ trước Công nguyên), mái ngói, những ngôi nhà có trát vữa bên ngoài, một mảnh gốm Tissamaharama có dòng chữ Tamil Brahmi... Tất cả điều này cho thấy bảo tháp Tissamaharama là một di tích cổ đại có nguồn gốc từ những kỷ nguyên trước công nguyên.

8.2. Kiến trúc Đại già lam cổ tự Tissamaharama

Bảo tháp Tissamaharama với kiến trúc hình bán cầu được tu sửa nhiều lần để gần như hoàn hảo tráng lệ như hiện nay. Trong sân có một tượng Quán Thế Âm và cũng có một bảo tháp Sandagiri nhỏ hơn. Có một cột đá Akaugoda khổng lồ với một dòng chữ ở bên cạnh...

8.3. Thông tin cần thiết để đến chiêm bái Đại già lam cổ tự Tissamaharama

Tissamaharama là một thành phố ở tỉnh phía Nam, Sri Lanka. Có thể đi xe lửa, xe bút, taxi... phương tiện giao thông thuận lợi.

Từ Tissamaharama, khách chiêm bái có thể đến nhiều điểm tham quan nổi tiếng khác như Công viên Quốc gia Yala, Kataragama, Tissa Dagaba, Yatala Dalada Wehera, Ceylon Safari, vv...

Hoàng hôn thanh bình nơi Tu viện Tissamaharama

CHƯƠNG IX

THÔNG TIN CẦN THIẾT CHO HÀNH HƯƠNG CHIÊM BÁI

Để có những chuyến hành hương tâm linh tốt đẹp, khách chiêm bái nên tìm hiểu về đất nước, thời tiết, giao tiếp, ẩm thực, văn hóa, phong tục tập quán của hải đảo Sri Lanka.

1. CHUẨN BỊ THEO THỜI TIẾT

Sri Lanka là vùng ẩm và nóng, trừ ở núi và cao nguyên thì mát quanh năm, khách chiêm bái nên mang nón rộng vành, kem chống nắng, kiếng đen và lúc nào cũng có chai nước cạnh mình.

Sri Lanka có hai mùa rõ rệt: ướt và khô (giống Việt Nam). Miền Trung của Sri Lanka là vùng đồi núi, còn lại là đồng bằng. Thời tiết thoải mái để đi hành hương là từ tháng 6 đến tháng 10. Sẽ mưa rất nhiều từ tháng 10 cho đến tháng 1.

Phật tử Sri Lanka cả nam và nữ thường mặc sắc phục trắng (phía trên áo sơ mi trắng và phía dưới là sarongs (một tấm vải sarongs quấn kín từ hông đến 2 chân) để đi chùa và viếng các nơi cổ kính tôn giáo.

2. CÁCH GIAO TIẾP

Khi bước vào chùa, đền, Tu viện, nên mang vớ và đi chân không (để giày dép bên ngoài), cởi nón ra và hạ dù xuống. Trang phục kín đáo (không nên mặc ríp, hở chân, tay, vai hay thân thể...) Không nên ngửi hoa trước khi cúng Phật. Nên dùng một cây quạt tay hay vật gì quạt tắt đèn cầy, chứ không nên dùng miệng thổi.

Khi gặp quý Sư, cung kính chấp tay và cúi đầu chào *"Āyubowan"* (chúc sống lâu). Phật tử Tích Lan thuần thành thì có người khom mình lấy tay đụng bàn chân của quý Sư rồi đưa tay đó chạm trên trán của mình bày tỏ, lòng cung kính đối với quý Sư -trưởng tử Như Lai.

Āyubowan: khi gặp nhau chấp tay chào, chúc sống lâu.

Bohoma Stuti: cám ơn.

Chư Tăng hay cầm quạt, với mục đích che bớt ánh mắt của người đối diện, nhất là cư sĩ và bậc xuất gia. Hiện giờ quạt được xử dụng như một pháp khí của Tu sĩ của hải đảo Phật giáo Sri Lanka này.

3. VẬN CHUYỂN

Với những phương tiện giao thông xe cộ, máy bay, tàu lửa, xe buýt, taxi dễ dàng, nên ngày nay việc chiêm bái, du lịch cũng thuận lợi và phổ biến. Tiếng Sinhalese (Sri Lanka) *vandana gamana* là chuyến hành hương tâm linh (journey of worship) hoặc *pin gamana* chuyến hành hương phước đức (journey of merit).

4. ẨM THỰC

Sri Lanka là một nước Phật giáo Nguyên Thủy, đa phần Sư thầy và Phật tử ăn mặn (non-veg). Bữa ăn chính là cơm và thường dùng tay để ăn thay cho đũa muỗng. Các món chính cũng giống Ấn Độ như cà ri, roti, dal, chapati, cơm trắng, cơm chiên... Riêng các nhà hàng thường phuc vụ buffet (thức ăn tự chọn) có nhiều món ăn Âu Á trứ danh, nên thực phẩm tương đối dễ dàng.

Nhiều nhà hàng dân giả giữa lùm cây, trang trí bếp núc như cảnh làng quê, với nồi niêu đất sét... khiến khách chiêm bái cảm thấy thân thiện, mộc mạc và có thể ở lại lâu dài để tu tập, học hiểu về lịch sử, khảo cổ, vãng cảnh đồng nội thiên nhiên và thưởng thức văn hóa nghệ thuật truyền thống xứ Sri Lanka.

Sri Lanka nổi tiếng về trà, cà phê, gạo, dừa, và hải sản.

5. NHÀ NGHỈ TRONG CHÙA

Nhiều Tu viện và trung tâm thiền ở Sri Lanka có nơi nghỉ, chỗ ăn và ở cho khách hành hương (thường giá rẻ hơn khách sạn, hoặc tùy hỉ cúng dường),[171] nhưng chỉ có số ít chư Tăng biết tiếng Anh, còn đa phần là dùng ngôn ngữ Tích Lan như Sinhala, Sinhalese (Singalese, Cingalese), nên khách nước ngoài thường nghỉ tại khách sạn và ăn tại nhà hàng, hoặc di theo tour, có hướng dẫn viên của ngôn ngữ nước mình.

6. LỆ PHÍ VÀO CỔNG THAM QUAN THÁNH ĐỊA

Những thánh địa quan trọng mà chánh phủ Ấn Độ cùng Unesco đã thực hiện nhiều công cuộc khảo cổ rất có giá trị và chi phí rất tốn kém cho việc khởi sự và duy trì, nên du khách phải mua vé vào cửa.

Thường vé cho khách nước ngoài (Non-Sinhalese) $40 (=Rs. 4000) (có giá trị trong 6 ngày, hạn dùng trong 2 tuần kể từ thời gian mua vé.

Vé cho những di tích tư nhân, khách nước ngoài khoảng

$20 (=Rs. 2000).

171 Các Tu viện và Trung tâm Thiền định Phật giáo ở Sri Lanka: Hướng dẫn cho các Cư sĩ và Tu sĩ nước ngoài (Buddhist Forest Monasteries and Meditation Centres in Sri Lanka: A Guide for Foreign Buddhist Monastics and Lay Practitioners). Bhikkhu Nyanatusita. April 2018. http://www.bps.lk/olib/mi/mi008.pdf

Người trong nước (nội địa) thì rẽ hơn, chỉ lấy tượng trưng. Giá có thay đổi nhiều ít, tùy từng địa điểm di tích và tùy cơ quan quản lý nơi đó.

Mời xem chi tiết http://www.lanka.net/ccf http://www.ccf.gov.lk/index.php?lang=en

7. CÁC NGÀY LỄ CÔNG CỘNG

Sri Lanka là một đảo có nền lịch sử Phật giáo lâu đời và một nền văn hóa phong phú đặc thù, nên mỗi năm có đến 30 lễ công cộng; số lượng này nhiều hơn các nước khác. Có 6 lễ hội truyền thống và các lễ đa dạng khác[172] như sau:

7.1. Lễ hội Rằm tháng giêng Duruthu Pera

Lễ hội Duruthu Pera chính được tổ chức tại Tu viện Kelaniya Rajamaha Viharaya trước rằm tháng giêng hàng năm để đánh dấu kỷ niệm chuyến viếng thăm đầu tiên của Đức Phật Thích Ca Mâu Ni đến Sri Lanka.

7.2. Lễ Phật đản (Vesak)

Lễ Phật Đản (sinh nhật) mừng thái tử Sĩ Đạt Đa ra đời (sau này giác ngộ trở thành Đức Phật Thích Ca) thường tổ chức vào mồng 8 tháng 4 âm lịch. Đây là một lễ quan trọng nhất tại Sri Lanka.

7.3. Lễ hội Rằm tháng bảy Poson

Thường được tổ chức vào ngày trăng tròn của tháng thứ bảy Poson,[173] là lễ quan trọng (thứ hai sau Phật đản) để kỷ niệm sự du nhập Phật giáo từ Ấn độ vào Sri Lanka do Thánh Tăng Mahinda (con trai của Vua A Dục) truyền Phật giáo từ Ấn độ

172 Các lễ công cộng của Sri Lanka. Mời xem website: http://www.srilankatourism.org/index.php

173 Lễ hội Rằm tháng bảy Poson. https://www.officeholidays.com/holidays/sri-lanka/poson-full-moon-poya

vào Sri Lanka vào thế kỷ thứ 3 trước công nguyên.

Tỳ kheo Mahinda gặp Vua Devanampiyatissa tại Mihintale, một đỉnh núi gần cố đô Anuradhapura ở Sri Lanka, và thuyết giảng bài pháp đầu tiên. Đây là lý do tại sao núi Mihintale thường được gọi là 'Chiếc nôi Phật giáo của Sri Lanka.' Vào lễ Poson, hàng ngàn Phật tử với sắc phục truyền thống trắng đi hành hương hàng loạt thăm Cây Bồ Đề tại Anuradhapura và leo đỉnh Mihintale để đến nơi Tỳ kheo Mahinda thuyết pháp đầu tiên. Các Tu viện Phật giáo, vào ngày lễ này rất đông, chật kín người mộ đạo và khách hành hương.

7.4. Lễ hội Răng Kandy (The Kandy Esala Perahera)

Lễ hội Răng là một lễ hội được tổ chức vào tháng 7 và tháng 8 ở Kandy, Sri Lanka.[174] Xá lợi răng được thờ tại Chùa Sri Dalada Maligawa ở Kandy, mỗi năm xá lợi được rước trên một đoàn với hàng trăm con voi được trang trí lộng lẫy với hơn 1000 nhạc công biểu diễn, diễu hành ngoài phố để tỏ lòng tôn kính với xá lợi Răng thiêng của Đức Phật, một quốc bảo của hải đảo Ceylon.

Cuộc diễu hành thắp đuốc kéo dài 10-15 ngày hàng năm. Đây là một trong những lễ hội nổi tiếng ở châu Á, và có thể

174 Lễ hội Răng Kandy https://paradiseislandsafari.com/kandy-esala-perahera/ https://www.afar.com/places/esala-perahera-festival-of-the-tooth-kandy

là lễ hội Phật giáo lớn nhất trên thế giới. Lễ hội tôn kính Răng của Đức Phật có ý nghĩa quan trọng vì nó tượng trưng cho sự du nhập của Phật giáo đến quốc đảo nhỏ bé này hơn 2600 năm trước. Chùa Sri Dalada Maligawa tổ chức lễ hội này và công bố ngày tổ chức lễ vào khoảng tháng Giêng hàng năm. Kiểm tra trang web của chùa để biết thông tin tham dự một buổi lễ hội Răng tôn nghiêm hoành tráng bậc nhất.

7.5. Lễ hội Mahiyangana Perahera

Mahiyanganaya là một thị trấn nằm gần sông Mahaweli ở huyện Badulla, tỉnh Uva của Sri Lanka. Tương truyền rằng Đức Phật Cồ Đàm (Gautama) đã đến thăm làng Mahiyanganaya vào ngày trăng tròn Duruthu, để giải quyết tranh chấp nảy sinh giữa hai tộc Yakkas và Nagas, đây là chuyến thăm đầu tiên của Đức Phật đến Sri Lanka. Sau đó, Đức Phật giảng pháp cho Sumana Saman, vị Tộc trưởng trong khu vực này, Đức Phật đã trao một nắm xá lợi tóc của mình để dân làng có thể chiêm bái. Sau đó, Sumana Saman (nay là Thần Sumana Saman) đã xây dựng một đại tháp (chethiya) vàng, trong đó có cất giữ xá lợi tóc thiêng. Theo thời gian, đại tháp được trùng tu và xây cái mới. Tháp cuối cùng là do vua Dutugemunu xây dựng. Vì vậy, thị trấn lịch sử này là một nơi rất linh thiêng đối với các Phật tử.[175]

Lễ hội Mahiyanganaya

175 Lễ hội Mahiyangana Perahera. https://en.wikipedia.org/wiki/Mahiyangana

Lễ hội Mahiyangana Perahera thường được tổ chức tại đại tháp Mahiyanganaya vào ngày 10-25 tháng 9 để tưởng nhớ sự kiện lịch sử xá lợi Tóc của Đức Thế Tôn và cũng như tưởng nhớ vị thần Sri Sumana Saman.

7.6. Lễ Hội Dấu Chân Sri Pāda

Người ta tin rằng vào năm 104-76 trước Công Nguyên, Vua Valagamba đang sống lưu vong trên một ngọn núi Hatton ở trung tâm đảo Sri Lanka này và có lưu dấu chân trên đá rất thiêng liêng. Sau khám phá này, hoàng gia, vua quan, thương gia và những người hành hương thường xuyên hàng năm đến chiêm bái dấu chân thiêng liêng Sri Pada này.

Dựa vào các chữ khắc trên bàn chân thiêng liêng đã ghi nhận cuộc hành hương đến Sri Pada đầu tiên là dưới sự cai trị của Vua Vijayabahu. Ban đầu, cuộc hành hương này cực kỳ nguy hiểm khi Marco Polo đến thăm vào thế kỷ 14 và lưu ý rằng các bậc thang đã bị hư sụp và khó đi đến đỉnh nơi có dấu chân. Tuy nhiên, bất chấp điều này, khách chiêm bái cũng đã chinh phục leo lên ngọn núi để đảnh lễ dấu chân thiêng.[176]

176 Lễ Hội Dấu Chân Sri Pādahttp://www.buddhanet.net/e-learning/ buddhistworld/sri-pada.htm https://earth-chronicles.com/histori/the-mystery-of-the-footprint-on-adams-peak.html

Phật tử bắt đầu hành hương từ rằm tháng 12 cho đến rằm tháng tư. Chuyến xe lửa Colombo-Kandy-Nuwara Eliya có ghé qua núi Hatton hoặc xe bus Goods Shed từ Kandy cũng chạy đến núi Hatton này.

Có những lễ khác như ngày Quốc Khánh (ngày 4 tháng 2 - National Day), Giáng Sinh (Christmas), Ngày Thứ Sáu (Good Friday), Năm Mới (New Year Day), Ngày Lao Động (May Day).[177] Năm Mới của người Sri Lanka và người Tamil (Sinhala and Tamil) thường là ngày 13-14 tháng 4, lễ Dīpavali của Hindu (cuối tháng 10 hay đầu tháng 11), v.v... Các đại lễ này góp phần làm cho đời sống tâm linh của người hải đảo thêm phong phú.

8. TRUNG TÂM THIỀN NỔI TIẾNG Ở SRI LANKA

8.1. Trung Tâm Thiền Minh Sát Kanduboda Siyane (Kanduboda Siyane Vipassana Meditation Centre[178] gần Delgoda) có khoảng 70 chỗ cho khách nước ngoài và có chỗ

177 May Day là ngày lao động. Ngày lễ này còn có thể được gọi là Ngày Quốc tế Công nhân hoặc Ngày đầu của tháng Năm và được đánh dấu bằng ngày nghỉ lễ ở hơn 80 quốc gia (The holiday may also be known as International Worker's Day or May Day and is marked with a public holiday in over 80 countries). https://ww+w.officeholidays.com/holidays/sri-lanka/labour-day

178 Kanduboda Siyane Vipassana Meditation Centre.

riêng cho khách địa phương. Đây là nơi rất tốt và tiện lợi cho khách hành hương chiêm bái và tập thiền.

Kanduboda Siyane International Insight Meditation Center Hòa thượng Inguruwatte Piyananda Maha Nayaka Thero Mawatha (Pugoda Road),

Kanduboda, Delgoda, Sri Lanka

+94 11 240 2306, +94 11 493 1808, +94 11 240 3510

Email: siyanevipassana@yahoo.com

www.kandubodavipassana.lk

8.2. Trung Tâm Thiền Minh Sát Dhammakūta (Dhammakūta Vipassana Meditation Centre)[179] do Thiền Sư S.N.Goenka (người Ấn Độ) hướng dẫn mỗi tháng, cung cấp chỗ ăn và ở. Có xe bus từ Kandy đến đây. Phương tiện di chuyển dễ dàng).

Dhammakūta Vipassana Meditation Centre Mowbray, Hindagala, Peradeniya, Sri Lanka. Thiền sư phụ trách: Mrs. Damayanti Ratwatte Email: info@kuta.dhamma.org

Phone: [94](081) 2385774; (081) 3837800, Fax: [94](081) 238-5774

Trung Tâm Phật Giáo Quốc Tế Pāramitā (Pāramitā International Buddhist Centre)[180] tại Kandy, có nhà nghỉ trong một khu vườn rất yên tĩnh trên triền đồi, một thư viện lớn, phòng phát hành nhiều sách thiền Vipassana và Phật giáo có giá trị.

Đến Trung tâm Thông tin Du lịch Sri Lanka tại Sân bay và hỏi xem có bất kỳ chuyến xe buýt đường cao tốc nào hướng đến Colombo trong thời gian đó không. Dịch vụ Xe buýt đường cao tốc có lịch trình cụ thể và hoạt động đến 9 giờ tối hàng ngày. Nếu có, hãy sử dụng dịch vụ này để đến Ga Xe lửa Pháo đài Colombo (Colombo Fort Railway Station) và Trạm Xe buýt

179 Dhammakūta Vipassana Meditation Centre do Thiền Sư S.N.Goenka hướng dẫn. https://www.dhamma.org/en-US/schedules/schdhara

180 Trung Tâm Phật Giáo Quốc Tế Pāramitā (Pāramitā International Buddhist Centre) https://paramitaibc.org/contact-us/

Pháo đài Colombo, gần ga xe lửa. Hoặc từ sân bay đi đến Trạm Xe buýt Averiwatte, cách đó 0,5km và mất 15 phút đi bộ. Các chuyến xe buýt cứ 15 phút một chuyến.

Paramita Meditation Centre

No. 7, Kandy Road, Kadugannawa, Sri Lanka Tel/Fax: (+94 77) 448 1980

Email: paramitateja@yahoo.com,

paramitaibc@sltnet.lk www.paramitaibc.org

8.4. Thiền Viện Nilambe (Nilambe Meditation Centre)[181] trên đỉnh núi rất yên tĩnh và tuyệt đẹp khi nhìn các làng mạc và thành phố bên dưới.

Có thể đến trung tâm bằng taxi hoặc xe buýt từ Kandy. Nếu đi từ Katunayaka bằng xe buýt, hãy xuống từ ngã ba Peradeniya Galaha và bắt xe buýt Delthota đến ngã ba Giao lộ Office. Nếu đến từ Kandy, có thể bắt xe buýt Delthota tại bến Xe buýt Goodshed và xuống tại Giao lộ Văn phòng (cách Kandy 17km. Có thể mất khoảng 1 tiếng rưỡi để đến Giao lộ Office). Từ đó đi bộ lên dốc khoảng 45 phút (hoặc taxi / xe ba bánh) qua các đồn điền chè để đến trung tâm.

Vui lòng đến trung tâm trong khoảng thời gian từ 1 giờ chiều đến 3 giờ chiều. Mất khoảng hai giờ để đến trung tâm từ ngã ba Peradeniya, Galaha, nếu bạn đến bằng xe buýt và đi bộ đến Trung tâm từ Giao lộ Văn phòng.

Nilambe Buddhist Meditation Centre Nilambe, Sri Lanka

Email: info@nilambe.net www.nilambe.net

8.5. Thiền Viện Sumantipala Nahimi (Sumantipala Nahimi Senasun Arana Meditation Center)[182] được thành lập

181 Thiền Viện Nilambe. https://www.nilambe.net/

182 Thiền Viện Sumantipala Nahimi. https://placestomeditate.wordpress.com/2018/04/23/sumathipala-meditation- centre-kanduboda/

vào khoảng năm 2003 ở Kanduboda gần Delgoda, Sri Lanka, do Thượng Tọa Gampaha Pemasiri Mahathera, đệ tử trưởng của Hòa Thượng Kahatapitiya Sumathipala, là một trong những thiền Sư hàng đầu ở Sri Lanka.

Thiền viện tọa lạc trong một khu rừng yên bình và xinh đẹp, có một tháp màu trắng với các bức phù điêu bằng các chất liệu khác nhau, bên trong thờ Phật và xá lợi, cạnh bên ngoài sân có một cây Bồ Đề (được chiết từ nhánh cây Bồ Đề cổ nhất ở cố đô Anuradhapura, Sri Lanka). Nơi này có nhiều thất nhỏ, nhà nghỉ cho khoảng 70 hành giả và Thượng Tọa Trụ trì có thể hướng dẫn thiền bằng tiếng Anh.

Sumantipala Nahimi Senasun Arana Meditation Center Heelbathgoda Rd

Kanduboda, Delgoda, 11700, Sri Lanka Phone: 94 112 402 805

9. THƯ VIỆN

Nhiều thư viện ở Colombo và Kandy, trong đó có nhiều kinh sách Phật giáo. Tất cả mọi người đều có thể tham quan, nghiên cứu và đọc tại chỗ, nhưng chỉ có thành viên mới được mượn về.

9.1. Thư Viện Châu Á Hoàng Gia (The Royal Asiatic Society Library) được thành lập vào năm 1845, có gần 11.000 quyển bao gồm những cuốn sách quý hiếm và 117 tên tạp chí. Thư viện cũng sở hữu bộ sưu tập cực kỳ quý hiếm thuộc thế kỷ 17 và 18.

Bảo tàng mở cửa từ 9:30 giờ sáng từ Chủ Nhật đến Thứ Năm và đóng cửa vào các ngày lễ công cộng.

The Royal Asiatic Society Library

_ Ananda Coomaraswamy Mawatha, Colombo 00700, Sri Lanka

Tel.: +94 112 699 249

Email: info@royalasiaticsociety.lk

Mời xem website: https://www.royalasiaticsociety.lk/library/

9.2. Thư viện Colombo (The Colombo Public Library): Thư viện Bảo tàng Colombo cũng là một trong những thư viện đầu tiên của thành phố. Người sáng lập Bảo tàng, Thống đốc Sir William Gregory (1872-77) là người có công trong việc thúc đẩy thư viện Bảo tàng, sở hữu nhiều tác phẩm tham khảo về lịch sử tự nhiên và văn học phương Đông có giá trị đặc biệt cho sinh viên nghiên cứu. Thư viện mở cửa từ 8 giờ sáng đến 7 giờ tối mỗi ngày, trừ Thứ Tư và các ngày lễ công cộng.

The Colombo Public Library

15 Sir Marcus Fernando Mawatha, Colombo 7 Colombo Sri Lanka

Telephone: (11) 4691968 www.colombopubliclibrary.org/

9.3. Thư viện D.S. Senanayaka (The D.S. Senanayaka Library) được một nhóm người dân địa phương Kany xây vào năm 1841 và được Hội đồng thành phố Kandy tiếp quản vào năm 1920. Thư viện tọa lạc tại Ehelepola Kumarihami Mawatha, trung tâm Kandy, được trùng tu nhiều lần và hiện tại có hơn 80.000 thành viên. Đây là một thư viện tuyệt vời, trong đó nhiều sách hay về chủ đề Phật giáo và lịch sử Sri Lanka.

The D.S. Senanayaka Library

Ahalepola Kumarihami Mawatha, Kandy, Sri Lanka Phone: +94 812 223 716

Mời xem website: https://www.attractionsinsrilanka.com/travel-directory/d-s-senanayake-memorial-public-library/

9.4. Nhà Xuất Bản Sách Phật Giáo (The Budhist Publication Society (BPS) có một thư viện sách, tạp chí Phật giáo với nhiều ngôn ngữ (Đức, Pháp, Anh, Tích Lan, Hindi...), đặc biệt có bộ Tam Tạng bằng tiếng Pali và tiếng Anh. Nhà xuất bản nằm đối diện hồ Kandy, cách Chùa Răng Phật (Temple of the Tooth) khoảng 300 mét. Nhà Sách rất hoan nghênh quý Phật tử và khách đến thăm viếng và thỉnh mua sách với giá giảm 10%.

10. VIỆN BẢO TÀNG

10.1. Viện Bảo tàng Quốc gia Colombo (The National Museum Colombo)[183] do thống đốc Anh của Ceylon (Sri Lanka), Ngài William Henry Gregory, thành lập vào ngày 1 tháng 1 năm 1877.

Hiệp hội Châu Á Hoàng gia (CB) và các nhà chức trách của bảo tàng đã hợp tác, để trưng bày các di sản văn hóa và thiên nhiên của đất nước, nâng cấp bảo tàng lên tầm quốc tế.

Bảo tàng mở cửa từ 9 giờ sáng đến 5 giờ chiều mỗi ngày, trừ Thứ Sáu và các ngày lễ công cộng.

The National Museum Colombo Tel.: 0094 112 694366

http://www.museum.gov.lk

10.2. Viện Bảo tàng Quốc gia Kandy (The National Museum Kandy)

Viện Bảo tàng Quốc gia Kandy[184] được xây dựng dưới thời Sri Vickrama Rajasingha, vào năm 1882 được sử dụng như một kho lưu trữ các hiện vật lịch sử của Hiệp hội Nghệ thuật Kandy và các nghệ nhân của Matale thực hiện. Bảo tàng được mở cửa cho công chúng vào năm 1942.

Bảo tàng có hơn 5.000 hiện vật được trưng bày bao gồm vũ khí, đồ trang sức, công cụ và các hiện vật khác từ thời Kandian (thế kỷ 17-19) và hậu thuộc địa Anh, bao gồm cả bản sao của

183 Viện Bảo tàng Quốc gia Colombo (The National Museum Colombo). http://www.museum.gov.lk/web/index

184 Viện Bảo tàng Quốc gia Kandy https://en.wikipedia.org/wiki/National_Museum_of_Kandy

thỏa thuận năm 1815 bàn giao các tỉnh Kandyan cho người Anh. Trong khuôn viên của bảo tàng có một bức tượng của Ngài Henry Ward, một cựu Thống đốc của Ceylon (1855–1860).

Viện Bảo tàng sát sạnh Chùa Răng Phật (the Temple of the Tooth) (chỉ 2 phút đi bộ), mở cửa từ 9 giờ sáng đến 4 giờ chiều mỗi ngày, trừ Thứ Sáu và Thứ Bảy.

The National Museum Kandy Kandy, Sri Lanka

Phone: +94 812 223 867

10.3. Viện Bảo tàng Khảo cổ Anuradhapura (The Archeological Museum Anuradhapura)

Bảo tàng Khảo cổ học Anuradhapura[185] được thành lập vào năm 1947 với sự nỗ lực không ngừng của nhà khảo cổ người Sri Lanka tiên phong, Tiến sĩ Senerath Paranavithana. Từ đó, nó trở thành một trong những bảo tàng lâu đời và phong phú nhất ở Sri Lanka. Có nhiều tác phẩm nghệ thuật như các tượng Phật tuyệt đẹp, đến các tác phẩm điêu khắc của các vị thần Hindu và ngoại giáo cổ đại; có các di vật tàn tích bằng đá, gỗ, kim loại, đất nung, tiền xu, con rối và các thứ khác thuộc nhiều thời đại của các vương quốc lớn của Sri Lanka. Đây là điểm rất đáng đến tham quan cho những ai muốn nghiên cứu về nền văn hóa và lịch sử phong phú của cố đô Anuradhapura.

Bảo tàng Khảo cổ học Anuradhapura nằm giữa hai địa danh lịch sử chính: cung điện Brazen và bảo tháp Ruvanvaelisaya. Như vậy, khách chiêm bái có thể đi đường vòng nhỏ để đến viếng ba nơi này. Mở cửa từ 9 giờ sáng đến 5 giờ chiều mỗi ngày, trừ Thứ Ba và các ngày lễ công cộng.

Archeological Museum Anuradhapura Thuparama Dagaba, Anuradhapura, Sri Lanka Phone: 94 253 856 564

185 Viện Bảo tàng Khảo cổ Anuradhapura (Archeological Museum Anuradhapura)
http://www.srisalike.com/Museum/Anuradhapura/Anuradhapura%20Archaeological%20Museum.aspx

10.4. Viện Bảo tàng Pháp Hiền (The Fa-Hsien Museum)

Để kỷ niệm chuyến viếng thăm của nhà chiêm bái Trung Quốc Pháp Hiền (Fa Xian) đến Abhayagiri, Anuradhapura, vào thế kỷ thứ 5, viện bảo tàng này được xây và đặt tên Pháp Hiền. Ngài Pháp Hiền đã dành hai năm (412–413 sau Công Nguyên) tu học tại Abhayagiri, để dịch các văn bản Phật giáo mà sau này Ngài mang về Trung Quốc.[186]

Bảo tàng tọa lạc ở phía Nam Abhayagiri Dagoba, thuộc cố đô Anuradhapura, đã trưng bày nhiều tác phẩm điêu khắc bằng đồng và gốm được tìm thấy tại đây và đặc biệt có các bức bích họa rất đẹp. Mở cửa từ 8 giờ sáng đến 5 giờ chiều mỗi ngày, trừ Thứ Ba và các ngày lễ công cộng. Bảo tàng cũng có hiệu sách nhỏ cho khách thỉnh đồ lưu niệm.

Mời xem website: https://www.lonelyplanet.com/sri-lanka/the-ancient-cities/anuradhapura/attractions/abhayagiri-museum

10.5. Viện Bảo tàng Kỳ Viên (The Jetavana Museum)

Bảo tàng Kỳ Viên (Jetavana)[187] tọa lạc trong khu Tu viện cổ Jetavana tại Anuradhapura, một di sản thế giới do UNESCO công nhận. Vào năm 1937, dưới thuộc địa Anh, tòa nhà này được sử dụng làm tòa thị chính, nhưng từ năm 1996, nó được chuyển thành Viện bảo tàng Kỳ Viên. Các sản phẩm được tìm thấy ở quần thể Tu viện Jetavana, Anuradhapura, đã tồn tại từ thế kỷ thứ 3 - 10 sau Công Nguyên và được trưng bày trong viện bảo tàng này.

Mở cửa từ 8 giờ sáng đến 5 giờ chiều mỗi ngày trừ Thứ Ba và các ngày lễ công cộng.

The Jetavana Museum Anuradhapura, Sri Lanka Phone: 94 254 926 462

Email: jetavanamuseum@gmail.com

186 Viện Bảo tàng Pháp Hiền (Fa-Hsien Museum) https://www.lonelyplanet.com/sri-lanka/the-ancient-cities/anuradhapura/attractions/abhayagiri-museum
187 Viện Bảo tàng Kỳ Viên (Jetavana). http://www.ccf.gov.lk/

10.6. Viện Bảo tàng Khảo Cổ Polonnaruwa (The Polonnaruwa Museum)

Viện Bảo tàng Khảo cổ học Polonnaruwa được xây dựng theo cách bài trí của các tường thành cổ của Vương quốc Polonnaruwa (phát triển mạnh từ thế kỷ 11 đến thế kỷ 13). Mỗi phòng trưng bày đều sở hữu một số hiện vật cổ, vật dụng thường dùng trong nhà và pháp khí, tôn tượng của các chùa đền tôn giáo. Bảo tàng tự hào khi có các mô hình quy mô của các tòa pháo đài và kinh đô lịch sử từng tồn tại trong quá khứ, khiến khách chiêm bái như sống lại được trong thời hoàng kim thịnh vượng của Vương quốc Polonnaruwa.

The Polonnaruwa Museum Sacred City

Polonnaruwa, Sri Lanka Phone: +94 11 2 500732

www.knowsrilanka.com/todo/archaeological-museum-of-polonnaruwa

CHƯƠNG X

KẾT LUẬN

Sri Lanka là một đảo quốc nằm ở phía Nam Ấn Độ, một xứ chùa tháp Phật giáo Nguyên Thủy, là điểm hành hương tâm linh nổi tiếng với sự bí ẩn thiêng liêng của các quần thể di sản văn hóa Phật giáo cổ nhất thế giới.

Sri Lanka thừa hưởng những giá trị tinh hoa của nền lịch sử Phật giáo lâu nhất so với bất kỳ quốc gia Phật giáo nào và Tăng đoàn Phật Giáo Nguyên Thủy tồn tại cũng như phát triển từ khi Phật giáo du nhập vào thế kỷ thứ 3 trước Công nguyên cho đến ngày nay.

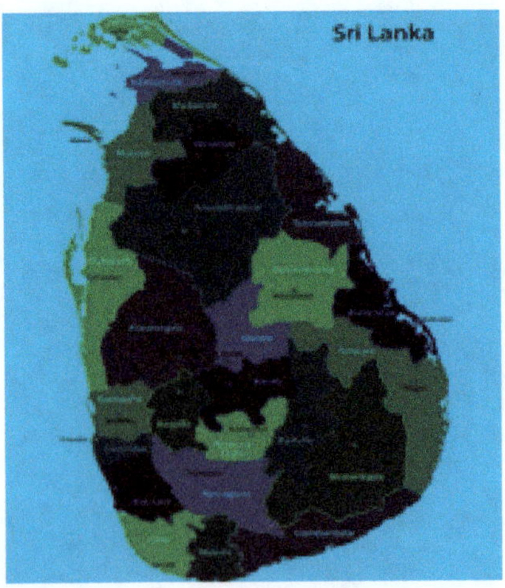

Sri Lanka tự hào là một đất nước với nhiều di sản độc nhất

trên thế giới (được công nhận bởi UNESCO) như cây Bồ Đề lâu đời nhất, các quần thể thánh địa ở thành phố Anurādhapura, Bộ Tam tạng Pali viết trên lá cọ, Xá lợi Răng Phật, Chùa đá Polonnaruwa, Núi đá Móng Sư Tử Sigiriya nhiều màu, Chùa vàng trong hang động Dambulla, Thành cổ pháo đài Galle, cùng nhiều đền tháp cổ đại được công nhận di sản văn hóa thế giới.

Sri Lanka tự hào có một danh sách 16 thánh địa thiêng liêng (*Solosmasthanas*)[188] nổi tiếng như Bảo tháp Mahiyangana Raja Maha Vihara, Tịnh xá Nagadeepa Purana, Tu viện Kelaniya Raja Maha Vihara, núi Chân Phật Sri Pada, Động đá Diva Guhava (*Hang Batatotalena*), Đại tháp Deegavapi Raja Maha Vihara, Tinh xá Muthiyangana Raja Maha Vihara, Bảo tháp Tissamaharama Raja Maha Vihara, Cây Bồ Đề Sri Maha Bodhi, Tháp Mirisawetiya, Tháp Ruwaneli, Bảo Tháp Thuparamaya, Tháp Abhayagiriya, Tháp Jetavanarama, Tháp Sela Cetiya và Tháp trắng Kiri vehera.

Ni sư TN Giới Hương bên cạnh bảng Tam Tạng Pali viết trên lá cọ Ola tại Chùa Hang Aluvihare, Matale, miền trung Sri Lanka, ngày 13/07/2023

188 Xin xem https://www.nekhor.org/sites-of-sri-lanka

Sri Lanka tự hào có các thánh địa được Đức Phật Thích Ca Mâu Ni đến trong ba chuyến viếng thăm sau khi Ngài giác ngộ, được đức Thánh Tăng Arhanthā Mahinda, Thánh Ni Saṅghamittā Theri đến hoằng pháp... Có các tượng Phật lớn mỹ thuật, di tích, già lam, cổ tự, bảo tháp Phật giáo ngàn năm tuổi cổ đại khác đã gắn liền với sự hình thành Phật giáo Sri Lanka.

Sri Lanka tự hào khi có một nền văn hóa phong phú đặc thù và vô số di tích lịch sử là những kiệt tác của tôn giáo, kiến trúc, nghệ thuật, điêu khắc và kỹ thuật của một nền văn minh Sri Lanka cổ đại.

Dẫu chỉ còn nền móng và được tái tạo, trùng tu, nhưng những vết tích nền móng không còn nguyên vẹn ấy cũng đủ cất tiếng nói hùng hồn đáng cho khách chiêm bái thấy sức mạnh và khả năng sáng tạo phi thường của nghệ thuật kiến trúc, điêu khắc Sinhalese cổ đại. Đây là một minh chứng cho một nền văn minh có từ lâu đời với sự ảnh hưởng sâu sắc của nền Phật giáo Ấn Độ.

Thật ấn tượng và ngưỡng mộ khi người cổ đại xây dựng các thánh tích như vậy trong thời đại chưa có kỷ thuật tiên tiến! Đây là suối nguồn cảm hứng cho nhiều sáng tác nghệ thuật, văn chương, điêu khắc và theo đó kinh tế cùng du lịch hành hương cũng phát triển.

Phái đoàn hành hương Chùa Hương Sen tại Đại Tháp Hòa Bình Rathnamali Maha Chetiya (Ruwanweli Maha Seya), Anurādhapura, 11/7/2023

Thật vô cùng hạnh phúc và an lạc khi phái đoàn Chùa Hương Sen, tiểu bang California, Hoa Kỳ, đã đến đảnh lễ, thiền hành, niệm Phật, tụng kinh và cúng dường gieo duyên ở trung tâm tôn giáo và văn hóa Phật giáo thời cổ hàng ngàn năm tuổi ấy.

Đây là một nơi đến tuyệt vời để khách chiêm bái từ khắp nơi trên thế giới có thể về chiêm ngưỡng như đánh thức lại những thời huy hoàng của Phật giáo cổ xưa.

Kính lạy Đức Thế Tôn,

Bậc Chánh Đẳng Chánh Giác tác đại chứng minh.

NGUỒN THAM KHẢO

- Sacred Island – A Buddhist Pilgrim's Guide to Sri Lanka. Ven. S. Dhammika 2008. Champika Printers.
- http://www.buddhanet.net/sacred-island/
- http://www.buddhanet.net/sacred-island/introduction.html
- Phật giáo tại Sri Lanka, Piyadassi Manhāthera, Phạm Kim Khánh dịch.
- https://www.vomonthientu.org/a356/14-phat-giao-tai-sri-lanka-
- The Essence Guide to Custom & Culture, Culture Smart – Sri Lanka. Emma Boyle. 2016.
- Sri Lanka. Lonely Planet. 2018.
- Buddhism in Sri Lanka: A Short History, by H.R. Perera, 2007
- https://www.accesstoinsight.org/lib/authors/perera/wheel100.html#sect-47
- Sri Pada: Buddhism Most Sacred Mountain, A Pilgrim Guide, by Venerable S Dhammika http://www.buddhanet.net/e-learning/buddhistworld/sri-pada.htm
- Asala Perahara: Powers of the Buddha Relic in Si Lanka trong Theravada Traditions – Buddhist Ritual Cultures in Contemporary Southwest Asia and Sri Lanka. John Clifford Holt. University of Hawai'i Press, Honolulu. 2017.
- Critical Studies on the Early History of Buddhism in

Sri Lanka. Professor Dhammavihari Thera. Buddhist Cultural Centre: Deliwala. 2003.

- Walking in the Sunsine of the Bhikkhnis – A Biography of Ranjani de Silva – The Women behind the Bikkhuni Revival. Bhikkhuni Suvira. Buddhist Cultural Centre: Deliwala. 2021.
- Buddhist Ceremonies and Rituals of Sri Lanka. A.G.S. Kariyawasam. The Wheel Publication. 1995.
- The Ancient Maha Vihara Tradition and Malwatu-Asgiri Viharas. Ven Dr. K. Sri Pemaloka. 2008.
- Braving- The Unknown Summit – Autobiography of Ven. Bhikkhuni Dr. Kolonnawe Kusuma. Akna Publishers.2012.
- Buddhism Culture & Sri Lnaka Pilgrim's Guide. Ven. Narada, G.P. Malalasekara, Ven. K. Wimalajothi. Buddhist Cultural Centre: Deliwala. 2012, 2013, 2014.
- Some Traditional Festivals of Sri Lanka. Rohana R. Wasala. S. Godage & Brothers (Pvt) Ltd.2013.
- Ceremonies Festivals and Rituals of the Sinhalese: An Anthropological Approach. Chandrasiri Palliyaguru. Sarasavi Publishers. 2019.2022.
- Commemoration of the 270th Anniversary of Establishment of Siyam Nikaya. Lanka Kumar.2023.
- Sri Lanka Chinese. Ven. Professor Nedalagamuwe Dhammadinna. Department of Modern Languages. University of Kelaniya. Samayawardhana Book Shop (Pvt) Ltd.2018.
- C. W. Nicholas, Historical Topography Of Ancient and Medieval Ceylon, Colombo, 1963.
- K.A. Nilakanta Sastri, Foreign Notices of South India, Madras,1939.
- W. Skeen, Adam's Peak, Colombo, 1870.

- H. Yule, Cathay and the Way Thither, Vols I-IV, 1913-16.
- Asala Perahara: Powers of the Buddha Relic in Si Lanka. Theravada Traditions – Buddhist Ritual Cultures in Contemporary Southwest Asia and Sri Lanka. John Clifford Holt. University of Hawai'i Press, Honolulu. 2017.
- Biên niên sử về Hải Đảo (Dīpavamsa - the Chronicle of the Island of Ceylon). Bimala Churn Law. Salman Press, 1959.
- Characteristics of Buddhist Pilgrimages in Sri Lanka. Robert H. Stoddard. University of Nebraska – Lincoln. 1988.
- (https://digitalcommons.unl.edu/cgi/viewcontent.cgi?article=1032&context=geographyfacpub)
- Buddhism in Sinhalese Society 1750-1900. Kitsiri Malalgoda.
- The Sri Lanka Reader. 2011.
- The Buddhist Revival in Sri Lanka – Religious Tradition, Reinterpretation and Response George D. Bond – University of South Carolina Press, Columbia, South Carolina. 1988.
- Island of Light – Buddhism in Sri Lanka – A concise History and Guide to its Sacred Sites T Y Lee – foreword by Ven. P. Gnanarama Ph.D. Singapore: KepMeadia International Pte Ltd. 2010.
- Phật Giáo Tích Lan. Trần Quang Thuận. Nhà xuất bản: NXB Tôn Giáo https://nhasachvanhanh.com/shop/nghien-cuu-khao-luan/phat-giao-tich-lan
- Tuviện,ThápPhậtởTíchLan:http://www.phatgiaohue.vn/news.aspx?KenhID=68&ChuDeID=0&TinTucID=1233
- Sự Phục Hưng Phật Giáo Tại Tích Lan - Nguyên Tác Đức Ngữ: Ernst Benz. - Chuyển Ngữ: H.t. Thích Trí Chơn

- https://thuvienhoasen.org/a14635/su-phuc-hung-phat-giao-tai-tich-lan-nguyen-tac-duc-ngu-ernst-benz-chuyen-ngu-h-t-thich-tri-chon
- Phật giáo tại SRI LANKA. Piyadassi Manhāthera, Phạm Kim Khánh dịch, https://www.vomonthientu.org/a356/14-phat-giao-tai-sri-lanka
- Kinh tụng Pali Nhật Hành Pali-Việt. Tỳ kheo Viên Minh. Nxb Tôn Giáo. Pl 2556.

INTERNET:

- http://www.tourslanka.com/things-to-do/situated-in-polonnaruwa/

PHỤ LỤC

TƯỜNG TRÌNH CHUYẾN HÀNH HƯƠNG, TỪ THIỆN VÀ HỘI THẢO PHẬT GIÁO

TẠI HÀN QUỐC, ẤN ĐỘ VÀ TÍCH LAN
Ngày 22/06 đến ngày 20/07/2023

(Thích Nữ Giới Hương)

Thời gian thấm thoát trôi qua nhanh. Chuyến hành hương một tháng: Phật tích, hội thảo Phật giáo và từ thiện của Chùa Hương Sen tại ba nước Hàn Quốc, Ấn Độ và Tích Lan đã khép lại với nhiều thành tựu đáng nhớ. Thành kính tri ân Chư tôn thiền đức Tăng Ni và các Phật tử đồng hương xa gần đã ủng hộ cho chương trình Bảo trợ Tăng Ni Sinh du học và Từ thiện ba nước. Danh sách các nhà hảo tâm có đăng ở website: https://huongsentemple.com/index.php/vn/tin-tuc/ tu-thien/8182-tu-thien-nam-2023 và Fanpage: Huong Sen.

Phái đoàn hơn 15 vị gồm có Ni sư TN Giới Hương (Trụ trì Chùa Hương Sen), Sư cô Trí Minh (em gái của NS TN Giới Hương), Sư cô Viên Bảo, Sư cô Viên Đạo, Sư cô Đức Trí, Sư cô Viên Nhuận, Sư cô Viên Giác, Sư cô Viên Lành, Viên Lệ, Viên Phương, Viên Đào, và Trúc Nghiêm cùng các vị hướng dẫn đoàn như Lunah Kim (cho Tour Hàn Quốc), Thầy Bhante Ratna và chú Ravi (cho Tour Ấn Độ) và Hòa thượng Ven. Kahawatte Siri Sumedha cùng ông Lakman Anu (cho Tour Tích Lan)… đã thực hiện chuyến đi đầy ý nghĩa này.

1. HÀN QUỐC

Ngày 23-30 tháng 6 năm 2023, Hiệp hội Nữ Phật Tử Phật Giáo Quốc Tế Sakyadhita tổ chức hội nghị lần thứ 18 tại Hội trường Coex, Seoul, Hàn Quốc (The 18th Sakyadhita International Conference on Buddhist Women, COEX, Bongeunsa Temple, Korean Bhiksuni Association Center, Seoul, South Korea) với sự tham dự của hơn 3000 đại biểu từ nhiều nước trên thế giới về tham dự. Trong đó, lúc 3g chiều ngày 25 tháng 6, Ni sư TN Giới Hương thuyết trình (workshop) với tiêu đề **"Đức hạnh của Nữ đệ tử Phật là những Khí chất giúp vượt qua những Khó khăn của Thời đại" (Virtues to Help Buddhist Women Face Today's Precarious World).**

Sau hội nghị, đoàn đã viếng thăm các chùa Hàn quốc như Woljeongsa, Baekdamsa, Naksansa... là những ngôi đại tùng lâm uy nghi tráng lệ của Phật giáo Hàn Quốc.

2. ẤN ĐỘ

Chiều 2 giờ ngày 01 tháng 07 năm 2023, đoàn bay qua thủ đô Delhi, Ấn độ và đến trường đại học Sharda, Greater Noida, tiểu bang Uttar Pradesh, để tham dự cuộc hội thảo Phật Giáo với gần 100 Tăng Ni sinh Việt Nam đang du học tại nhiều trường Đại học Ấn Độ tham dự. Hội thảo với chủ đề "Phật Giáo - Tầm Nhìn Lịch Sử và Thực Hành" (*Buddhism - A Historical and Practical Vision*), trong đó Ni sư TN Giới Hương thuyết trình với đề tài: **"Triết Lý Phật Giáo đã đến các Trường Đại Học Hoa Kỳ" (Buddhist Philosophy has come to the American Universities**). Nội dung cuộc Hội thảo được kết tập thành hai tập sách Anh Việt **"Phật Giáo - Tầm Nhìn Lịch Sử và Thực Hành" và "Buddhism - A Historical and Practical Vision"** là thành quả của 23 bài thuyết trình đã được đúc kết và chuyển tặng cho các tăng ni, nghiên cứu sinh và giáo sư cùng thư viện các trường. Nhân dịp này, đoàn cũng cúng dường trai tăng và gởi tặng các sách của Tủ Sách Bảo Anh Lạc, Chùa Hương Sen, đến các vị tham dự.

Sáng sớm 6 giờ ngày 02 tháng 07 năm 2023, đoàn bay qua Chùa Siddhartha United Social Welfare Mission tại thành phố

thực hiện chuyến đi đầy ý nghĩa này.

1. HÀN QUỐC

Ngày 23-30 tháng 6 năm 2023, Hiệp hội Nữ Phật Tử Phật Giáo Quốc Tế Sakyadhita tổ chức hội nghị lần thứ 18 tại Hội trường Coex, Seoul, Hàn Quốc (The 18th Sakyadhita International Conference on Buddhist Women, COEX, Bongeunsa Temple, Korean Bhiksuni Association Center, Seoul, South Korea) với sự tham dự của hơn 3000 đại biểu từ nhiều nước trên thế giới về tham dự. Trong đó, lúc 3g chiều ngày 25 tháng 6, Ni sư TN Giới Hương thuyết trình (workshop) với tiêu đề **"Đức hạnh của Nữ đệ tử Phật là những Khí chất giúp vượt qua những Khó khăn của Thời** đại" **(Virtues to Help Buddhist Women Face Today's Precarious World).**

Sau hội nghị, đoàn đã viếng thăm các chùa Hàn quốc như Woljeongsa, Baekdamsa, Naksansa... là những ngôi đại tùng lâm uy nghi tráng lệ của Phật giáo Hàn Quốc.

2. ẤN ĐỘ

Chiều 2 giờ ngày 01 tháng 07 năm 2023, đoàn bay qua thủ đô Delhi, Ấn độ và đến trường đại học Sharda, Greater Noida, tiểu bang Uttar Pradesh, để tham dự cuộc hội thảo Phật Giáo với gần 100 Tăng Ni sinh Việt Nam đang du học tại nhiều trường Đại học Ấn Độ tham dự. Hội thảo với chủ đề "Phật Giáo - Tầm Nhìn Lịch Sử và Thực Hành" (*Buddhism - A Historical and Practical Vision*), trong đó Ni sư TN Giới Hương thuyết trình với đề tài: **"Triết Lý Phật Giáo đã đến các Trường Đại Học Hoa Kỳ" (Buddhist Philosophy has come to the American Universities**). Nội dung cuộc Hội thảo được kết tập thành hai tập sách Anh Việt **"Phật Giáo - Tầm Nhìn Lịch Sử và Thực Hành" và "Buddhism - A Historical and Practical Vision"** là thành quả của 23 bài thuyết trình đã được đúc kết và chuyển tặng cho các tăng ni, nghiên cứu sinh và giáo sư cùng thư viện các trường. Nhân dịp này, đoàn cũng cúng dường trai tăng và gởi tặng các sách của Tủ Sách Bảo Anh Lạc, Chùa Hương Sen, đến các vị tham dự.

Sáng sớm 6 giờ ngày 02 tháng 07 năm 2023, đoàn bay qua Chùa Siddhartha United Social Welfare Mission tại thành phố

Kolkata, tiểu bang West Bengal, Ấn Độ, để tham dự cuộc Hội Thảo thứ hai tại Ấn Độ với các học giả, nhà văn và các giáo sư Ấn Độ. Hội thảo do Hòa thượng Trụ trì Tiến sĩ Buddha Priya Mahathero cùng Ni sư TN Giới Hương đồng tổ chức với chủ đề: "Sự đóng góp của Phật Giáo cho Hòa Bình Thế Giới" (*The Great Contribution of Buddhism for World Peace and Social Harmony*). Có 24 thuyết trình viên, trong đó Ni sư Giới Hương đã thuyết trình đề tài: **"Sự Đóng góp của Hoàng đế A-dục và Vua Trần Nhân Tông cho Hòa bình Thế giới và Trật tự Xã hội" (The Great Contribution for World Peace and Social Harmony of Emperor Asoka of India and Emperor Trần Nhân Tông of Vietnam).**

Sau đó, lúc 5 giờ chiều chùa Hương Sen cũng phát quà từ thiện cho những gia đình khó khăn ở địa phương Kolkata quanh chùa Siddhartha United Social Welfare Mission, tiểu bang West Bengal.

Ngày 3-6 tháng 7 năm 2023, đoàn đi chiêm bái các thánh tích Phật giáo như Lâm-tỳ-ni (*nơi thái tử Sĩ-Đạt-Đa* đản *sanh*), Câu Thi Na (*nơi Đức Phật nhập Niết Bàn*), Vaishali (*nơi thành lập Ni* đoàn *và* Đức *Phật an cư nhiều mùa hạ*), trường Đại học Phật giáo cổ đại Na-lan-đa, Vương Xá Thành, vv... Tối ngày 6 tháng 7, dưới sự chứng minh của Thượng Tọa Ratna, Thượng Tọa trụ trì Chùa Bangadesh (Bồ-đề-đạo-tràng), Ni sư Giới Hương và mười quý Sư cô đã làm lễ xuống tóc xuất gia truyền mười giới Sadini cho Phật tử Viên Lành, Viên Lệ (*dì của Ni sư TN Giới Hương*) và Viên Phương (*Chị Hai của Ns TN Giới Hương*) tại cây Bồ Đề thiêng, nơi Đức Phật giác ngộ.

Sáng ngày 07 tháng 07 năm 2023, đoàn đến Chùa Kiều Đàm Di tại Bồ Đề Đạo Tràng, tiểu bang Bihar, kết hợp với Ni sư Như Phụng (vị tri sự của chùa) để phát 200 phần quà từ thiện cho những gia đình nghèo, người tàn tật, trẻ mồ côi, cô nhi địa phương. Cùng thời gian này, Thầy Ratna cùng Sư cô Viên Nhuận, Ni cô Viên Lệ, Ni cô Viên Phương đi cúng dường sách và tịnh tài cho các chùa tại địa phương vùng Bồ-đề-đạo-tràng.

Ngày 8 và 9 tháng 7 năm 2023, sau khi viếng thăm Lộc Uyển, Sarnath, Varanasi và thủ đô Delhi, đoàn rời Ấn Độ và bay qua đất nước Phật giáo Tích Lan, một hải đảo được mệnh danh là hòn ngọc Viễn đông, nơi thờ Cây Bồ Đề thiêng cổ nhất thế giới, Răng Phật xá lợi và Kinh Tạng Pali được viết trên lá diệp (*Tripitaka writeen in Palm Leaves*).

3. TÍCH LAN

Chiều ngày 10 tháng 7 năm 2023, đoàn viếng Avukana Ancient Rock Temple nơi có tượng Phật đứng cao nhất Tích Lan (Avukana Royal Rock Buddha Statue), hồ biển Ayodhya Ela Kalawewa, Chùa Wijithapara Rajamaha Viharaya ở Avukana địa phương, để cúng dường kinh sách. Trên đường về Resort Hotel, đoàn đi ngang qua một chùa đang xây dựng có khoảng 50 tượng chư Tăng đi khất thực ở bốn hướng và Đức Phật tọa thiền chính giữa. Đây là mẫu kiến trúc khá phổ biến ở chùa tháp Tích Lan.

Ngày 11 tháng 7 năm 2023, đoàn viếng thăm Cây Bồ Đề cổ nhất thế giới (chiết từ cây Bồ Đề nơi Đức Phật Thích Ca giác ngộ) Sirimaha Bodhi Tree tại cố đô Anuradhapura, đại tháp Hòa Bình Ratnamali Maha Chetiya Great Stupa, Chùa Ni Anula Silmatha do Bhikkhuni Arama trụ trì, đại tháp Abhayagiri, tháp Jethavana, và khu di tích Midintale (nơi thầy Tỳ kheo Mihintale, con trai của Vua A Dục đem đạo Phật qua truyền bá tại Tích Lan), có 68 hang đá ẩn sâu trong chân núi, kiến trúc xây rất trang nhã, đơn giản của các ẩn sĩ khổ hạnh.

Ngày 12 tháng 07 năm 2023, đoàn viếng thăm hang Dambulla Royal Rock Caves, nơi có rất nhiều tượng Phật đá lớn (ngồi thiền, nhập Niết bàn, đứng ban pháp từ) và các Phạm thiên được khắc trên vách hang đá tự nhiên, được sơn nhiều màu rất đẹp. Sau đó, đoàn đến đảnh lễ tháp tròn Vatadage (Vatadage Buddhist Monument, Madirigiriye), chiều về, ghé thăm Công viên Giritle National Park (đặc biệt có nhiều voi và thú hoang) và Lake biển hồ tại địa phương.

Sáng 13 tháng 07 năm 2023, đoàn rất hạnh phúc và may mắn được viếng thăm chiêm bái đảnh lễ bộ Kinh Tạng viết trên Lá Diệp (Tripitaka writeen in Palm Leaves) được thờ tại Chùa Aloka Vihara Matale. Sau khi dùng cơm trưa xong, đoàn viếng thăm Chùa Srivijayathilakaramaya Bogahakotuwa ở Matale, nơi sư huynh của Dr. Sumedha Thero làm trụ trì. Chùa có 10 chú sadi trẻ tuổi đang tu học.

Chiều 2 giờ cùng ngày, chùa Hương Sen tổ chức từ thiện cho dân nghèo tại Chùa Koombiyangoda Maha Vihara Temple, huyện Matale, Srilanka với sự hỗ trợ của Thượng Tọa trụ trì Venerable Royal Pandith Talatuoye Samiddhi Siri Maha Thero kiêm Viện trưởng Trường Sri Vidyasekhara Pirivena. Đây là sư đệ của Thượng Tọa Dr. Sumedha Thero hướng dẫn đoàn. Ngoài phát quà từ thiện, chùa Hương Sen đã cúng dường trai tăng 30 chư tôn Hòa thượng, 40 tăng sinh học trường Cao Đẳng Phật giáo và 20 giáo viên dạy học tại đây.

Sáng ngày 14 tháng 07 năm 2023, đoàn viếng thăm và đảnh lễ Xá Lợi Răng của Phật (Sacred Tooth Relics Temple, Kandy, Sri Lanka). Chiều 2 giờ cùng ngày, đoàn tham dự cuộc Hội thảo Phật học tại Phân Khoa Giáo Dục, trường Đại Học Kandy (Seninar Peradeniya University, Kandy) với chủ đề: "Phật giáo Toàn cầu, đặc biệt liên quan đến Tích Lan" (*Global Spread of Buddhism with Special Reference to Sri Lanka*). Có 10 thuyết trình viên, trong đó, Ni sư TN Giới Hương thuyết trình về đề tài: **"Phật giáo từ Hải** đảo **Ceylon** đến **Hoa Kỳ" (Buddhism from Ceylon Island to the United States."**

Ngày 15 tháng 07 năm 2023, phái đoàn viếng thăm hai chùa Tăng và một chùa Ni. Đầu tiên là Thiền Viện Trúc Lâm Monastery (Internatonal Buddhist Meditation Center) do Thượng Tọa Pháp Quang (đệ tử Hòa thượng Thiện Ý, Thủ Đức) xây dựng. Thầy trụ trì đi vắng, đệ tử là Thầy Pháp Bảo và các chú tiểu ở Thiền viện tiếp đón và nấu cơm chay đãi khách phương xa. Hương vị Việt Nam thân quen, khiến các thành viên ăn thỏa thích, sau gần một tháng ăn cơm Hàn quốc, Ấn Độ và Tích Lan. Vừa thưởng thức sườn non kho, canh rau, và đậu hủ chiên xả thơm ngon, còn được "to go" xách mang về để chiều ăn tiếp ở khách sạn nữa.

Sau khi tạm biệt Thiền Viện Trúc Lâm tại xứ cao nguyên sương lạnh Kandy, đoàn viếng thăm chùa Ni Bodimalu Aramaya do Ni sư Bhikkhuni Uduwala Sudhammika trụ trì. Chùa tọa lạc tại Gampolawatta Gampola, gần nhà anh của Dr. Sumedha Thero nên gia đình anh của Dr. Sumedha thường đi chùa này để sớt bát cúng cơm và tu tập hàng tuần. Phái đoàn Hương Sen cũng cúng gạo, muối, dầu ăn và tịnh tài cho chùa và chụp hình lưu niệm với Sư cô trụ trì cùng chúng Sadini.

Sau đó, đoàn viếng thăm Trung Tâm Tu Học Nigrodha Khetta Pirivena Telembugala Gelioya dành cho các Thầy Tỳ kheo (Bhikkhu Training Center Nigrodha Khetta Pirivena Telembugala Gelioya) do Hòa thượng Godamunne Pannakitthi Nakaya Maha Thero Sanghanayaka làm trụ trì. Ngôi chùa cuối cùng mà đoàn viếng thăm và cúng dường trong ngày là Chùa Gatame Rajopawanarama tại huyện Peradeniya do Trưởng lão Hòa thượng Keppetiyagoda Siriwimala Nayake Maha Thero làm trụ trì. Chùa có khoảng 70 chư Tăng và các chú điệu đang tu học tại đây và đoàn cũng có nhân duyên cúng dường kẹo chololate và tịnh tài cho các chú nhỏ.

Ngày 16 tháng 07 năm 2023, lúc 2 giờ chiều đoàn đến thủ đô Colombo, để tham dự hội thảo tại Chùa Maha Mahinda International Dharmadutha Society, do Hòa thượng Giáo sư Prof. Medagama Nandawansa Thera làm trụ trì. Có khoảng 100 vị giáo sư, học giả, nghiên cứu sinh và Tăng Ni sinh Tích Lan, Việt Nam, Lào, Miến Điện, Thái Lan… tham dự. Hội thảo với chủ đề: "Phật giáo Tích Lan trong giai đoạn thế kỷ 19-21" (Academic seminar on Buddhism in Sri lanka during the Period of 19th to 21st Centuries). Có 12 thuyết trình viên, trong đó Ni sư Giới Hương thuyết trình đề tài: **Sự Cống Hiến của Các Nhà Văn Phật Giáo Tích Lan (Contributions of Sri Lankan Buddhist Writers).** Tại chùa này cũng có nuôi khoảng 70 chú điệu Sadi, nên đoàn cũng chuẩn bị bánh kẹo và tịnh tài để tặng gieo duyên.

Ngày 17, 18 và 19 tháng 7 là 3 ngày cuối cùng để thăm viếng và cúng dường tám Chùa Ni ở Colombo và các vùng lân cận như: Chùa Newgala Meditation Center Monastery, Sasanaloka Bhikkhuni Asram và Trường Sri Sangamiththa Dhamma (Galigamuwa Town, Kegalle), Chùa Sri Sunanda (Alpitiya Galupitamada), Khemaramaya Temple (Indiparape, Mirigama), Chùa Vishakaramaya (Galgamuva, Veyangoda), Chùa Pradeepaloka, Chùa Uppalawannaramaya, Chùa Sakyadhita Training and Meditation Center (Gorakana, Panadura) và Trung Tâm Tu Học Ni Giới (Sri Lanka's First Bhikkhuni Training Centre and International Faculty of Buddhist Studies (BTC and IFBS) (Kananvila, Horana), vv…

Tóm lại, chuyến hành hương một tháng ở ba đất nước Hàn Quốc, Ấn Độ và Tích Lan đã khép lại với nhiều cung bậc cảm xúc còn đọng mãi. Những hình ảnh tọa thiền, tụng kinh nơi đất thánh… sẽ còn mãi trong tâm thức của mỗi thành viên rất khó phai nhạt. Ngày lễ xuất gia gieo duyên dưới cội cây Bồ Đề, nơi Đức Phật giác ngộ, thật thiêng liêng khó tả. Cuộc hội thảo trao đổi Phật học với Chư Tôn đức Tăng Ni và các học giả trên thế giới được kết đọng lại thành các tuyển tập kỷ yếu trao nhau kỷ niệm. Các buổi phát quà từ thiện chia sẻ thực phẩm và tịnh tài với những người nghèo, thật có ý nghĩa trong tinh thần "lá lành đùm lá rách."

Một lần nữa thành thật tri ân Chư tôn thiền đức và các Phật tử đồng hương xa gần đã ủng hộ cho chương trình Bảo trợ Tăng Ni Sinh du học và Từ thiện ba nước năm 2023 do Chùa Hương Sen tổ chức. Thành thật tri ân các vị tham gia đoàn hành hương cùng các nơi tổ chức hoặc trực tiếp hay gián tiếp đã góp bàn tay cho chuyến đi thành tựu mỹ mãn.

Kính nguyện hồng ân Tam Bảo gia hộ cho Chư tôn thiền đức, quý Phật tử cùng tất cả chúng sanh luôn an lạc trong chánh pháp của Như Lai.

Nam Mô Công Đức Lâm Bồ Tát Ma Ha Tát

tác đại chứng minh.

TỦ SÁCH BẢO ANH LẠC

do Ni Sư Tiến Sĩ TN Giới Hương biên soạn

1.1. SÁCH TIẾNG VIỆT

1. *Bồ-tát và Tánh Không Trong Kinh Tạng Pali và Đại Thừa.*
2. *Ban Mai Xứ Ấn -Tuyển tập các Tiểu Luận Phật Giáo* (3 tập).
3. *Vườn Nai – Chiếc Nôi.*
4. *Quy Y Tam Bảo và Năm Giới.*
5. *Vòng Luân Hồi.*
6. *Hoa Tuyết Milwaukee.*
7. *Luân Hồi trong Lăng Kính Lăng Nghiêm.*
8. *Nghi Thức Hộ Niệm, Cầu Siêu.*
9. *Quan Âm Quảng Trần.*
10. *Nữ Tu và Tù Nhân Hoa Kỳ.*
11. *Nếp Sống Tỉnh Thức của Đức Đạt Lai Lạt Ma Thứ XIV.*
12. *A-Hàm: Mưa pháp chuyển hóa phiền não*, 2 tập.
13. *Góp Từng Hạt Nắng Perris.*
14. *Pháp Ngữ của Kinh Kim Cang.*
15. *Tập Thơ Nhạc Nắng Lăng Nghiêm.*
16. *Nét Bút Bên Song Cửa.*
17. *Máy Nghe MP3 Hương Sen* (Hương Sen Digital Mp3 Radio Speaker): Các Bài Giảng, Sách, Bài viết và Thơ Nhạc của Thích Nữ Giới Hương (383/201 bài).
18. *DVD Giới Thiệu về Chùa Hương Sen.*

19. *Ni Giới Việt Nam Hoằng Pháp tại Hoa Kỳ.*
20. *Tuyển Tập 40 Năm Tu Học & Hoằng Pháp của Ni sư Giới Hương*, Thích Nữ Viên Quang, TN Viên Nhuận, TN Viên Tiến, and TN Viên Khuông.
21. *Tập Thơ Nhạc Lối Về Sen Nở.*
22. *Nghi Thức Công Phu Khuya – Thần Chú Thủ Lăng Nghiêm.*
23. *Nghi Thức Cầu An – Kinh Phổ Môn.*
24. *Nghi Thức Cầu An – Kinh Dược Sư.*
25. *Nghi Thức Sám Hối Hồng Danh.*
26. *Nghi Thức Công Phu Chiều – Mông Sơn Thí Thực.*
27. *Khóa Tịnh Độ – Kinh A Di Đà.*
28. *Nghi Thức Cúng Linh và Cầu Siêu.*
29. *Nghi Lễ Hàng Ngày - 50 Kinh Tụng và các Lễ Vía trong Năm.*
30. *Hương Đạo Trong Đời 2022* - Tuyển tập 60 Bài Thi trong Cuộc Thi Viết Văn Ứng Dụng Phật Pháp 2022.
31. *Hương Pháp 2022* (Tuyển Tập Các Bài Thi Trúng Giải Cuộc Thi Viết Văn Ứng Dụng Phật Pháp 2022).
32. *Giới Hương - Thơm Ngược Gió Ngàn*, Nguyên Hà.
33. *Pháp Ngữ Kinh Hoa Nghiêm* (2 tập).
34. *Tinh Hoa Kinh Hoa Nghiêm*. Thích Nữ Giới Hương. NXB Hương Sen.
35. *Phật Giáo – Tầm Nhìn Lịch Sử Và Thực Hành*. Hiệu đính: Thích Hạnh Chánh và Thích Nữ Giới Hương.
36. *Nhật ký Hành Thiền Vipassana và Kinh Tứ Niệm Xứ.*
37. *Nghi cúng Giao Thừa.*
38. *Nghi cúng Rằm Tháng Giêng.*
39. *Nghi thức Lễ Phật Đản.*
40. *Nghi thức Vu Lan.*

41. *Lễ Vía Quan Âm.*
42. *Nghi cúng Thánh Tổ Kiều Đàm Di.*
43. *Nghi thức cúng Tổ và Giác linh Sư trưởng.*
44. *Nghi Lễ Chẩn Tế Mười Hai Loại Cô Hồn*
45. *Kỷ Yếu Lễ Tưởng Niệm Thánh Tổ Kiều Đàm Di tại Chùa Hương Sen năm 2024*
46. *Nghi Thức Cầu Siêu Chư Hương Linh Thai Nhi*
47. *Kim Quang Minh Kinh Sám Trai Thiên Khóa Nghi*
48. *Phật Giáo và Thánh Tích Sri Lanka*

1.2. SÁCH TIẾNG ANH

1. *Boddhisattva and Sunyata in the Early and Developed Buddhist Traditions.*
2. *Rebirth Views in the Śūraṅgama Sūtra.*
3. *Commentary of Avalokiteśvara Bodhisattva.*
4. *The Key Words in Vajracchedikā Sūtra.*
5. *Sārnātha-The Cradle of Buddhism in the Archeological View.*
6. *Take Refuge in the Three Gems and Keep the Five Precepts.*
7. *Cycle of Life.*
8. *Forty Years in the Dharma: A Life of Study and Service—Venerable Bhikkhuni Giới Hương.*
9. *Sharing the Dharma -Vietnamese Buddhist Nuns in the United States.*
10. *A Vietnamese Buddhist Nun and American Inmates.*
11. *Daily Monastic Chanting.*
12. *Weekly Buddhist Discourse Chanting.*
13. *Practice Meditation and Pure Land.*

14. *The Ceremony for Peace.*
15. *The Lunch Offering Ritual.*
16. *The Ritual Offering Food to Hungry Ghosts.*
17. *The Pureland Course of Amitabha Sutra.*
18. *The Medicine Buddha Sutra.*
19. *The New Year Ceremony.*
20. *The Great Parinirvana Ceremony.*
21. *The Buddha's Birthday Ceremony.*
22. *The Ullambana Festival (Parents' Day).*
23. *The Marriage Ceremony.*
24. *The Blessing Ceremony for The Deceased.*
25. *The Ceremony Praising Ancestral Masters.*
26. *The Enlightened Buddha Ceremony.*
27. *The Uposatha Ceremony (Reciting Precepts)*
28. *Buddhism: A Historical And Practical Vision.* Edited by Ven. Dr. Thich Hanh Chanh and Ven. Dr. Bhikṣuṇī TN Gioi Huong.
29. *Contribution of Buddhism For World Peace & Social Harmony*. Edited by Ven. Dr. Buddha Priya Mahathero and Ven. Dr. Bhikṣuṇī TN Gioi Huong.
30. *Global Spread of Buddhism with Special Reference to Sri Lanka.* Buddhist Studies Seminar in Kandy University. Edited by Dr. Ven. Kahawatte Sumedha Thero and Dr. Bhikṣuṇī TN Gioi Huong.
31. *Buddhism In Sri Lanka During The Period of 19th to 21st Centuries*. Buddhist Studies Seminar in Colombo. Edited by Prof. Ven. Medagama Nandawansa and Dr. Bhikṣuṇī TN Gioi Huong.
32. *Diary: Practicing Vipassana and the Four Foundations of Mindfulness Sutta.*

1.3. SÁCH SONG NGỮ (VIETNAMESE-ENGLISH)

1. *Bản Tin Hương Sen: Xuân, Phật Đản, Vu Lan (*Hương Sen Newsletter: Spring, Buddha Birthday and Vu Lan, annual/ Mỗi Năm).
2. *Danh Ngôn Nuôi Dưỡng Nhân Cách - Good Sentences Nurture a Good Manner.*
3. *Văn Hóa Đặc Sắc của Nước Nhật Bản-Exploring the Unique Culture of Japan.*
4. *Sống An Lạc dù Đời không Đẹp như Mơ - Live Peacefully though Life is not Beautiful as a Dream.*
5. *Hãy Nói Lời Yêu Thương-Words of Love and Understanding.*
6. *Văn Hóa Cổ Kim qua Hành Hương Chiêm Bái -The Ancient-Present Culture in Pilgrim.*
7. *Nghệ Thuật Biết Sống - Art of Living.*
8. *Dharamshala - Hành Hương Vùng Đất Thiêng, Ấn Độ, Dharamshala - Pilgrimage to the Sacred Land, India.*

1.4. SÁCH CHUYỂN NGỮ

1. *Xá Lợi Của Đức Phật* (Relics of the Buddha), Tham Weng Yew.
2. *Sen Nở Nơi Chốn Tử Tù* (Lotus in Prison), many authors.
3. *Chùa Việt Nam Hải Ngoại* (Overseas Vietnamese Buddhist Temples).
4. *Việt Nam Danh Lam Cổ Tự* (The Famous Ancient Buddhist Temples in Vietnam).
5. *Hương Sen, Thơ và Nhạc* – (Lotus Fragrance, Poem and Music).
6. *Phật Giáo-Một Bậc Đạo Sư, Nhiều Truyền Thống* (Buddhism: One Teacher – Many Traditions), Đức Đạt Lai Lạt Ma 14th & Ni Sư Thubten Chodren.

7. *Cách Chuẩn Bị Chết và Giúp Người Sắp Chết-Quan Điểm Phật Giáo* (Preparing for Death and Helping the Dying – A Buddhist Perspective)

2. ALBUMS NHẠC

Từ Thơ Thích Nữ Giới Hương

1. *Đào Xuân Lộng Ý Kinh* (The Buddha's Teachings Reflected in Cherry Flowers).
2. *Niềm Tin Tam Bảo* (Trust in the Three Gems).
3. *Trăng Tròn Nghìn Năm Đón Chờ Ai* (Who Is the Full Moon Waiting for for Over a Thousand Years?).
4. *Ánh Trăng Phật Pháp* (Moonlight of Dharma-Buddha).
5. *Bình Minh Tỉnh Thức* (Awakened Mind at the Dawn) (*Piano Variations for Meditation*).
6. *Tiếng Hát Già Lam* (Song from Temple).
7. *Cảnh Đẹp Chùa Xưa* (The Magnificent, Ancient Buddhist Temple).
8. *Karaoke Hoa Ưu Đàm Đã Nở* (An Udumbara Flower Is Blooming).
9. *Hương Sen Ca* (Hương Sen's Songs)
10. *Về Chùa Vui Tu* (Happily Go to Temple for Spiritual Practices)
11. *Gọi Nắng Xuân Về* (Call the Spring Sunlight).
12. *Đệ Tử Phật*. Thơ: Thích Nữ Giới Hương, Nhạc: Uy Thi Ca & Giác An, volume 4, năm 2023.

Mời xem: http://www.huongsentemple.com/index.php/kinh-sach/tu-sach-bao-anh-lac

PHẬT GIÁO VÀ THÁNH TÍCH SRI LANKA
Tác giả: Bảo Anh Lạc Bookshelf 95 - Thích Nữ Giới Hương

NHÀ XUẤT BẢN TÔN GIÁO
53 Tràng Thi – Hoàn Kiếm - Hà Nội
ĐT: (024)37822845
Email: nhaxuatbantongiao@gmail.com

Chịu trách nhiệm xuất bản:
Giám đốc: ThS. Nguyễn Hữu Có

Chịu trách nhiệm nội dung:
Tổng Biên tập: Lê Hồng Sơn
Biên tập: Nguyễn Thị Thanh Thủy
Trình bày: Vũ Đình Trọng
Sửa bản in: Sư cô Nhuận Ấn

Số lượng in: 1.000 bản, Khổ: 15,24 x 22,86 cm
In tại: Công ty TNHH Sản xuất Thương mại Dịch vụ In ấn Trâm Anh,
159/57 Bạch Đằng, phường 2, quận Tân Bình, thành phố Hồ Chí Minh.
Số ĐKXB: 1382-2024/CXBIPH/06-50/TG
Mã ISBN: 978-604-61-8897-1
QĐXB: 289/QĐ-NXBTG ngày 09 tháng 5 năm 2024
In xong và nộp lưu chiểu quý II năm 2024

www.ingramcontent.com/pod-product-compliance
Lightning Source LLC
LaVergne TN
LVHW050836051026
849532LV00006BA/1979
9786046188971